సాహిత్యం – సాంకేతికత

(వ్యాస సంచిక)

సంపాదకత్వం

డా. జి. వెంకట లాల్

Sahityam - Sanketikatha
by
Dr. G Venkata Lal

Mobile: +919949264650
Email: **drgvlal06@gmail.com**

ISBN (Paperback): 978-81-987719-6-4

First Edition
Nov 2025

Print On Demand

Published By: Kasturi Vijayam
Ph:0091-9515054998
Email: Kasturivijayam@gmail.com

Book Available
@
Amazon (WorldWide), flipkart

అభినందన

డా. ఎన్. ప్రసాద్ బాబు, M.Sc., M.Phil., Ph.D.

ప్రిన్సిపాల్

ఛత్రపతి శివాజీ శ్రీ శతజయంతి ప్రభుత్వ కళాశాల,

జంగారెడ్డిగూడెం, ఏలూరు జిల్లా, ఆంధ్ర ప్రదేశ్. 534447.

"తెలుగు సాహిత్యం – సాంకేతికత" అనే అంశంపై ఒక రోజు "అంతర్జాతీయ (ప్రత్యక్ష&అంతర్జాల) సదస్సును తెలుగు శాఖ వారు తేదీ 19-09-2025 నాడు నిర్వహించి, కళాశాల ఖ్యాతిని ప్రపంచ స్థాయిలో నిలబెట్టుటకు కృషి చేస్తున్నందుకు తెలుగు శాఖకు అభినందనలు.

ఈ సదస్సుకు ముఖ్య అతిథిగా విచ్చేసి "ప్రత్యేక సంచిక" ఆవిష్కరణ చేస్తున్న డా. ఎన్. భరత్ కుమార్ గుప్తా, ఐఏఎస్, డైరెక్టర్, కళాశాల విద్యాశాఖ, ఆంధ్రప్రదేశ్ మరియు ఈ సదస్సులో పత్ర సమర్పకులు పాల్గొనుటకు "ఆన్ డ్యూటీ" సదుపాయం కల్పించినందుకు వారికి ప్రత్యేక ధన్యవాదాలు. ఈ సదస్సు ప్రారంభ సమావేశానికి విచ్చేసి, జ్యోతి ప్రజ్వలన చేసి, సదస్సుకు వన్నెతెచ్చిన డా. పి.వి. కృష్ణాజీ, రీజనల్ జాయింట్ డైరెక్టర్, రాజమహేంద్రవరం వారికి, మరియు ముగింపు సమావేశానికి ముఖ్యఅతిథిగా విచ్చేసి, "తెలుగు సాహిత్యం – సాంకేతికత" అనే అంశంపై అంతర్జాతీయ సదస్సు డిగ్రీ స్థాయిలో ప్రథమంగా నిర్వహించినందుకు కళాశాలను ప్రశంసించిన కళాశాల విద్యాశాఖ, అదనపు డైరెక్టర్, డాక్టర్ చప్పిడి కృష్ణ గారికి ధన్యవాదాలు.

ఈ సదస్సుకు ప్రత్యేక ఆహ్వానితులుగా విచ్చేసి, సదస్సుకు వన్నెతెచ్చిన పద్మ విభూషణ్ అవార్డు గ్రహీత "శ్రీ సంజీవ నరసింహ అప్పడు", ప్రభుత్వ తరగతుల నిర్వహణ అధికారి, సాహిత్య పోషకులు, మారిషస్ వారికి, కీలకోపన్యాసం చేస్తున్న డా. గణేష్ తొట్టెంపూడి,

ఆచార్యులు, హైడేల్ బర్గ్ విశ్వవిద్యాలయం, జర్మనీ వారికి, ప్రత్యేక ప్రసంగికులుగా విచ్చేసిన శ్రీ పామిరెడ్డి సుధీర్ రెడ్డి, కస్తూరి విజయం పబ్లిషర్స్, మలేషియా వారికి, విశిష్టవక్తగా విచ్చేసిన ఆచార్య దార్ల వెంకటేశ్వరరావు, తెలుగు శాఖ, కేంద్రీయ విశ్వవిద్యాలయం, హైదరాబాద్ వారికి, ప్రధాన వక్తగా విచ్చేసిన డా యన్. వి. కృష్ణారావు, తెలుగు శాఖ అధ్యక్షులు, ఆచార్య నాగార్జున విశ్వవిద్యాలయం, గుంటూరు వారికి మరియు డా. టి. సత్యనారాయణ, పూర్వ తెలుగు శాఖాధ్యక్షులు, ఆదికవి నన్నయ విశ్వవిద్యాలయం, రాజమహేంద్రవరం వారికి ప్రత్యేక ధన్యవాదాలు.

తెలుగు శాఖ ఎల్లప్పుడూ కళాశాల అభివృద్ధిలో తమ వంతు పాత్ర పోషిస్తూ ఉంటుంది. అందులో భాగంగా "తెలుగు సాహిత్యం - సాంకేతికత" అనే అంశంపై "అంతర్జాతీయ సదస్సు" కళాశాల స్థాయిలో నిర్వహించడం ముదావహం. ఈ సదస్సులో 92 మంది పత్ర సమర్పకులు విచ్చేసి, తమ పత్రాలను సమర్పించారు. ఈ పత్రాలు అన్నింటిని పరిశీలన చేసి "కస్తూరి విజయం" వరల్డ్ వైడ్ పబ్లిషర్ వారు 20 వ్యాసాలను ఎంచుకొని ఒక ప్రత్యేక 'వ్యాస సంపుటి' గా ప్రచురించడం ముదావహం.

ఈ సదస్సుకు 500 మందికి పైగా ప్రపంచ దేశాల్లోని ఆచార్యులు, అధ్యాపకులు మరియు పరిశోధక విద్యార్థులు అంతర్జాలం ద్వారా మరియు ప్రత్యక్షంగా పాల్గొని కళాశాలకు కీర్తిని చేకూర్చారు. ఈ సదస్సు నిర్వహణలో డా. జి. వెంకట లాల్, తెలుగు శాఖ అధ్యక్షులు మరియు సదస్సు కన్వీనర్ గా వ్యవహరించి, అనతికాలంలో ఈ సదస్సును విజయవంతంగా నిర్వహించడంలో వారి కృషి ప్రశంసనీయం. కళాశాల అధ్యాపకులు, అధ్యాపకేతర సిబ్బంది మరియు విద్యార్థినీ విద్యార్థులు ఈ సదస్సులో పాల్గొని దిగ్విజయం చేసినందుకు వారందరికీ ప్రత్యేక శుభాభినందనలు.

ప్రిన్సిపాల్

ముందు మాట

డా. జి. వెంకట లాల్, M.A., M.Phil., Ph.D.

తెలుగు శాఖ అధ్యక్షులు

ఛత్రపతి శివాజీశ్రీ శతజయంతి ప్రభుత్వ కళాశాల,

జంగారెడ్డిగూడెం, ఏలూరు జిల్లా, ఆంధ్ర ప్రదేశ్.

"తెలుగు సాహిత్యం – సాంకేతికత" అనే అంశంపై ఒక రోజు "అంతర్జాతీయ (ప్రత్యక్ష&అంతర్జాల) సదస్సు" నిర్వహించాలనే సంకల్పంతో కళాశాల తెలుగు శాఖ పూనుకొని ప్రిన్సిపాల్ గారి అనుమతితో కార్యాచరణ మొదలు పెట్టింది. ఈ సదస్సు అంశాన్ని ఎంచుకోవడానికి కారణం ప్రపంచీకరణలో భాగంగా సాంకేతికత దినదిన అభివృద్ధి చెందుతూ, తెలుగు సాహిత్యానికి తోడ్పడుతుంది. తెలుగు సాహిత్యం ప్రపంచ స్థాయిలో నిలబడడానికి ప్రధాన కారణం సాంకేతిక విప్లవం. ఈ సాంకేతికత ద్వారా ప్రపంచంలో ఏ విషయాన్ని అయినా క్షణాల్లో మన ముంగిట్లో నిలబెట్టుకోవచ్చు. పుస్తక సమీక్షలు గానీ, పుస్తక సేకరణ గాని, సమాచార సేకరణ లేదా చేరవేత గాని క్షణాల్లో జరిగిపోతుంది. వీటితోపాటు విద్యా వ్యవస్థలో కూడా సాంకేతికత మార్పులు చోటు చేసుకున్నాయి. కరోనా ప్రభావంతో ప్రపంచమంతటా సాంకేతికతకు బాగా అలవాటు పడిపోయారు. ప్రతి ఒక్క మానవుడు సాంకేతికతకు లోను కాక తప్పలేదు.

సాంకేతిక విప్లవంతో సామాజిక మాధ్యమాల ద్వారా సాహిత్య అభివృద్ధి బాగా జరుగుతుంది. ఒకప్పుడు సాహిత్యం నేర్చుకోవాలంటే కళాశాల, పాఠశాలలకు లేదా గ్రంథాలయాలకు వెళ్లి శ్రమతో కూడిన విద్యను నేర్చుకునే వాళ్ళం. కానీ సాంకేతిక సౌలభ్యం ద్వారా తెలుగు సాహిత్యంలో సాంకేతికత ప్రధాన పాత్ర పోషిస్తూ వీటన్నింటినీ ఒకే చోట కూర్చొని నేర్చుకునే పరిస్థితి ఏర్పడింది. కావున సాహిత్యాన్ని నేర్చుకోవడానికి సాంకేతికత

చాలా ఉపయోగకరంగా మారింది. ఈ సాంకేతికత వల్ల కొన్ని నష్టాలు కూడా ఉన్నాయి. ఎంతైనా పుస్తక రూపంలో చదివిన విజ్ఞానం ఉపయోగకరంగా మారుతుంది. సాంకేతికత ద్వారా సౌలభ్యం ఉన్నప్పటికీ నిర్లక్ష్యత, నిర్లిప్తత కారణంగా విద్యనభ్యసించడంలో విద్యార్థి వెనకడుగు వేసే అవకాశం కూడా ఉంది. ఈ సాంకేతిక మాధ్యమాన్ని ఎంచుకుంటే ఎనలేని లాభాలు ఉన్నాయి. ప్రపంచాన్ని మన గుప్పెట్లో పెట్టుకునే సౌలభ్యం ఈ సాంకేతికత ద్వారా సాధించవచ్చును.

తెలుగు సాహిత్యంపై సాంకేతికత ప్రభావం చాలా ఉంది. ఎనలేని మార్పులు తెలుగు సాహిత్యంలో కనిపిస్తున్నాయి. ఒకప్పుడు తెలుగు సాహిత్యం చదవాలన్నా, వ్రాయాలన్నా చాలా కష్టంగా ఉండేది. సాంకేతికత ప్రభావంతో ఇప్పుడు తెలుగు సులువుగా రాయడం, చదవడం, సాహిత్యాన్ని తెలుసుకోవడం, సాహిత్యానికి సంబంధించిన పుస్తకాలను క్షణాల్లో పొంది, పిడిఎఫ్ రూపంలోనూ చదువుకునే సౌలభ్యం సాంకేతికత వల్ల కలిగింది. అదేవిధంగా విద్యార్థికి విద్య నేర్పించే విధానంలో కూడా సాంకేతికత ప్రధాన పాత్ర పోషిస్తుంది. అందులో భాగంగా తరగతుల నిర్వహణ, పరీక్షల నిర్వహణ, సాంస్కృతిక పోటీల నిర్వహణ మొదలైన కార్యక్రమాలన్నింటినీ సాంకేతికత ద్వారానే విద్యార్థి ఇంట్లో కూర్చుని చేసుకునే సౌలభ్యం కలిగింది. అదేవిధంగా అధ్యాపకుడు కూడా ఉన్నచోటునుండే విద్య నేర్పిస్తూ, మూల్యాంకనాలు చేసే పరిస్థితి ఈ సాంకేతికత ద్వారా అభివృద్ధి చెందింది.

ఇందులో భాగంగానే విద్యావ్యవస్థలో ఆన్లైన్ విధానంతో ప్రపంచం మొత్తం నేర్చుకునేలా, తెలుసుకునేలా అనేక కార్యక్రమాలు ఏర్పాటు చేయడం జరుగుతుంది. ఈ అంతర్జాతీయ సదస్సు కూడా ప్రత్యక్ష విధానంగానే కాకుండా ఆన్లైన్ విధానంలో కూడా నిర్వహించాలని సంకల్పంతో ఏర్పాటు చేయడం జరిగింది. ఈ సదస్సులో ప్రపంచంలోని నాలుగు దేశాల వక్తలు పాల్గొన్నారు. ప్రధానంగా మారిషస్, మలేషియా, జర్మనీ, సింగపూర్ దేశాలలో తెలుగు సాహిత్యాన్ని బోధించే ఆచార్యులు, ఆరాధించే సాహిత్య పిపాసులు మరియు పోషించే ఉద్దండులు ఈ సదస్సులో వక్తలుగా పాల్గొన్నారు. అదేవిధంగా భారతదేశంలోనే అన్ని రాష్ట్రాలలోని విద్యావ్యవస్థలలో, విశ్వవిద్యాలయాలలో పనిచేస్తున్నటువంటి ఆచార్యులు, అధ్యాపకులు మరియు పరిశోధక విద్యార్థులు 92 మంది తమ పత్రాలను ఈ సదస్సులో సమర్పించారు. పత్ర సమర్పకులు సమర్పించిన పత్రాలను ఒక

ప్రత్యేక సంచికగా "సాహిత్య తరంగిణి" అంతర్జాతీయ పత్రిక(ISSN: 3048-5908)లో ప్రచురించడం జరిగింది. దీనితో పాటు ఈ పత్రాలు అన్నింటిని పరిశీలన చేసి "కస్తూరి విజయం" వరల్డ్ వైడ్ పబ్లిషర్ వారు **20** వ్యాసాలను ఎంచుకొని ఒక ప్రత్యేక 'వ్యాస సంపుటి' గా ప్రచురించినందుకు వారికి ప్రత్యేక ధన్యవాదాలు

ఈ సదస్సులో సమర్పించిన పత్రాలలో తెలుగు సాహిత్యంలో సాంకేతికత అనేది భారత, రామాయణ, భాగవత రచన కాలాల నుండే మొదలైందని, అది అంచెలంచెలుగా ఎదిగి సాంకేతిక మాధ్యమాల ద్వారా విలసిల్లి, అంతర్జాల రూపంలో ప్రపంచానికి ఉపయోగకారిగా మారిందని పత్ర సమర్పకుల ఉద్దేశం. పత్రికలు, రేడియో, దూరదర్శన్, సినిమా, ఇంటర్నెట్, గూగుల్, యూట్యూబ్, ఫేస్బుక్, వాట్సప్, ఇన్స్టాగ్రామ్, ట్విట్టర్ (X), టెలిగ్రామ్, త్రెడ్స్ మొదలైన యాప్ లలో తెలుగు సాహిత్యం సాంకేతికంగా ఎదుగుతుందనే అభిప్రాయాన్ని తమ వ్యాసాలలో వ్యక్తపరిచారు.

సాంకేతికతలో భాగంగానే ముద్రణలోనూ కూడా అనేకమార్పులు చోటు చేసుకున్నాయి. మొదటగా అచ్చు యంత్రాల ద్వారా ముద్రణ చేసేవారు. కానీ అది సాంకేతిక ప్రభావంతో కీబోర్డు, అను ఫాంట్, ఐ లిపి, సి లిపి, మండలి మరియు గూగుల్ ఇండికోడ్ టూల్స్ మొదలైనవి సాంకేతికత ద్వారా అభివృద్ధి చెందాయి. ప్రస్తుతం గూగుల్ స్పీచ్ టైపింగ్ ద్వారా ముద్రణ జరుగుతుంది. అత్యాధునికంగా వచ్చిన ముద్రణ సౌకర్యం వల్ల, మనం చేతిరాత ద్వారా రాసిన పత్రాలను గాని, పిడిఎఫ్ రూపంలో ఉన్న పత్రాలను గాని, గోడలమీద, బోర్డుల మీద ఉన్న అక్షరాలను గూగుల్ స్కానర్ ద్వారా స్కాన్ చేస్తే అందులో ఉన్న అక్షరాలు ముద్రణ రూపంలో మారిపోతున్నాయి. వాటిని ఏ భాషలోనైనా అనువాదం చేసుకునే సౌలభ్యం ఉంది. సాంకేతికంగా జరిగిన మార్పులలో ఇది బాగా ఉపయుక్తంగా ఉంది.

తెలుగు సాహిత్య సాంకేతికతలో భాగంగా సామాజిక మాధ్యమాల్లో మొదటగా నాటకంలోనూ, యక్షగానాల ప్రదర్శనలోనూ, వీధి నాటకాలలోనూ, నృత్యాలలోనూ, నాట్యాలలోనూ, సినిమాలలోనూ సాంకేతికత మొదలైందని తెలుస్తుంది. ఒకప్పుడు పత్రికల్లో మాత్రమే ఉన్న సాంకేతికత కాలక్రమేణా రేడియో, టేప్ రికార్డర్, దూరదర్శన్, టెలివిజన్,

కంప్యూటర్, లాప్టాప్, సెల్ ఫోన్ ద్వారా అభివృద్ధి చెందింది. ప్రస్తుతం సామాజిక మాధ్యమాలైనటువంటి గూగుల్, యూట్యూబ్, ఫేస్బుక్, ట్విట్టర్, ఇన్స్టాగ్రామ్, టెలిగ్రామ్, త్రెడ్ వంటి యాప్ ల ద్వారా తెలుగు సాహిత్యం అందరికీ అందుబాటులో ఉంది. తెలుగు సాహిత్య వ్యాప్తి సాంకేతిక పరంగా ఇంటర్నెట్ లో విరివిగా లభిస్తుంది. ప్రపంచవ్యాప్తంగా దాగిఉన్న తెలుగు సాహిత్యాన్ని తెలుసుకోవాలన్నా, నలుగురితో పంచుకోవాలన్నా ఇంటర్నెట్ (అంతర్జాల) మాధ్యమంగా సాధ్యపడుతుంది. తెలుగు సాహిత్య వ్యాప్తి ప్రపంచమంతట వ్యాప్తి చెందడానికి ప్రధాన కారణం సామాజిక మాధ్యమాలు. ఇందులో భాగంగానే మనం నిర్వహించే ఈ అంతర్జాతీయ ప్రత్యక్ష సదస్సును అంతర్జాలం ద్వారా ప్రపంచంలో ఉన్న సాహితీవేత్తలందరూ పాల్గొనే విధంగా ఏర్పాటు చేయబడింది. కావున తెలుగు సాహిత్యానికి సాంకేతికత ఎంతో తోడ్పడుతుందని నేను భావిస్తున్నాను.

ఈ సదస్సును ఏర్పాటు చేసుకోవడానికి అనుమతిని, ఓడి (OD) సౌకర్యాన్ని కల్పించిన డా. యన్. భరత్ గుప్తా, IAS, డైరెక్టర్, కళాశాల విద్యాశాఖ, ఆంధ్ర ప్రదేశ్ వారికి, డా. చప్పిడి కృష్ణ, జాయింట్ డైరెక్టర్ గారికి, డా. పి.వి. కృష్ణాజీ, రీజనల్ జాయింట్ డైరెక్టర్, రాజమహేంద్రవరం గారికి, శ్రీమతి డాక్టర్ తులసి మస్తానమ్మ AGO గారికి, మా కళాశాల ప్రిన్సిపాల్ డా. ఎం. ప్రసాద్ బాబు గారికి మరియు మా అధ్యాపక మిత్రులకు ప్రత్యేక ధన్యవాదాలు. ఈ సదస్సును విజయవంతం చేయడంలో ముఖ్యంగా విదేశీయులైనటువంటి మారిషస్ వాస్తవ్యులు, తెలుగు భాషా పోషకులు, పద్మవిభూషణ్ శ్రీ నరసింహ అప్పడు గారు, జర్మనీ దేశంలోని హెడేల్ బర్గ్, విశ్వవిద్యాలయంలో ఆచార్యులుగా పని చేస్తున్నటువంటి డా. తొట్టెంపూడి గణేష్ గారు, వరల్డ్ వైడ్ ప్రెస్ అయినటువంటి కస్తూరి విజయం పబ్లిషర్స్, మలేషియా దేశం నుంచి శ్రీ పామిరెడ్డి సుధీర్ రెడ్డి గారు మన ఈ సదస్సులో ప్రధాన వక్తలుగా ప్రసంగించారు. అదేవిధంగా సింగపూర్ నుంచి శ్రీమతి పద్మజ నాయుడు గారు ప్రత్యేక సందేశం అందించారు. భారతదేశంలోని ప్రధాన విశ్వవిద్యాలయం అయినటువంటి హైదరాబాద్ కేంద్రీయ విశ్వవిద్యాలయం, తెలుగు శాఖ పూర్వ శాఖాధ్యక్షులు ఆచార్య దార్ల వెంకటేశ్వరరావు గారు, ఆచార్య నాగార్జున విశ్వవిద్యాలయం, గుంటూరు తెలుగు శాఖాధ్యక్షులు ఆచార్య ఎన్. వి. కృష్ణారావు గారు, మరియు ఆదికవి నన్నయ విశ్వవిద్యాలయం, రాజమహేంద్రవరం తెలుగు శాఖ పూర్వ శాఖాధ్యక్షులు డా. తరపట్ల

సత్యనారాయణ గారు ఈ సదస్సులో ప్రధానవక్తలుగా ప్రసంగించారు. వీరితోపాటు ప్రపంచంలోని అన్ని దేశాల సాహితి పిపాసులు, ఆచార్యులు, అధ్యాపకులు మరియు పరిశోధక విద్యార్థులు ఈ సదస్సులో తమ పత్రాలను సమర్పించి ఈ సదస్సుకు వన్నెతెచ్చారు. కావున వారందరికీ పేరుపేరునా ధన్యవాదాలు.

ప్రస్తుత సమాజంలో సాంకేతిక ప్రాధాన్యతను తెలియజేయాలన్న సంకల్పంతో విశ్వవిద్యాలయ స్థాయిలో జరగవలసిన ఈ సదస్సును డిగ్రీ కళాశాలల స్థాయిలో నిర్వహించడం ఒక అదృష్టంగా భావిస్తున్నాము. సమాజంలోని సాహిత్య అభిమానులకు, విద్యార్థులకు ఈ సదస్సు ఉపయోగకరంగా ఉంటుందని కోరుకుంటూ, ఈ సదస్సు విజయవంతమైందని భావిస్తూ అందరికి ధన్యవాదాలు.

సంపాదకుడు

సాహిత్యం – సాంకేతికత

(వ్యాస సంపుటి)

విషయ సూచిక

1

తెలుగు భాష-సాహిత్యం-ఆధునికత-ఆవశ్యకత

డా. గణేశ్ తొట్టెంపూడి

ఆచార్యులు, డేటా సైన్స్ విభాగం,

హెడేల్ బర్గ్ విశ్వవిద్యాలయం, జర్మనీ.

ఒక జాతి భాషా వికాసం – ఆ జాతి కొలబద్ద

ఒక జాతి సార్వభౌమత్వం, ఆ జాతి అస్తిత్వం, ఒక జాతి వికాసం, ఆ జాతి భాషమీదే అధారపడి ఉంటుంది. వైజ్ఞానికత ఒక జాతి భాషలోఎంత విస్తృతంగా అందుబాటులో ఉంటుందో అంతగా ఆ జాతి పురోభివృద్ధి చెందుతుంది అని చెప్పవచ్చు. అభివృద్ధి లేని భాషలు అంతరిస్తాయి. భాష అంతరించింది అంటే ఆ జాతి సంస్కృతి, సమాజం అంతరిస్తున్నట్లే. అంటే ఒక జాతి వికాసాన్ని కొలవటానికి ఆ జాతి భాషా వికాసం ఒక కొలబద్ద అని చెప్పవచ్చు.

ఆగష్టు 29న మనం గిడుగు రామ్మూర్తిగారి జయంతిని తెలుగు భాషా దినోత్సవంగా జరుపుకుంటున్నాం. తెలుగు భాషను పండితమన్యుల గ్రాంథిక వాదంనుండీ వాడుక భాషా వ్యవహారానికి మళ్లించి, సామాన్యుడికి చేరువ చేసి, అతని

సామాజిక, సాహిత్య అవసరాలని తీర్చేదిగా పోరాడి సాధించినవారు గిడుగు రామ్మూర్తిపంతులుగారు. ఆధునిక సామాజిక అవసరాలను గుర్తించి వాడుక భాషా ఉద్యమానికి నడుం కట్టాల్సిన సమయం అది. ఒకవేళ గిడుగువారి వ్యవహారిక వాదం లేదు అనుకోండి, ప్రస్తుతం తెలుగు ఎలా ఉండేదో ఒక్కసారి ఊహించండి. సామాజిక అవసరాలకు మనం మన భాషనీ, మన విద్యా విధానాన్నీ, మన సిద్ధాంతాలనూ ఎప్పటికప్పుడు పునర్నిర్మించుకుంటూ ఉండాలి. సామాజిక అవసరాలను తీర్చేభాష ఎప్పటికీ ఆ సమాజ వికాసంలో ప్రధానపాత్ర పోషిస్తూనే వుంటుంది.

అమ్మనుడిలో సాంకేతిక విద్య సాహసోపేత నిర్ణయం

ఈ మధ్య మన కేంద్ర ప్రభుత్వం స్థానిక భాషల్లో ఇంజనీరింగ్ విద్య అని కొత్త సాహసోపేత సాంకేతిక విద్యావిధానాన్ని తీసుకొచ్చింది. ఇది చాలా అభినందనీయం. వ్యక్తిగతంగా దీన్ని పూర్తిగా సమర్థిస్తాను. అయితే, కొందరు దీన్ని యుద్ధభూమిలోకి ఆయుధాలు లేకుండా వెళ్ళటం ఎలాంటిదో స్థానిక భాషల్లోకి సాంకేతికతను తీసుకురావటానికి చట్టాలను చేసి తగిన పాఠ్యపుస్తకాలు ముందుగా సిద్ధం చేసుకోకుండా చేయటం ఇలాంటిదని, అది సమర్ధనీయంకాదు అనీ వ్యాఖ్యానించవచ్చు. కాని అన్నీ సిద్ధమైతేనే మొదలుపెట్టాలనుకుంటే ఎప్పటికీ కాకపోవచ్చు. ఇప్పుడు ఈ అవసరం కోసమైనా వీటిని సిద్ధం చేయవలసివస్తుంది. ఈ ప్రక్రియలో ప్రతి విద్యావేత్తా తెలుగు భాషాభిమానీ వారివంతు కృషి చేయవలసి ఉంటుంది.

మన దగ్గర తెలుగు అనగానే గుర్తుకొచ్చేది ఎక్కువగా తెలుగు శాఖలు. మన దగ్గర ఎక్కువగా తెలుగు శాఖల్లో సాహిత్యానికి సంబంధించిన అధ్యయనమే జరుగుతుంది. తెలుగుని భాషా శాస్త్ర పరంగా అధ్యయనం చాలా తక్కువే అని

చెప్పాలి. ఇక్కడ ఎక్కువగా జరిగేది సాహిత్యపరమైన అధ్యయనమే. ఉభయాంధ్ర రాష్ట్రాల్లో ఒకసారి గమనిస్తే మనదగ్గర ఉన్న ప్రతి విశ్వవిద్యాలయంలోనూ తెలుగు శాఖలున్నాయి. వాటిలో ఎన్ని తెలుగు శాఖల్లో భాషాశాస్త్రం ఉందో చెప్పనక్కర్లేదు. ఇక్కడ నేను చెప్పదలచుకున్న విషయం ఒక్కటే మీరు సాహిత్యాన్ని అధ్యయనం చేసినా, ఏ విషయం మీద పరిశోధన చేసినా అది ప్రస్తుత సమాజానికి ఎంతవరకూ ఉపయోగపడుతోంది అన్నది పరిశీలించి ఆ విషయాన్ని అధ్యయనం చేయండి. సామాజిక అవసరాలను తీర్చేదిగా భాషని సంసిద్ధం చేసుకోవాల్సిన బాధ్యత విశ్వవిద్యాలయాలమీదే ఉంటుంది.

సాంకేతికత విస్తృతంగా అభివృద్ధి చెందుతున్న ఈ రోజుల్లో తెలుగు భాషను మనం సామాజిక అవసరాలకు సంసిద్ధం చేసుకోవాలి. దానికి గానూ మనం విరివిగా ఈ భాషను సాంకేతిక ఉపకరణాలలో వాడవలసి ఉంటుంది. ఈ విధానాలలో మనం మొదటిగా చేయవలసింది భాషని డిజిటలైజేషన్ చేయటం. డిజిటలైజేషన్ అంటే పుస్తకాలని స్కాన్ చేసి ఆన్లైన్లోనో, లేదా ఆర్కావ్లోనో పెట్టటం కాదు. నా అభిప్రాయంలో డిజిటలైజేషన్ అంటే మనం స్కాన్ చేసిన పత్రాన్ని యంత్రం చదవగలగాలి. దాన్ని యంత్రం అర్థం చేసుకోగలగాలి. మనం ఆ పత్రాలమీద ఏమైనా శోధనలని, ప్రశ్నలని వేస్తే యంత్రం వాటికి ఆ పత్రాల నుండీ లేదా ఆ పుస్తకాల నుండీ సమాచారాన్ని మనకు తిరిగి ఇవ్వగలగాలి. అంటే ఒక విధంగా మనం పుస్తకాలని మనిషి ఎలా చదివి అర్థం చేసుకోగలుగుతున్నాడో అలా యంత్రం చేత చదివించి సమాచారాన్ని తిరగ పొందటం అన్నమాట. ఇలాంటివి చేసినప్పుడు మాతృభాషలో అద్భుతమైన ఉపకరణాలు నిర్మించటానికి ఇవి ఉపయోగపడతాయి. పరిశోధనలు చేసే ప్రతి ఒక్కరూ ఇలాంటి ఉపకరణాలు చేయటానికి డేటాను సమకూర్చాలి. మీకు ఈ కింద గొట్టింజన్ విశ్వవిద్యాలయం వారు ప్రాచీన భారతీయ గ్రంథాలకు ఎలాంటి డిజిటలైజేషన్ చేశారో ఈ కింది చిత్రంలో చూడొచ్చు. ఈ డిజిటల్ లైబ్రెరీ లో మనకి

ఎక్కడా ఒక్క పిడిఎఫ్ పుస్తకం కనపడదు. అన్నీ టి.ఇ.ఐ రూపంలోనే ఉంటాయి. అంటే ఈ రూపంలో ఉన్న పత్రాలన్నీ యంత్రం చదివి అర్థం చేసుకోగల పుస్తకాలన్నమాట.

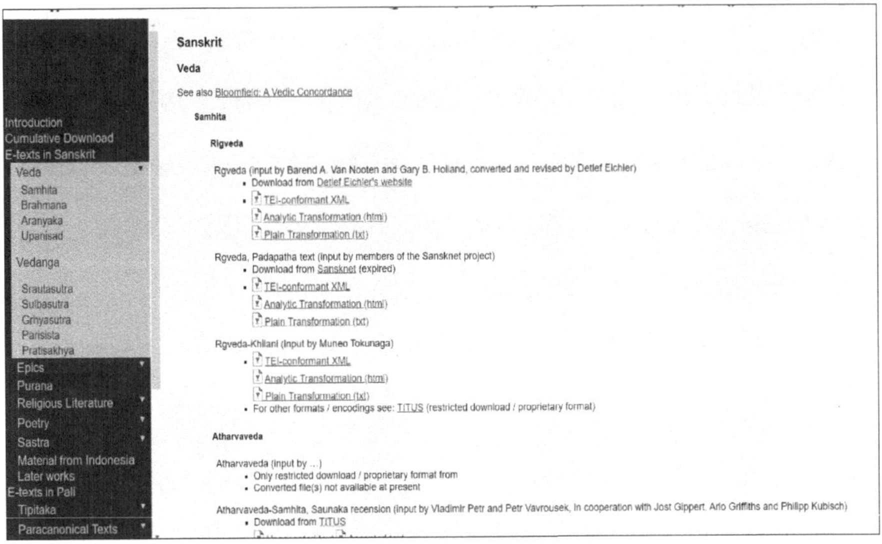

గొట్టింజన్ వారి భారతీయ డిజిటల్ భాషానిధి

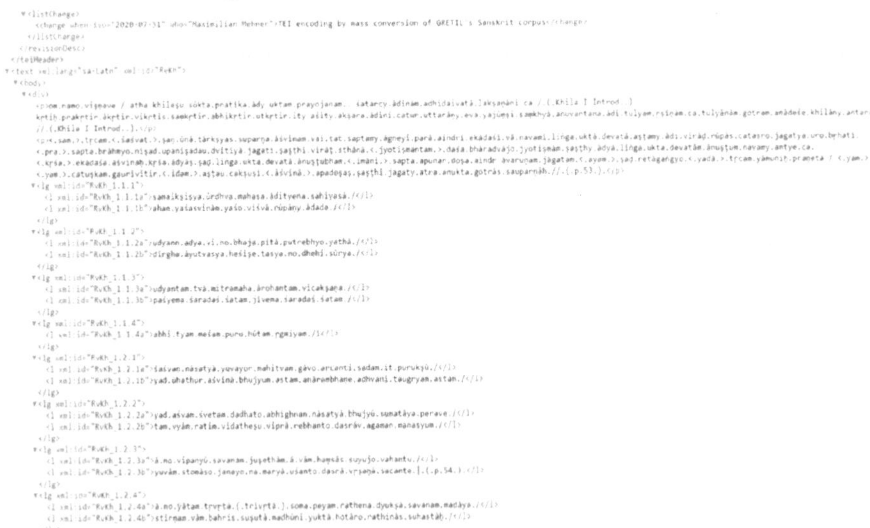

గొట్టింజన్ వారి ఋగ్వేద టి ఇ ఐ రూపాంతరీకరణ

ఇలా మనం మన మాతృభాషలో ప్రతి పుస్తకాన్ని చేయవలసి ఉంటుంది. మనం అనుకునే డిజిటలైజేషన్ కి విదేశీయులు అనుకుంటున్న డిజిటలైజేషన్ కి ఎంత వ్యత్యాసం ఉందో చూడండి. మనం తెలుగులో ఈ టి ఇ ఐ రూపంలో మన భాషా సామగ్రిని మెషిన్ లెర్నింగ్ కోసం అందించినప్పుడు కృత్రిమ మేధ తెలుగులో అద్భుతంగా పనిచేయగలుగుతుంది. మనం తెలుగు భాషానిధిని స్థానిక మెషిన్ రీడబుల్ రూపంలోకి అందుబాటులో ఉంచితే దానికి సెమాంటిక్ వెబ్ సాంకేతికతను జోడించి సమాజంలో జరిగే అవినీతిని అక్రమాలను పట్టుకోవచ్చు. ఈ విధానం ద్వారా జర్మనీలో మా టీం ఆంధ్రాలో జరిగే అసాంఘీక కలాపాలని పట్టుకుంది. జర్మనీ పేరుతో విద్యార్ధులని ఎలా మోసం చేస్తున్నారో ఈ సాంకేతికత ద్వారా అధికారులకి నిరూపించటం జరిగింది.

సెమాంటిక్ వెబ్

మధ్యకాలంలో సాంకేతిక రంగాన్ని ఉర్రూతలూపుతున్న ఉపకరణం చాట్ జిపిటి. దీనికి ఎందుకు అంత ఆదరణ లభించింది? సాధారణంగా అందరం ఏ విషయాన్ని ఐనా శోధించాలంటే మొదటిగా గూగుల్లో వెతుకుతాం. గూగుల్ శోధక సాధనం ఆ విషయానికి సంబంధించి విభిన్న లింకులను ఇస్తుంది. కానీ ఒకే ఒక్క సరైన సోధనా సమాచారాన్ని ఇవ్వటం లేదు. ఇంకో చెప్పుకోదగ్గ విషయం ఏమిటంటే, గూగుల్ని ఏదన్నా విషయం మీద ఒక వ్యాసం రాయమంటే అది అంతర్జాలంలో ఉన్న విభిన్న వ్యాసాలను చూపిస్తుంది కానీ తనంతట తానుగా వ్యాసాన్ని రాయలేదు. అంటే గుగూల్ శోధనకు సంబంధించిన అంతర్జాలంలో ఉన్న పాఠాన్ని, దస్త్రాలను దాని సంబంధిత సూచక పదాలద్వారా అన్నింటినీ ఒకచోట ఉంచుతుంది కానీ ఆ పాఠం లేదా ఆ దస్త్రాలను మనిషి భౌద్ధికత అర్థం చేసుకున్నట్లు అర్థం చేసుకుని తనంతట తాను ఒక వ్యాసం రాయలేదు. ఆ పని చాట్ జి పి టి చేస్తోంది. గూగుల్ కి

సాధ్యంకానిది చాట్ జి పి టి కి ఎలా సాధ్యమైంది. ఇక్కడ సెమాంటిక్ వెబ్ ప్రధాన భూమికను పోషిస్తోంది. దీని గురించి మరింత లోతుగా ఈ సెమాంటిక్ వెబ్ నిర్మాణాన్ని పరిశీలిద్దాం. సెమాంటిక్ వెబ్ అనేది కేవలం సాధారణ శోధన చేయటమే కాకుండా, వినియోగదారుడు ఇంతకు ముందు అంతర్జాలంలో శోధించిన విషయాల ఆధారంగా అర్థం సరైన అంశాలను సూచించటం కుడా చేస్తుంది. ఉదాహరణకి ఒక వ్యక్తి తన కంప్యూటర్లో అంతర్జాలంని ఎలా వినియోగిస్తున్నాడు అన్న దాని ఆధారంగా వినియోగదారుడికి నచ్చిన, ఆసక్తి ఉన్న అంశాలను స్వయంచాలకంగా చూపించటం కూడా ఈ సెమాంటిక్ వెబ్ చేసేపని.

"టిం బెర్నస్ లీ" వెబ్ ని కనిపెట్టిన తర్వాత నుండీ జరిగిన పరిణామ క్రమాల్లో అర్థం (సెమాంటిక్) ఆధారిత శోధన ప్రధానమైనది. దీనికి అల్గారిథం ఆధారిత శోధనలు, మెషీన్ లెర్నింగ్ అందుబాటులోకి వచ్చాక కంప్యూటర్ తో విస్తృతంగా లోతైన శోధనలు చేయటానికి ఆస్కారం ఏర్పడింది. ఈ సెమాంటిక్ వెబ్ అంతర్జాలంలో సాధారణంగా అందుబాటులో అన్ని దస్త్రాలనూ ఆర్డిఎఫ్, స్పార్కల్, ఓవెల్ అన్న విభిన్న అంక స్థాయి విశ్లేషణ చేసి ఒకే ఒక్క సమాధానాన్ని శోధనకు సంబంధించి ఇస్తుంది. ఈ విషయాలని లోతుగా పరిశీలిద్దాం.

ఆర్డిఎఫ్

దీన్ని ఆంగ్లంలో రీసోర్స్ డిస్క్రిప్షన్ ఫ్రేం వర్క్ అంటారు. అంటే పాఠంలోఉన్న వాక్యాలని మెటాడేటా సహాయంతో అనుసంధించటం. దీన్నే లింకింగ్ డేటా అంటారు. ఈ లింకులు ఎక్స్ ఎం ఎల్ లేదా యుఆర్ ఎల్ రూపంలో అనుసంధింపడి ఉంటాయి. ఇలా అనుసంధించాక పాఠంలోని ప్రతి వాక్యం "ట్రిబుల్ స్టోర్" రూపంలోకి మార్చబడుతుంది. అంటే ఈ ట్రిబుల్ స్టోర్ అన్నది ఒక విధంగా మనం వ్యాకరణంలో చెప్పుకునే కర్త, కర్మ, విధేయ విభాగాలకి లింకులని ఇవ్వటం.

ఉదాహరణగా, "ముల్లర్ డ్రస్డెన్ లో నివసిస్తాడు." ఈ వాక్యంలో కర్తృపదానికి కర్మ పదానికీ ఈ కింది విధంగా ఆర్డీఎఫ్ లని నిర్మించవచ్చు.

_:a <https://www.w3.org/1999/02/22-rdf-syntax-ns#type>
<https://schema.org/Person> .

_:a <https://schema.org/name> "ముల్లర్" .

_:a <https://schema.org/birthPlace>
<https://www.wikidata.org/entity/Q1731> .

<https://www.wikidata.org/entity/Q1731>
<https://schema.org/itemtype>
<https://schema.org/Place> .

<https://www.wikidata.org/entity/Q1731>

<https://schema.org/name> "డ్రస్డెన్" .

దీంట్లో_:a<https://www.w3.org/1999/02/22-rdf-syntax-ns#type> <https://schema.org/Person> మెదటి లింకులో ప్రాథమిక ఏర్డీఎఫ్ స్కీమా ప్రకారం ముల్లర్ అన్నది ఒక వ్యక్తి పేరు అని టాగ్ చేయటం జరిగింది. రెండోవాక్యంలో _:a <https://schema.org/name> హొవెల్ ఆంటాలజీ ప్రకారం ముల్లర్ అన్నది వ్యక్తిపేరు అని టాగ్ చేయటం జరిగింది. ఇలా ఈ లింకులనే ఉపయోగించాలి అని ఏమీ లేదు. ఆ పదం ఒక వ్యక్తికి చెందిన పదం అని చెప్పాక ఇంకా లోతైన విశ్లేషణ కోసం ఆ వ్యక్తికి సంబంధించిన ఏ లింకునైనా దీంట్లో పొందుపరచవచ్చు. అలానే ఆ వ్యక్తి నివసిస్తున్న ప్రదేశాన్ని కూడా విభిన్న లింకులలో టాగ్ చేయటం జరిగింది. ఈ లింకుల ద్వారా ఆ ప్రదేశం ఎక్కడ ఉన్నది అన్నది గుర్తించవచ్చు. ప్రతి పదానికి లింకులను టాగ్ చేసేటప్పుడు ఆ పదం కి టాగ్ చేసే

లింకులన్నీ ఒక విషయానికి చెందినవి అని చెప్పటానికి వాడటం జరిగింది. నివసిస్తున్నాడు అన్నది ట్రిబుల్ స్టోర్ లో మూడో భాగం అవుతుంది. దానికి సంబంధించి ఏమన్న లింకులున్నా ఇలా ఇవ్వొచ్చు. ఇలా ఆర్డీఎఫ్ లోకి టాగ్ చేశాక దీన్ని గ్రాఫ్ గా మార్చవచ్చు. ఆ విషయాలు తదుపరి వ్యాసంలో వివరిస్తాను.

మనకి ఒక సినిమా డైలాగ్ ఉంది "చరిత్ర చింపేస్తే చిరిగిపోదు" అని పుస్తక రూపంలోనో లేదా ఎలక్ట్రానిక్ రూపంలోనో చరిత్ర ఉంటే అది మనిషి పుస్తకాల్లో నో లేక గూగుల్లోనో శోధించి చదువుకోవాలి. మనం తెలియని సమాచారం కోసం మొదటిగా గూగుల్లోకి వెళ్ళి వెతుకుతాం. గూగుల్ దానికి చెందిన సమాచారాన్ని ఎక్కడున్నా విభిన్న లింకులలో చూపిస్తుంది. మళ్ళీ వినియోగదారుడు ఆలింకులన్నీ చదువుకోవాలసిందే. దీన్ని అధిగమించటానికి వచ్చిందే సెమాంటిక్ వెబ్. ఉదాహరణకు, అంతర్జాతీయ మాతృభాషా దినోత్సవం అనగానే గూగుల్లో విభిన్నమైన లింకులు వస్తాయి, ఆ విభిన్నమైన లింకుల్లో ఉన్న సమాచారాన్ని కంప్యూటర్ క్రోడీకరించి (డేటా సమ్మరైజేషన్) చేసి క్లుప్తంగా ఇస్తుంది. ఇది ఇప్పుడు ఉన్న ఆధునిక టెక్నాలజీ. గత నెలలో మనం అందరం చాట్ జిపిటి ని చూశాం కదా. ఇది కూడా దీని ఆధారితంగా పనిచేసే సాధనమే. మీరు ఒక సమస్యమీద ఒక కంప్లైంట్ రాయమని మెషీన్ని అడగండి. అది రాస్తుంది. దానికి వేరే వివరాలు అనుసంధానం చేయమని మళ్లీ చెప్పండి మీరిచ్చిన వివరాలు ఏ పేరాలో చేరిస్తే సరిగ్గా సరిపోతుందో సెమాంటిక్ వెబ్ సరిగ్గా అక్కడే ఆ సమాచారాన్ని ఇముడ్చుతుంది. అంటే కృత్రిమ భౌద్ధికతలో మనిషి మెదడు ఎలా ఒక పాఠాన్ని చదివి అర్థం చేసుకుంటుండో అలానే ఈ సెమాంటిక్ వెబ్ కూడా పనిచేస్తుంది. మెదడులో ఎలా ఐతే న్యూరాన్స్ ఎప్పుడూ సమాచార వినిమయాన్ని చేస్తాయో ఈ సెమాంటిక్ వెబ్ ఆధారిత కుత్రిమ భౌద్ధికతలో న్యూరల్ నెట్వర్క్స్ కూడా వినియోగదారుడికి మరియు సెమాంటిక్ వెబ్ ఆధారిత కుత్రిమ భౌద్ధికత కి మధ్య సమాచార వినిమయానికి

అనుసంధానంగా పనిచేస్తాయి. ఇది వినటానికి ఆశ్చర్యంగా ఉందికదా. ఇదే ఆధునిక భాషకి ఊతం. ఇదే మాతృభాషలు బతకటానికి మాతృభాషల సంస్కృతి మళ్ళీ సాంకేతిక పురుడు పోసుకుని పునరుజ్జీవనం అవ్వటానికి ఆవలంబనం.

సోషల్ కంప్యూటింగ్:

డిజిటల్ రంగలో వస్తున్న విప్లవాత్మకమైన మార్పుల్లో సోషల్ కంప్యూటింగ్ (సామాజికాంశాల కంప్యూటరీకరణ) ఒక వినూత్న రంగం. ఈ ఆధునిక కాలంలో ప్రతిమనిషీ తనచేతిలో మొబైల్ కలిగి ఉన్నాడు. ప్రతి మొబైల్ డబల్యూ డబల్యూ డబల్యూ కి అనుసంధానించబడే ఉంటుంది. అంటే డబల్యూ డబల్యూ డబల్యూ మనందరి ఉమ్మడి వేదిక అనొచ్చు. అభివృద్ధి చెందుతున్న దేశాలలో ఈ ఉమ్మడి వేదికను సామాజిక రుగ్మతలను నివారించటానికి వాడుతున్నారు. ఆ విషయాన్ని ఈ రోజు వ్యాసంలో ప్రస్తావిస్తాను. మునుపటి వ్యాసం "విదేశీ సంస్థలు నిర్మిస్తున్న తెలుగు అవినీతి భాషానిధి"కి ఇది కొనసాగింపు వ్యాసం.

మన దగ్గర ఉన్న మొబైల్ ఒక అస్త్రంగా వాడి సామాజిక రుగ్మతలను ఎలా బయట పెట్టవచ్చో వివరిస్తాను. అవినీతిపరులు మాట్లాడే విధానం కావచ్చు వారి మీతో చేసే చాటింగ్ లేదా మెసేజెస్ కావచ్చు వారి కార్యాలయాల్లో మీతో చేసే చర్చలు కావచ్చు ఇవన్నీ రికార్డు చేసి ఉంటే ఈ సామాజికాంశాల కంప్యూటరీకరణలో ఆకారాలు (డేటా)గా పనిచేస్తాయి. ఈ సందర్భంలో ఈ వ్యాసం చదివే ప్రతి పాఠకుడికీ ఒక్క విషయం చెప్పదలచుకున్నాను. మీరు ఏ ప్రభుత్వ కార్యాలయానికి వెళ్ళినా లేదా ఏ ప్రభుత్వ ఉద్యోగి ఐనా లంచాలకోసం కోసం ఆశించి మీ పని చేయక మిమ్మల్ని ఇబ్బంది పెడుతున్నా భయపడకుండా ముందు ఆ సంభాషణలని రికార్డుచేయండి. ఈ రోజు కాకున్నా ఏదో రోజు అవినీతి పరులను బయటకు తీసుకురావచ్చు. మీరు రికార్డుచేసే ఆ డేటా సోషల్ కంప్యూటింగ్ పరిశోధనలలో క్రియాశీలమైన పాత్ర

పోషిస్తుంది. దానికి ఒక చిన్న ఉదాహరణ ఇక్కడ చెప్పుకుందాం.... ఈ మధ్య మీడియాలో ఇద్దరు రాజకీయ నాయకుల శృంగార సంభాషణలు విన్నాం, అవి వారివా కావా? ఆ ఇద్దరూ రాజకీయ నాయకులూ మీడియాతో చెప్పింది అవి వారివి కావని. మన మీడియా, మన పోలీసులు ఇంతవరకూ దాన్ని ఎందుకు నిర్ధారించలేకపోయారు?

మన వేలిముద్రలు ఎంత ఏకరూపతను కలిగి ఉంటాయో అలానే ప్రతి మనిషి భాష, శైలీ కూడా ఏకరూపతని కలిగి ఉంటుంది. అవినీతికోసం కావచ్చు, అసాంఘీక కార్యకలాపాలకోసం కావచ్చు మనిషి ప్రయత్నించేటప్పుడు ఆ సంభాషణలను రికార్డు చేయటం వల్ల ఆ అవినీతి డేటా నిర్మించబడి ఆ భాషా సమాజాల్లో మెరుగైన పాలనను అందించటం జరుగుతుంది. ఇక ఆ ఇద్దరి రాజకీయ నాయకుల శృంగార సంభాషణలకి వద్దాం.... వారు పబ్లిక్ తో కానీ మీడియా వారితో కానీ మాట్లాడిన సంభాషణలు యూట్యూబ్ మొదలైన విభిన్న మాధ్యమాల్లో విరివిగా ఉన్నాయి. అలాంటప్పుడు ఆ శృంగార సంభాషణలు వారివో కావో కంప్యూటర్ ద్వారా నిర్ధారించటం ఐదు నిమిషాలపని. ఆ పనిని ఇక్కడి అవినీతి సంస్థలు చేసి నిజనిర్ధారణ చేశారు. అవి స్థానిక అధికారులకు పంపినా ప్రయోజనం లేకపోయింది. కానీ చరిత్రలో విదేశీ సంస్థలు చేసిన ఈ సామాజిక సేవ నిలిచిపోతుంది. ఈ అవినీతి డేటా నిర్మించటం అభివృద్ధి చెందిన దేశాలలో సాధారణం. చాలా విదేశీ సంస్థలు ఈ కార్యక్రమాలను చేస్తూ ఉంటాయి. బరైన్ డబ్ల్యూ కింగ్ 2009 చేసిన అమెరికా, ఇంగ్లాండు పోలీసుల శృంగార సంభాషణల విశ్లేషణ ఈ డేటా నిర్మాణంలో కొత్త పద్ధతులను నాంది పలికింది. ఈ విధానానికి "సైబర్ ఆర్థోగ్రాఫీ"పుస్తకంలో అల్సాడీ మరియు హండాన్ 2005లో పునాదులు వేశారు.

భాషా శాస్త్రంలో డిస్కోర్స్ మార్కర్స్ (లెక్సికల్ మార్కర్స్) అని మనం అనుకునే

పదాంశాల ద్వారా వీరు అవినీతిని నిర్ధారించవచ్చు అని ప్రస్తావించారు. అవినీతి నిర్మూలనలో భాషా శాస్త్రవేత్తల కృషి ఉంటుందని గుర్తించగలగాలి. మన అమ్మ భాషలో విరివిగా రాయటం, మాట్లాడటం చేసినప్పుడు ఇలాంటి ఉపకరణాలు నిర్మించటం సాధ్యమవుతుంది. భాషాశాస్త్ర దృష్టితో భాషానిధిని కంప్యూటర్ సహాయంతో విశ్లేషిస్తూ ఈ డిస్కోర్స్ మార్కర్స్ సహాయంతో అసాంఘీక పనులను అరికట్టవచ్చు.

ఇంగ్లీషు మాధ్యమం ఉండాలి, అని వాదించే ప్రతి ఒక్కరికీ నేను అడిగే ప్రశ్న ఒక్కటే, ప్రపంచంలో ఏ ఒక్క అభివృద్ధి చెంచిన దేశంలో ఐనా తమ మాతృభాష కాకుండా వేరే భాషను ఆదరించి అభివృద్ధి చెందినట్లు చూపగలరా? కన్నతల్లి ఎలా బిడ్డను మోసం చేయదో అలానే అమ్మ భాష కుడా తన పిల్లని అనాధలను చేయదు. సామాజిక అవసరాలకు తగ్గట్లు అమ్మ భాషను ఆధునీకరించుకోవాల్సిన అవసరం ప్రతి ఒక్కరిమీదా ఉంది. దానికోసం కేవలం సమావేశాలు, ఉపన్యాసాలు కాదు ఒళ్ళు వంచి మనసు పెట్టి పనిచేసే భాషా సైనికులు కావాలి. ఛత్రపతి శివాజీ స్ఫూర్తిగా ప్రతి ఆంధ్రుడూ అమ్మభాషకు ఆధునికతను అందించటంలో కృషిచేద్దాం, అమ్మ భాషలో అందరం మాట్లాడుకుందాం చదువుకుందాం.

2

సాంకేతికాభివృద్ధి ద్వారా మాతృభాషలో ఉపాధి అవకాశాలు

డా. జి. వెంకట లాల్

తెలుగు ఉపన్యాసకులు, CSTS ప్రభుత్వ కళాశాల,

జంగారెడ్డి గూడెం, ఏలూరు జిల్లా, ఆంధ్ర ప్రదేశ్

ఉపోద్ఘాతం

ఒక సమాజం సంస్కృతి, చరిత్ర, సాహిత్యం, కళలు అన్నీ భాష పునాది మీదే నిలబడతాయి. ఒక జాతికి గుర్తింపునిచ్చేది భాష. మనిషిని జంతువులనుండి విడదీసి ప్రత్యేకంగా నిలిపేది భాష. భాష పుట్టిందే ప్రజల కోసం. భాష అర్థవంతమైన ధ్వనుల సమూహం. ఆదిమ మానవుడు ఒంటరిగా జీవించిన కాలంలో తన పరిమిత అవసరాలకోసం ధ్వని సంకేతాలు సృష్టించుకున్నాడు. సమూహంలో జీవించడం మొదలుపెట్టాక ఆ ధ్వనులు సంకేత రూపం నుండి లిపి రూపం దాల్చడానికి కొంత కాలం పట్టింది. కాలక్రమంలో భాష అనేక విధాలుగా పరిణామం చెందింది. సృష్టిలో ఉన్న మానవ జాతుల్లో, ప్రతీ భాషకు ఒక ప్రత్యేకత, సౌందర్యం ఉంటుంది. ఎవరి భాష వారికి అమృత ప్రాయమే. మన తెలుగు భాష, తెలుగు జాతి ఇందుకు

మినహాయింపు కాదు. ద్రావిడ భాష అయిన తెలుగు కూడా తెలుగువారికి మధురమే. తెలుగు భాషది యుగ యుగాల ప్రస్థానం. ఋగ్వేద కాలం నుండే ఈ భాషకు ఆనవాళ్లున్నాయి. కాలగతిలో ఎందరో పాలకులు, కవి పండితులు, భాషా ప్రేమికులు తెలుగు భాషామ తల్లిని పోషించి పరిపుష్టం చేశారు. తెలుగు భాషలో కనిపించే తత్సమాలు, తద్భవాలు, అన్యదేశ్యాలు అలవోకగానో అవసరంగానో ఇమిడినవే.

వ్యక్తి సర్వతోముఖాభివృద్ధిలో మాతృభాష సంపూర్ణమైన పాత్ర పోషిస్తుంది. మాతృభాషలో పట్టు ఉన్నప్పుడే మనిషి విజ్ఞానవంతుడు కాగలడని ఎందరో మహానుభావులు ఎన్నోమార్లు చెప్పారు, వాళ్ళ జీవిత చరిత్రలు ఇదే విషయాన్ని నిరూపించాయి కూడా. అయినా కూడా తెలుగువారిలో మాతృభాష, పరాయిభాషల విషయంలో ఎన్నో భ్రమలు చోటు చేసుకున్నాయి. ఫలితంగా తెలుగు భాష అంతరించిపోయే భాషల్లో ఒకటిగా మారిందని దశాబ్దాలుగా విజ్ఞులు, భాషా పండితులు విలపిస్తూనే ఉన్నారు. ఈ భ్రమలు ఎంతదూరం వెళ్ళాయంటే మాతృభాష కంటే పరాయి భాషే ముద్దు అనేంతగా, పరాయి భాష నేర్చుకోకపోతే జీవితమే లేదనేంతగా. ఇందులో ఎవరిపాత్ర ఎంత అని ఒకరిపై ఒకరు నిందలు వేసుకునేకంటే తల్లిభాష విషయంలో కళ్ళకు కమ్మిన చీకటిపొరలు ఎలా తొలగించుకోవాలనే విషయం మీద తెలుగు వారందరూ దృష్టి పెట్టాల్సిన సమయమిది. ఉద్యోగం కోసమే చదువు అనే భావనలోనుండి, పేరు ప్రక్కన డిగ్రీలు ప్రదర్శించుకోడానికే విద్య అనే అజ్ఞానంలోనుండి బైటకు రావాలి. తెలుగులో చదివితే, తెలుగును చదివితే భవిష్యత్తు లేదనే మూర్ఖత్వం నుండి, అంధ విశ్వాసం నుండి తెలుగువారు ఎంత త్వరగా బైటకు వస్తే అంత మంచిది. ఆంగ్లం చదివితేనే, మాట్లాడితేనే ఉద్యోగం వస్తుందనే విషప్రచారం ఖండించాలి. అదే నిజమైతే పుట్టుక నుండి ఆంగ్ల భాష మాట్లాడే ఆంగ్లేయుల్లో నిరుద్యోగం ఎందుకుంది?

కేవలం శాస్త్ర, సాంకేతిక విద్యలను ఆంగ్లంలో చదివితేనే బిడ్డలు ఉన్నతోద్యోగాల్లో అధిక సంపాదనతో స్థిరపడతారనే అపోహ తల్లిదండ్రుల్లో పోవాలి. తల్లిదండ్రుల ఆశలకు అనుగుణంగా ఇలాంటి చదువులు పరాయి భాషలో చదివే విద్యార్థుల్లో ఎంతమంది ఆ స్థాయిలో స్థిరపడుతున్నారు?

ఏ భాషైనా వికసించాలంటే తల్లితండ్రులు, భాషా బోధకులు, విద్యార్థులు, ప్రభుత్వాలు, భాషా శాస్త్రజ్ఞులు, సమాజం... వీళ్ళందరూ ఎవరి పాత్ర వారు పోషించినప్పుడే అది జరుగుతుంది. తెలుగు భాషను సంస్కరించే పని ఇంటినుండే మొదలు కావాలని అందరూ గుర్తించాలి. ఓప్రక్క తెలుగు రాష్ట్రాల్లో తెలుగువారు అమ్మభాషను ఉపయోగించలేని దుస్థితి... మరోప్రక్క ప్రవాసాంధ్రులు తెలుగు భాషను అడుగడుగునా కాపాడుకుంటున్న వాతావరణం రెండూ ఏకకాలంలో జరుగుతున్నాయనే విషయాన్ని విస్మరించరాదు.

ఏ భాషైనా వర్తమాన అవసరాలకు తగినట్లుగా సంస్కరించబడాల్సిందే. ఆ పనిచేసే భాషా శాస్త్రవేత్తలను, ఆయా సంస్థలను తగిన విధంగా ప్రోత్సహించాల్సిన అవసరం ఉంది. మాతృభాషను అధ్యయనం చేయడం వల్ల కలిగే ప్రయోజనాలు, ఉపాధి అవకాశాలను భాషా బోధకులు విద్యార్థులకు శక్తివంతంగా వివరించగలగాలి. ఇవి తెలుసుకున్నప్పుడు అమ్మ భాషలో ఇన్ని ఉపాధి అవకాశాలున్నాయా అని ఆశ్చర్యం కలుగుతుంది.

ప్రభుత్వ పాలనా రంగం:

తెలుగు రాష్ట్రాలు నిర్వహించే గ్రూప్-1, గ్రూప్-II మొదలైన అత్యున్నత పరిపాలనా సంబంధ ఉద్యోగాల్లో తెలుగును ఐచ్ఛికంగా ఎంచుకున్న వారెందరో విజయాలు సాధించారు. యూపిఎస్‌సి నిర్వహించే సివిల్ సర్వీసు పరీక్షల్లో కూడా తెలుగును ఎంచుకున్న విద్యార్థులు విజయ కేతనాలు ఎగురవేసి అత్యున్నత

ఉద్యోగాల్లో స్థిరపడ్డారు. తల్లితండ్రులు తమ బిడ్డలను ఏ స్థాయిలో చూడాలనుకుంటారో అంతకు మించిన హోదా, సమాజంలో గౌరవం.. ఇవన్నీ వారికి మాతృభాష ప్రసాదించలేదా? ఈ ఉద్యోగాలకున్న మోజు ఆంగ్లవిద్యలో అభ్యసించి, శాస్త్ర సాంకేతిక రంగాల్లో పనిచేసే వారిని సైతం ఆకర్షించేంతగా ఉందనడానికి ఎందరో అత్యున్నత స్థానాల్లో పనిచేస్తున్న అధికారులే నిదర్శనం. ఈ ఉద్యోగాలు కోరుకునేవారు తెలుగును ప్రత్యేకంగా ఎంచుకొని, శిక్షణ తీసుకొని తెలుగు భాషలో పరీక్ష రాసి విజయం పొందడానికి కారణం అమ్మ భాషలో చదివే పాఠాలు చక్కగా అర్థం కావడమే కాదు, మాతృభాషలో వ్యక్తీకరణ సామర్థ్యం గొప్పగా ఉండటమే. తెలుగు రాష్ట్రాలు నిర్వహించే ఇతర పోటీ పరీక్షల్లో కూడా తెలుగు భాషా సాహిత్యాలపై తప్పనిసరిగా ప్రశ్నలుంటాయి. ఇవి అభ్యర్థి విజయంలో కీలక పాత్ర పోషిస్తాయి. ఇటువంటి పరీక్షల్లో కేవలం తెలుగుభాషకు మాత్రమే ప్రాధాన్యమని, విద్యార్థులు కళాశాల స్థాయిలో ఎంచుకునే ఐచ్ఛికాలైన హిందీ, సంస్కృతాలు కాదని వారికి తెలియజేయాలి.

బోధనా రంగం:

పాఠశాల స్థాయి నుండి విద్యార్థుల్లో ఉన్న సృజనాత్మకతను వెలికితీయడం భాషోపాధ్యాయుల విధి. విద్యార్థుల అభిరుచిని బట్టి బోధనా రంగంవైపు వారిని మళ్లించవచ్చు. పాఠశాల మొదలుకొని విశ్వవిద్యాలయాల వరకు విద్యా సంస్థల్లో బోధకులుగానే కాదు, పోటీ పరీక్షలకు శిక్షణ అందించే శిక్షకులుగా కూడా రాణించవచ్చు.

సృజనాత్మక రంగం:

ప్రత్యేకంగా భాషపై అభిరుచి కలిగి సృజనాత్మకత కలిగిన విద్యార్థులకు కథలు, కథానికలు, కవితలు, గేయాలు, పాటలు రాసే దిశగా ప్రోత్సహించవచ్చు.

సమాజానికి పనికివచ్చే మంచి రచయితలుగా వాళ్ళను తయారుచేయొచ్చు. ఏ ఉద్యోగం లేకపోయినా హాయిగా చక్కని కథలు కూడా చెప్పుకొని బ్రతికే కాలంలో మనమున్నాం. ++తీరిక లేని ఆధునిక జీవనశైలి నగరాల్లో ఎందరో కథకులకు 'స్టోరీ టెల్లర్' పేరుతో ఉపాధిని కల్పిస్తూ ఉంది. తల్లిదండ్రులు పిల్లలతో సహా వారానికి ఒకసారి వచ్చి డబ్బులు కట్టి మరీ కథలు వింటున్నారు. ఇది కాలంలో వచ్చిన మార్పు. అందువల్ల విద్యార్థులకు తెలుగు భాషపై ప్రావీణ్యం పొందేలా కళాశాలల్లో అభివ్యక్తి నైపుణ్యాలుగా పిలవబడే వినడం, మాట్లాడటం, చదవడం, రాయడం అనే నాలుగు అంశాల్లో ప్రత్యేక శిక్షణ ఇవ్వాలి. భాషలో పరిశోధన చేయాలనుకునేవారు, భాషా శాస్త్రజ్ఞులుగా ఎదగాలనుకునేవారు ఇంటర్మీడియట్, డిగ్రీలో తెలుగును ద్వితీయ భాషగా ఎంచుకొని భాషా శాస్త్రంలో పైచదువులు చదవొచ్చు. ఈ రంగంలో అంతర్జాతీయ స్థాయిలో ఉద్యోగావకాశాలుంటాయని అధ్యాపకులు విద్యార్థులకు చెప్పగలగాలి.

వినోద రంగంలో రచయితలకు ఎంత ప్రాధాన్యం ఉందో అందరికీ తెలిసిందే. ముఖ్యంగా కళాశాల విద్యార్థులకు అభివ్యక్తీకరణ నైపుణ్యాలలో శిక్షణ వారికి డిగ్రీ పూర్తికాగానే ఉపాధిని కలిగిస్తుంది. గాత్ర శుద్ధి ఉన్నవాళ్ళు గాయకులుగా ఎదగవచ్చు. భావానికి తగిన అభినయం చూపగలిగితే నటులుగా ఎదగొచ్చు. వీటన్నింటికీ భాష కావాలి. ఈ అవసరాన్ని గుర్తించి ప్రత్యేకంగా అభివ్యక్తి నైపుణ్యాలు, సృజనాత్మక రచన, పత్రికా రచన, ప్రసార మాధ్యమాలపై పాఠ్యాంశాలను డిగ్రీ తెలుగులో చేర్చడం సంతోషకరం. తెలుగు భాషా సాహిత్యాలకు భాషాశాస్త్రాన్ని చేర్చి, చారిత్రక దృష్టి కోణంతో క్షుణ్ణంగా బోధించినప్పుడే విద్యార్థిలో భాషకు సంబంధించిన సంపూర్ణ జ్ఞానం వికసిస్తుంది. వర్తమానానికి పునాది నిన్నటి చరిత్రే. భాష కూడా ఇందులో భాగమే. వీటిని తెలుసుకుని అవసరానికి తగినట్లుగా భాషా సాహిత్యాలను ఉపయోగించుకునే విధానం విద్యార్థులకు తెలియజెప్పాలి. చిన్నప్పుడు పెద్దల,

గురువుల నియంత్రణలో ఉన్నప్పుడు పిల్లవాడు వరుస క్రమంలో నిలబడి బస్సెక్కాలని నేర్చుకుని పాటించి, యుక్త వయసు రాగానే ఆ నేర్చుకున్న విలువలను ఎందుకు వదిలేస్తున్నాడు? అనే ప్రశ్నకు సమాధానం వెతకాలి. వదిలేస్తే ఏదైనా జారిపోతుంది. భాష కూడా అంతే. విద్యార్థికి తన బాగు కోరే ప్రతీ ఒక్కరి అవసరం ఉంది అని గుర్తించాలి. వాళ్ళను సరైన దిశలో ప్రోత్సహించడం అందరి బాధ్యతైనప్పటికీ ముఖ్యంగా భాషా సాహిత్యాలను బోధించే అధ్యాపకులదే ఇందులో ప్రధాన పాత్ర.

పత్రిక, ప్రసార రంగాలు

ఈరోజుల్లో సమాచార వ్యవస్థకున్న ప్రాధాన్యం అంతా ఇంతా కాదు. పత్రికల పరిశీలన, పత్రికా భాష, పత్రికా రచన, శైలి, సంపాదకీయ రచన, లేఖా రచన వంటి అంశాలను కళాశాల స్థాయిలో విద్యార్థులు అధ్యయనం చేయడం వలన వారి అభిరుచిని అనుసరించి పత్రికా రంగంలో వార్తా విలేఖర్లుగా, సంపాదకులుగా, ఉప సంపాదకులుగా ఉపాధి అవకాశాలు పొందవచ్చు.

ప్రసార మాధ్యమాలకు సంబంధించి రేడియో రచన, నాటికలు, టెలివిజన్ రచన, యాంకరింగ్ వంటి అంశాలలో రచయితలుగా, వ్యాఖ్యాతలుగా ఉపాధి మార్గాలు పెంపొందించుకోవచ్చు. అత్యాధునికమైన యూట్యూబ్, ఫేస్బుక్, ట్విట్టర్, బ్లాగ్, వాట్సప్ వంటివి విద్యార్థులకు ఎంతో ప్రయోజనాత్మకాలుగా మారే విధానాన్ని వాళ్ళకు తెలియజేయాలి. కళాశాలల్లో చదివే విద్యార్థులు వాట్సప్ లో తెలుగు సందేశాలను ఎక్కువగా ఇంగ్లిష్ భాషలో పంపుతూ ఉంటారు. ఇలాంటి సందర్భాల్లో తెలుగు ఫాంట్స్ విద్యార్థులు విస్తృతంగా ఉపయోగించేలా తగిన అవగాహన అధ్యాపకులు కలిగించాలి. విద్యార్థులు స్మార్ట్ ఫోన్ వాడకంలో చురుగ్గా ఉంటారు కాబట్టి వారిచేత తెలుగు భాషలో పాఠ్యాంశాలకు సంబంధించిన తక్కువ నిడివిగల పాడ్ కాస్ట్, ఇతర యూట్యూబ్ వీడియోలు తయారు చేయించడం ద్వారా వారిని

ప్రోత్సహించవచ్చు. 'వార్త యందు జగము వర్తిల్లుచున్నది' అని నన్నయ మహాకవి ఆనాడే చెప్పాడు. నిరంతరం వార్తలందించే ప్రసార రంగాల్లో ఉద్యోగావకాశాలను విద్యార్థులు అందిపుచ్చుకునేలా చేయాల్సిన బాధ్యత కళాశాల స్థాయిలో జరగాలి. సృజనాత్మక నైపుణ్యాలు, ప్రసార సాధనాల్లో ఉద్యోగావకాశాలు, వాణిజ్య ప్రకటనల నిర్మాణంపై కార్యశాలలు ఏర్పాటు చేయడం విద్యార్థులకు ఎంతో ప్రయోజనకరం. పై అంశాలకు సంబంధించి విద్యార్థులు తమ అభిరుచికి తగినట్లుగా వాటిని వృత్తులుగా, ప్రవృత్తులుగా మలుచుకోవచ్చు. ఇవన్నీ తెలుగుతో డిగ్రీ చదివిన వారికి అందుబాటులో ఉద్యోగావకాశాలే.

అనువాద రంగం

కళాశాల స్థాయిలో విద్యార్థి మాతృభాష, ఒక పరాయి భాషలో పట్టు సాధించగలిగితే అనువాదరంగంలో కూడా విస్తృత అవకాశాలు అందిపుచ్చుకోవచ్చు. మన భాషలో ఉండే ఉత్తమ సాహిత్యాన్ని ఇతర భాషల్లో అందించవచ్చు. ప్రభుత్వ కార్యాలయాల్లో, న్యాయస్థానాల్లో, విదేశాంగ రాయబార కార్యాలయాల్లో, పత్రికా రంగంలో, వినోద రంగంలో, రాజకీయ రంగంలో కూడా అనువాదకులుగా, కంటెంట్ రైటర్లుగా, డబ్బింగ్ ఆర్టిస్టులుగా ఎదగొచ్చు. చరిత్ర మీద అభిమానం ఉన్నవారు పురావస్తు శాఖ, టూరిజం రంగంలో కూడా రాణించవచ్చు. శాస్త్ర, సాంకేతిక రంగాల్లో పనిచేసే ఉద్యోగులకు భాషా నిపుణుల సహాయం తప్పనిసరి. అలెక్సా వంటి వాటికోసం భాషా నిపుణులు కావాలి. ఈ రంగాల్లో భాషానువాదకులకు విదేశాల్లో మంచి అవకాశాలున్నాయి. టైప్ క్రాఫ్ట్ టూల్ ద్వారా వివిధ తెలుగు పదాలు నిక్షిప్తం చేయడానికి భాషా పండితులు కావాలి.

సాంకేతిక రంగం

తెలుగు చదివిన విద్యార్థులకు సాఫ్ట్వేర్ ఉద్యోగాలు అందని ద్రాక్ష అనేది ఒకప్పటిమాట. ఇప్పుడు డాటా అనలిస్ట్, లాంగ్వేజ్ అనలిస్ట్, లింగ్విస్ట్, కంప్యూటేషన్ లింగ్విస్టులుగా మాతృభాషకు సంబంధించిన ఉద్యోగాలు ప్రసిద్ధ సాఫ్ట్వేర్ సంస్థలు దేశ విదేశాల్లో అందిస్తున్నాయి. సాఫ్ట్వేర్ కంపెనీలు కూడా అభ్యర్థులను ఇంటర్వ్యూ చేసేప్పుడు సృజనాత్మక రంగం, లలిత కళల్లో ప్రవేశం, ప్రావీణ్యం ఉన్నవారికి మొదటి ప్రాధాన్యత ఇవ్వడం చూస్తూనే ఉన్నాం కదా.

కళాశాల స్థాయిలో విద్యార్థులు తెలుగు టైపింగ్, తెలుగు డిటిపి వర్క్, ఫోటోషాప్ వంటి కోర్సులు నేర్చుకుంటే అదికూడా వారికి ఉపాధినిస్తుంది. చదువుకుంటూనే పార్ట్ టైమ్ ఉద్యోగాలు చేసుకోవచ్చు. కళాశాలల్లో కంప్యూటర్ పరిజ్ఞానం లేని, ICT టూల్స్ వాడలేని భాషా బోధకులు తెలుగు టైపింగ్, పాఠ్యాంశాలకు సంబంధించిన యూట్యూబ్ వీడియోలు, ఆడియోల తయారీ, పోస్టర్ డిజైనింగ్, పీపీటీల తయారీ వంటి విషయాల్లో విద్యార్థులపై ఆధారపడటం తెలిసిందే. అందువల్ల ఇటువంటి విషయాల్లో ఆధునిక పరిజ్ఞానాన్ని గురువులు ఎప్పటికప్పుడు అందిపుచ్చుకోవాలి. తల్లిభాషకు సంబంధించిన పార్ట్ టైమ్ ఉద్యోగాలపై విద్యార్థులకు వీలైనంత అవగాహన కలిగించాలి.

భాషతో ఉపాధి

పలు వ్యాపార సంస్థలు తమ ఉత్పత్తులను ప్రజలకు చేరువ చేయడానికి ప్రాంతీయ భాషలను ప్రోత్సహిస్తున్నాయి. మార్కెట్లలో వాళ్ళు ఉత్పత్తి చేసే వస్తువులకు సంబంధించిన సమాచారం మనదేశంలో ప్రాంతీయ భాషల్లో సామాన్యులకు అందించడం ద్వారా వారి అమ్మకాలు గణనీయంగా పెరిగాయి. వ్యాపార సంస్థలు భాషతో చేసే ఈ వ్యాపారం మాతృ భాషలో పట్టు కలిగిన యువతకు ఉపాధినిస్తుందనే

విషయం గుర్తించాలి.

పైతాన్, డాటా సైన్స్, మెషిన్ లెర్నింగ్, ఆర్టిఫీషియల్ ఇంటెలిజన్స్ వంటి ఆదరణ కలిగిన కోర్సులు కూడా ప్రాంతీయ భాషల్లో బోధించబడుతున్నాయి. వీటికి సంబంధించిన ఉద్యోగాల్లో భాషా నిపుణుల సహాయం తప్పనిసరి. కాబట్టి కళాశాల స్థాయిలో ఈ కోర్సు ఎంచుకున్నా, విద్యార్థులు తల్లి భాషను నిర్లక్ష్యం చేయడానికి వీల్లేదు. భాష వ్యాపారాత్మకమైన నాటినుండీ తెలుగు భాషా పరిజ్ఞానం కలవారి అవసరం అపరిమితంగా పెరిగింది. ఈ విషయాన్ని అందరూ గుర్తించి తగిన విధంగా చర్యలు చేపట్టాలి. అంతకంటే ముందు మనం మారడానికి సిద్ధంగా ఉండాలి.

న్యూస్ రైటర్, ప్రూఫ్ రీడర్, ఎడ్యుకేషన్ కౌన్సిలర్, ఫీల్డ్ సేల్స్ ఎగ్జిక్యూటివ్, హ్యూమన్ రిసోర్స్ ఎగ్జిక్యూటివ్, బిజినెస్ డెవలప్మెంట్ అసోసియేట్, ఫ్లిప్ కార్ట్/అమెజాన్ వాయిస్ ప్రాసెస్, లాంగ్వేజ్ మేనేజర్, ఇంగ్లిష్ తెలుగు లాంగ్వేజ్ ఎక్స్పర్ట్, అడ్మిషన్ ఆఫీసర్, ఫీల్డ్ సేల్స్ ఎగ్జిక్యూటివ్, టెలీ కాలర్, మార్కెటింగ్ ఎగ్జిక్యూటివ్, కస్టమర్ కేర్ అసోసియేటివ్, కస్టమర్ సపోర్ట్ అసోసియేటివ్, పోలిటికల్ రీసెర్చర్, డేటా ఎంట్రీ ఆపరేటర్, అక్కౌంట్స్ ఎగ్జిక్యూటివ్, కమ్యూనికేషన్స్ ఆఫీసర్, టెక్నికల్ కంటెంట్ రైటర్, కాల్ సెంటర్ ఎగ్జిక్యూటివ్, రీజనల్ ఆపరేషన్స్ మేనేజర్, డేటా అనలిస్ట్, లాంగ్వేజ్ అనలిస్ట్ లాంటి ఉద్యోగాలు అన్నీ ప్రాంతీయ భాషలకు సంబంధించినవే. ఇటువంటి ఉపాధి అవకాశాలపై కళాశాల స్థాయిలో విద్యార్థులకు, తల్లితండ్రులకు విస్తృత అవగాహన కలిగించి తెలుగును చదివే దిశగా ప్రోత్సహించాలి. ప్రాంతీయ భాషల్లో సాంకేతికత వినియోగంపై కేంద్ర ప్రభుత్వం ఎన్నో చర్యలు చేపట్టింది. విద్యార్థులు స్వాయమ్ ఆన్లైన్ కోర్సులను కూడా తెలుగులో చదివే అవకాశం ఉంది. వీటిపై విద్యార్థులకు విస్తృత అవగాహన కల్పించాలి.

సాహిత్యాన్ని అధ్యయనం చేయడం వల్ల భాషా సంపత్తి పెరుగుతుంది. ఈ భాషను ఈనాటి అవసరాలకు అనుగుణంగా వాడాలి. ఎందుకంటే భాషతో వ్యాపారం

చేసే గూగుల్ లాంటి సంస్థలకు భాషా సంపద కావాలి. తెలుగు భాషా పండితులు, ప్రేమికులు భాషా సంపదను గూగుల్ డాటాబేస్ లో నిక్షిప్తం చేయాలి. విద్యార్థులను ఇందులో భగస్వామ్యం చేయాలి. తద్వారా సామాజిక మాధ్యమాల్లో విరివిగా తెలుగు భాష వాడుకోవడానికి కావాల్సిన పదజాలం అందుబాటులోకి వస్తుంది. వికీలో వ్యాసాలు రాసే దిశగా విద్యార్థులను ప్రోత్సహించాలి. భారతదేశంలో అన్నిచోట్లా జరిగే విషయాలు అంతర్జాతీయ సమాజానికి కావాలి. ఇక్కడ జరిగే విషయాలపై విదేశాల్లో పరిశోధనలు జరుగుతూ ఉంటాయి. విద్యార్థులు ప్రతిరోజూ వార్తా పత్రికల్లో వచ్చే రాజకీయ, ఆర్థిక, క్రీడల విషయాలను సేకరించి సంబంధిత వేదికల ద్వారా విదేశాలకు పంపుతూ ఉపాధిని పొందవచ్చు.

ముగింపు

ఇప్పుడు తల్లి భాష చచ్చిపోతుందని బాధపడేకంటే, పరాయి భాషను నిందించేకంటే, మన తెలుగు భాషలో ఉన్న ఉపాధి అవకాశాల గురించి ముఖ్యంగా కళాశాలల్లో చదివే విద్యార్థులకు అవగాహన కలిగించాల్సిన అవసరం భాషా బోధకులకే కాదు, తెలుగు వారందరికీ ఉంది. విద్యాసంస్థల్లో విద్యార్థులకు తెలుగు నేర్పించే బాధ్యత తెలుగు వారిదే అని, వాళ్ళకు తెలుగు రాకపోతే అందుకు బాధ్యుడు తెలుగు భాషా బోధకుడే అని నిందలు వేసే బదులు ఇతర సబ్జెక్టులు బోధించేవారు కూడా తెలుగు వారేనని, వారు కూడా తెలుగులో మాట్లాడుతూ భాషను కాపాడాలని తెలుసుకోవాలి. తెలుగే కదా అన్న చిన్నచూపు, అశ్రద్ధ అటు విద్యార్థుల్లో, అధ్యాపకుల్లో, తల్లిదండ్రుల్లో, సమాజంలో కూడా ఉండకూడదు.

భాషను బోధించే అధ్యాపకులు భాషపట్ల అవగాహనతో, ప్రేమతో, బాధ్యతతో, సాహిత్యంపట్ల అభిరుచితో బోధించినప్పుడు విద్యార్థిలో మార్పు వస్తుంది. భాష పట్ల నిజాయితీ, నిబద్ధతలు అందరిలో ఉండాలి. తెలుగు భాష అంటే పద్యాలు,

ఛందస్సు, వ్యాకరణం మాత్రమే అనే భావన తొలగాలి. పాఠ్యాంశాల నిర్మాణం పటిష్టంగా, సరళంగా, ఆసక్తికరంగా ఉండాలి. ముఖ్యంగా తెలుగు భాషను సాంకేతికంగా, ఈనాటి అవసరాలకు, ఉపాధి అవకాశాలకు ఏ విధంగా ఉపయోగించాలో తెలిపే పాఠ్యాంశాలు కావాలి. భాషకు సాంకేతికత జోడించడం ఎంత అవసరమో అందరూ గుర్తించాలి. భాషను బోధించే అధ్యాపకులు కూడా సాంకేతిక ఉపకరణాల సహాయంతో భాషా సాహిత్యాల్లో ఎంతో పరిశోధన చేయవచ్చనే విషయాన్ని గుర్తించాలి. భాష విషయంలో మారాల్సిన మన ధోరణి ముందు ఇంటి నుండే మొదలు కావాలి.

ఆధారం

పైన నేను వివరించిన అన్ని రంగాలలో నా దగ్గర తెలుగు భాష నేర్చుకున్న, నా విద్యార్థులు ప్రత్యక్షంగా ఉద్యోగాలు చేస్తున్న అనుభవం ఆధారంగా ఈ వ్యాసం రాశాను.

"విశ్వభాషలేల్లా తెలుగు లెస్స"

3

అంతర్జాలంలో తెలుగు భాషను వాడడంలో గల సాంకేతిక సమస్యలు: అనుభవాలు

ఆచార్య దార్ల వెంకటేశ్వరరావు,

పూర్వ అధ్యక్షులు, తెలుగుశాఖ,

హైదరాబాద్ సెంట్రల్ యూనివర్సిటి,

హైదరాబాద్ – 500 046.

ఫోన్ : 9989628049

సారాంశం (Abstract):

డిజిటల్ యుగంలో భాషల స్థిరత్వం, విస్తరణ ప్రధానంగా వాటి **అంతర్జాల అనుకూలత** మీద ఆధారపడి ఉంది. తెలుగు లిపి యొక్క సంక్లిష్ట నిర్మాణం, యూనికోడ్ పరిమితులు, టైపింగ్ పద్ధతుల వైవిధ్యం, శోధన సమస్యలు, యంత్రానువాదం లోపాలు వంటి అవరోధాలు భాషా వినియోగాన్ని అడ్డుకుంటున్నాయి. నేను సుమారు 1996 నుండి కంప్యూటర్, ఇంటర్నెట్, వివిధ డిజిటల్ డివైస్ లను ఉపయోగిస్తున్నాను. అలాగే, ఫేస్ బుక్, ట్విటర్ (X), లింక్డిన్ వాట్సాప్, టెలీగ్రామ్ వంటి సోషల్ మీడియా ప్లాట్ ఫారమ్స్ తో పాటు ప్రత్యేకించి

నాకు ఒక బ్లాగు కూడా ఉంది. ఇంటర్నెట్ లో నా పుస్తకాలు పిడిఎఫ్ రూపంలో అందిస్తుంటాను. ఈ వ్యాసం ద్వారా తెలుగు భాషను కంప్యూటర్ లో వినియోగించేటప్పుడు ఎదురవుతున్న ముఖ్యమైన సమస్యలను విశ్లేషించి, వాటి పరిష్కారానికి ఎలాంటి సాంకేతిక, విధానపరమైన మార్గాలను అందిస్తే బాగుంటుందో వివరించడం ఈ పత్ర లక్ష్యం. దీనిలో అత్యధికంగా నా అనుభవాల నుండి ఈ సాంకేతిక సమస్యలను వివరిస్తున్నాను.

(కంప్యూటర్ లో తెలుగు వాడుక, అంతర్జాలంలో తెలుగు, తెలుగు సాంకేతిక సమస్యలు, బ్లాగులు, డైనమిక్ ఫాంట్, యూనికోడ్ ఫాంట్ కన్వర్షన్స్)

పరిచయం:

తెలుగు భాషను కంప్యూటర్ లో వినియోగించటం మొదలైన తొలినాళ్లలో తెరపై తెలుగు అక్షరాలు కనిపించడం ఒక విచిత్రంగా భావించిన రోజులు ఉన్నాయి. 1990 ప్రాంతంలో కంప్యూటర్ లో తెలుగు వాడకం ప్రారంభమయ్యింది. అప్పటికి విరివిగా టైప్ రైటింగ్ వాడేవారు. వాటి స్థానంలో కంప్యూటర్ వాడినప్పటికీ తెలుగు అక్షరాలు కంప్యూటర్ మీద సరిగ్గా టైప్ చేయడం కష్టంగా ఉండేది. శ్రీలిపి, అను అనే డైనమిక్ ఫాంట్స్ ని ఉపయోగించి పేజీ మేకర్ లో టైప్ చేసేవారు. ఆ సాఫ్ట్వేర్ కొనడం వాడడం ఎంతో ఖరీదుగా ఉండేది. ఆ తరువాత సి డాక్ వాళ్లు అభివృద్ధి చేసిన ఐ లీపు (I Leap) సాఫ్ట్ వేరు తెలుగు వాడకాన్ని కొంచెం వేగవంతం చేసింది. అయితే దాన్ని గాని, ఇతర ఫాంట్స్ గాని కంప్యూటర్ తెరపై కనిపించాలంటే అనేక సెట్టింగ్స్ చేయాల్సి వచ్చేది. ఆ తర్వాత యూనికోడ్ ఫాంట్స్ వచ్చాయి. దానితో కంప్యూటర్ పై తెలుగు వినియోగం అత్యధికంగా అందుబాటులోకి వచ్చింది. ఈ పరిణామం అంతా ఒక్కసారిగా జరగలేదు. ఈ సాంకేతికత అభివృద్ధి చెందడానికి అందరికీ అందుబాటులో రావడానికి ఎంతో మంది సాఫ్ట్వేర్ నిపుణుల కృషిని తెలుగు వారంతా

స్మరించుకోవాలి. ప్రస్తుతం డైనమిక్ ఫాంట్ నుండి యూనికోడ్ ఫాంట్ కి సులభంగా కొన్ని కన్వర్టర్స్ సహాయంతో మార్పు చేసుకోగలుగుతున్నాం. స్పీచ్ రికగ్నిషన్ ద్వారా అక్షరాలను టైప్ చేయించుకోగలుగుతున్నాం. ఇంగ్లీషులో మాదిరిగానే తెలుగులో కూడా చదివి వినిపించుకోగలిగేలా కూడా సాంకేతికతను అందుబాటులోకి తెచ్చుకున్నాం. చేతిరాత ను కూడా ప్రింటింగ్ అక్షరాలలోకి కన్వర్ట్ చేసుకోగలుగుతున్నాం. ఇమేజ్, పిడిఎఫ్, వీడియోలో ఉండే అక్షరాలను కూడా ప్రింటింగ్ కి అనుగుణంగా కన్వర్ట్ చేసుకోగలుగుతున్నాం. వీటికి ప్రభుత్వ ప్రైవేటు సంస్థలు ఎంతగానో కృషి చేస్తున్నాయి. సి-డాక్ వంటి ప్రభుత్వ సంస్థలు, మైక్రోసాఫ్ట్, గూగుల్ వంటి ప్రయివేటు సంస్థలు అంతర్జాలంలో తెలుగు భాష వినియోగాన్ని వ్యాప్తి చెందడానికి ఎంతగానో కృషి చేస్తున్నాయి. అయినప్పటికీ ఇంగ్లీష్ కి ఉన్నంత సౌలభ్యం తెలుగు అక్షరాలకు రావడం లేదు

ప్రారంభ దశ - DTP ఫాంట్లు, ఇమేజ్ పద్ధతి:

1990 దశకంలో Page Maker వంటి DTP సాఫ్ట్వేర్లతో తెలుగు పేజీలను PDF లేదా image రూపంలో సేవ్ చేసి ప్రచురించేవారు. అనుఫాంట్స్, శ్రీలిపి ఫాంట్లు DTP పరిధిలో బాగా ఉపయోగించబడ్డాయి. ఒక్కో పేజీకి అయ్యే ఫైల్ సైజ్ పెద్దదై దిగుమతికీ, మార్పులు చేయడానికి ఎంతో కష్టంగా ఉండేవి. C-DAC వారు I Leap సాఫ్ట్వేర్ ని అభివృద్ధి చేసి, భారతీయ భాషలను కంప్యూటర్ లో వాడుకోవడానికి అందుబాటులోకి తీసుకొచ్చారు.

* **ILeap software... C-DAC కృషి:** C-DAC (Center for Development of Advanced Computing) రూపొందించిన iLEAP సాఫ్ట్వేర్ ఒక భారతీయ భాషల కోసం ఇంటెలిజెంట్, ఇంటర్నెట్-రెడీ వర్డ్ ప్రాసెసర్. ఇది విండోస్ ప్లాట్ఫారమ్ పై పనిచేస్తుంది. పలు భారతీయ భాషలను, వాటిలో

తెలుగు, హిందీ, బెంగాలీ, తమిళ్, మరాఠీ, అసామీ వంటి భాషలను ఏకకాలంలో ఉపయోగించుకొనే అవకాశం కలిగింది.

* **iLEAP ముఖ్య లక్షణాలు:**

- సులభంగా వాడుకునే యూజర్ ఇంటర్‌ఫేస్
- మల్టీలింగ్వల్ స్పెల్ చెకర్
- వివిధ కీబోర్డ్ లేఅవుట్లు: ఫోనిటిక్, టైప్‌రైటర్, ఫోనిటిక్ ఇంగ్లీష్ కీబోర్డు
- ఇండియన్ భాషలలో ఇమెయిల్ facility
- రూపొందించిన డాక్యుమెంట్లను HTML, RTF, BMP, మరియు ఇతర ఫార్మాట్‌లలో సురక్షితంగా సేవ్ చేయగలుగుతుంది
- వెబ్ పేజీలు సృష్టించేందుకు అనుకూలం
- భాషాస్పష్ట సెన్సిటివ్ ఎడిటర్
- తరచూ వాడే పదాలు, పదబంధాలకు షార్ట్‌కట్‌లు నిర్వచించుకోవచ్చు
- Search and Replace) ఆప్షన్
- ఇతర ప్రోగ్రామ్స్ కోసం RTF ఫార్మాట్లో ఇంపోర్ట్-ఎక్స్‌పోర్ట్ సౌకర్యం
- డిజైన్ టెంప్లేట్లు, స్టైల్స్ నిర్వచించడానికి సహాయం

భారతీయ భాషల కోసం అనేక టాప్-నాలజీ ఉత్పత్తుల అభివృద్ధి చేసింది. యూనికోడ్ ఫాంట్‌లు, ఇండియన్ స్క్రిప్ట్ సపోర్ట్ చేసేలా చేసింది. భారతీయ భాషల కంప్యూటింగ్, ఇంటర్నెట్ వినియోగం విస్తరించేలా చేసింది. ఎడ్యుకేషన్, గవర్నమెంట్, పబ్లిక్ విభాగాలలో భాషా స్వావలంబనని ప్రోత్సహించడానికి అది ఎంతగానో సహకరించింది. C-DAC iLEAP భారతీయ భాషలలో డిజిటల్ పాఠ్యాల తయారీ, ప్రచురణ, కమ్యూనికేషన్ సులభతరం చేసేందుకు ఒక ముఖ్య సాధనంగా పనిచేసింది.

రెండవదశ PageMaker:

Publishing: నేటికీ చాలామంది తెలుగు వాళ్ళు సొంతంగా టైప్ చేసుకోలేక ప్రైవేటు వ్యక్తులను ఆశ్రయిస్తున్నారు. వాళ్ల దగ్గర పేస్ మేకర్ లో టైప్ చేసి ఇస్తారు. ఇప్పటికీ మన తెలుగు పబ్లిషర్స్ పేస్ మేకర్నే వాడడం దీనికి ఒక కారణం. యూనికోడ్ లో ప్రభుత్వం ప్రైవేట్ సంస్థలు అందమైన ఫాంట్స్ ఉచితంగా అందుబాటులోకి తీసుకొచ్చాయి. వాటిని ఉపయోగించుకొని పేజ్ మేకర్ లో ఉపయోగించే అను సాఫ్ట్వేర్ కి ఏ మాత్రం తీసుకోకుండా అందంగా పుస్తకాలను పత్రికలను ప్రచురించుకోవచ్చు. కొంచెం శ్రద్ధ పెడితే పేజ్ మేకర్ లో కూడా యూనికోడ్ ఫాన్స్ ని ఉపయోగించుకోవచ్చు. ఈ సాంకేతికతను తెలుగు వాళ్ళు అంది పుచ్చుకోవాలి. దీనికి కావలసిన సలహాలు సూచనలు ఇంటర్నెట్లో అందుబాటులో ఉన్నాయి. అలాగే యూనికోడ్ నుండి డైనమిక్, డైనమిక్ నుండి యూనికోడ్ ఫాంట్ కన్వర్షన్ కి ఒకప్పుడు నాగార్జున, ప్రస్తుతం ఈమాట, సురేశ్ కొలిచాల వారు అందిస్తున్న ప్లగ్గిన్స్ ఎంతగానో ఉపయోగపడుతున్నాయి. వీటిని ఉపయోగించి కూడా తెలుగు భాషను అంతర్జాలంలో విరివిగా ఉపయోగించుకోవచ్చు.

యూనికోడ్ - డైనమిక్ ఫాంట్

మనం మాట్లాడటం ద్వారా అక్షరాలను మొబైల్, కంప్యూటర్, టాబ్ వంటి వాటిలో టైప్ చేసుకోవచ్చు. కాస్త శ్రద్ధ పెడితే ఇది పెద్ద కష్టం కాదు. అది కూడా కష్టమైతే మన చేతిరాత కొంచెం అందంగా ఉంటే పేపర్ పై రాసి దాన్ని ఫోటో తీసి లెన్స్ అనే సాఫ్ట్వేర్ ద్వారా తెలుగు అక్షరాలు గా మార్చుకోవచ్చు. చిన్న అక్షర దోషాలు వచ్చినా వాటిని సరి చేసుకోవచ్చు. వాటిని యూనికోడ్ లో వచ్చిన అక్షరాలను పబ్లికేషన్ కోసం పంపించేటప్పుడు డైనమిక్ ఫాంటలుగా మార్చుకోవడానికి కొన్ని కన్వర్టర్లు అందుబాటులోకి వచ్చాయి. ఈ మాట ద్వారా ఈ కన్వర్టర్ అందుబాటులో ఉంది. అమెరికాలో పనిచేస్తున్న తెలుగు సాఫ్ట్వేర్ ఇంజనీర్ కొలిచాల ఈ కన్వర్టర్ ని

బాగా అభివృద్ధి చేశారు. దీని ద్వారా యూనికోడ్ నుండి డైనమిక్ ఫాంట్ డైనమిక్ కార్డు నుండి యూనికోడ్ ఫాంట్ సులభంగా కన్వర్ట్ చేసుకోవచ్చు. ఇప్పటికే కొద్దిగా మనం ప్రోత్సహించడం ద్వారా విద్యార్థులు తమ ప్రాజెక్టులను తమ సిద్ధాంత గ్రంథాలను ఫోన్ ద్వారానే మొత్తం టైప్ చేసుకోవడం జరుగుతుంది.

ఫేజ్ మేకర్ కి ప్రత్యామ్నాయం:

పేజ్ మేకర్ కి ప్రత్యామ్నాయం గా ఎడోబ్ వారి ఇన్ డిజైన్ అందుబాటులోకి వచ్చింది. అయితే ఇది ఖరీదైన సాఫ్ట్వేర్. భవిష్యత్తులో ఇదే ఉండే అవకాశం ఉంది.

➢ **కొత్త ప్రింటింగ్ డిజైన్ – Scribus:** మనం ప్రస్తుతం వాడుతున్న పేజ్ మేకర్ నుండి కొత్త ప్రింటింగ్ సాఫ్ట్వేర్ కి అలవాటు పడాల్సిన అవసరం ఉంది. ఇప్పటికే పేజ్ మేకర్ అప్డేట్స్ ఆగిపోతున్నాయి. దీని స్థానాన్ని ఇన్ డిజైన్ ఆక్రమించింది. ఈ రెండు కూడా ఉచిత అంటే ఓపెన్ సాఫ్ట్వేర్లు కాదు. దీని స్థానంలో ఉచితంగా లభించే ఓపెన్ సాఫ్ట్వేర్ Scribus.

- అధికారిక వెబ్‌సైట్: https://www.scribus.net
- Scribus ఉచిత ఓపెన్‌సోర్స్ డెస్క్‌టాప్ పబ్లిషింగ్ సాఫ్ట్‌వేర్
- Windows, MacOS, Linux వంటి విభిన్న ఆపరేటింగ్ సిస్టమ్స్‌కి మద్దతు
- ప్రొఫెషనల్ లేఅవుట్, పేజీ డిజైన్, PDF సృష్టి, CMYK కలర్ మేనేజ్‌మెంట్ వంటి ఫీచర్లు అందిస్తుంది
- సులభంగా ఉపయోగించేందుకు వివిధ ట్యుటోరియల్స్, మాన్యువల్స్ లభ్యమవుతాయి.

Scribus డౌన్లోడ్ లింకులు, మరిన్ని సమాచారం ఆఫీషియల్ సైట్‌లో అందుబాటులో ఉన్నాయి.

scribus.net డౌన్లోడ్ పేజీ

ఈ సాఫ్ట్‌వేర్ డిజైన్ మరియు పబ్లిషింగ్ పనులకు Adobe InDesign కి బెస్ట్ ఫ్రీ అల్టర్నేటివ్‌గా ఉపయోగపడుతుంది. ఈ సాంకేతికతను తెలుగు వాళ్ళు అలవాటు చేసుకోవాలి.

కరోనా నేర్పిన 'పాఠాలు'

Covid-19 వచ్చిన 2020వ సంవత్సరంలో కంపల్సరిగా ఆన్లైన్ లో పాఠాలు చెప్పవలసిన పరిస్థితి ఏర్పడింది. అంతవరకు PPT(Powerpoint Presentation) అంటే ఏంటో తెలియని వాళ్లు కూడా వీటి ద్వారా పాఠాలు చెప్పవలసిన పరిస్థితి ఏర్పడింది. దానితో అంతవరకు కంప్యూటర్ ముట్టని వాళ్లు కూడా కంప్యూటర్ లో తెలుగు టైప్ చేసే పరిస్థితి అనివార్యమయ్యింది. అప్పుడు ఉపాధ్యాయులు, అధ్యాపకులు అనేకమైనటువంటి సాంకేతిక ఇబ్బందులను ఎదుర్కొన్నారు. తెలుగు పద్యాలు కంప్యూటర్ స్క్రీన్ మీద ప్రదర్శించడం కోసం చాలామంది ఇమేజెస్ ని ఉపయోగించారు. అప్పటికే అనుభవం ఉన్నవాళ్లు యూనికోడ్ ఫాంట్ తో పవర్ పాయింట్ ప్రజెంటేషన్ సులభంగానే చేశారు. ఆ అనుభవంతోనే అంతర్జాల సదస్సులు కూడా మొదలయ్యాయి. అంతవరకు ఎక్కువ కుండి హార్డ్ కాపీ ద్వారా మాత్రమే తమ ధ్రువీకరణ పత్రాలు పొందేవారు. అంతర్జాల సదస్సులతో ఆటోమేటిక్ జనరేటెడ్ సర్టిఫికెట్స్ సృష్టించటం అలవాటయింది. google ఫామ్ ఉపయోగించి క్విజ్, సర్వే వంటి రకరకాల అసైన్మెంట్లు చేయడం అలవాటు చేసుకున్నారు.

సామాజిక మాధ్యమాల్లో తెలుగు

సాంకేతిక పరిజ్ఞానం విపరీతంగా అభివృద్ధి చెందిన ఈ కాలంలో సామాజిక మాధ్యమాలు మన జీవనశైలిలో భాగమైపోయాయి. వాట్సాప్, ఫేస్‌బుక్, ట్విట్టర్

(ఇప్పుడు X), ఇన్‌స్టాగ్రామ్, యూట్యూబ్ వంటి వేదికల్లో తెలుగు భాష వాడకం విస్తృతమైంది. ఈ వాడకం భాషా వికాసంలో కొత్త కోణాలను తెరపెట్టింది.

✓ **అక్షరరూప భిన్నత్వం:** కొంతమంది తెలుగు లిపిలోనే రాస్తుంటే, మరికొందరు ఇంగ్లీషు లిపిలో తెలుగు పదాలను (Transliteration) వాడుతున్నారు. ఇది వాడుకలో సౌలభ్యాన్ని ఇస్తున్నా, భాషా లిపి పరిరక్షణకు ప్రమాదం కలిగిస్తోంది.

- ✓ **భావవ్యక్తీకరణ శైలులు:** సామాజిక మాధ్యమాల్లో చిన్న చిన్న వాక్యాలు, ఎమోజీలు, మీమ్స్ ద్వారా భావాలు వ్యక్తం చేయడం ఎక్కువైంది. కవిత్వం, పద్యాలు, సూక్తులు విస్తృతంగా పంచబడుతూ తెలుగు సాహిత్య ప్రాచుర్యానికి దోహదం చేస్తున్నాయి.
- ✓ **భాషా మిశ్రణ (Code Mixing):** తెలుగు వాక్యాల్లో ఇంగ్లీషు పదాలు విరివిగా కలిపి వాడుతున్నారు.

  ఉదా: Meeting cancel ayyindi, next week cheddam.

  ఇది కొత్త తరహా "సోషల్ మీడియా తెలుగు" రూపాన్ని కలిగిస్తోంది.
- ✓ **సామాజిక ప్రభావం:** తెలుగు భాష సామాజిక మాధ్యమాల్లో ప్రాచుర్యం పొందుతోంది, కొత్త తరాలకు దగ్గరవుతోంది. అదే సమయంలో శుద్ధభాష వాడకం తగ్గిపోవడం, అక్షరదోషాలు పెరగడం వంటి ప్రతికూలతలు కూడా కనిపిస్తున్నాయి.
- ✓ **పరిశోధన కోణం:** సామాజిక మాధ్యమాల్లో తెలుగు వాడకాన్ని పరిశీలించడం ద్వారా "డిజిటల్ తెలుగు", "ఇంటర్నెట్ తెలుగు" వంటి కొత్త ఉపశాఖలను సాహిత్య పరిశోధనలో గుర్తించవచ్చు.

భాషా శాస్త్రం, సాహిత్య విమర్శ, సామాజిక శాస్త్రాల దృక్కోణాల నుండి ఇది విశేష ప్రాధాన్యం కలిగిన అంశం. సామాజిక మాధ్యమాల్లో తెలుగు భాష వాడకం

ఒక వైపు భాషా ప్రాచుర్యానికి దోహదపడుతుండగా, మరో వైపు లిపి పరిరక్షణకు, శుద్ధభాషా శైలులకు సవాలుగా మారింది. ఈ పరిణామాన్ని సమతుల్యంగా అర్థం చేసుకుని, భవిష్యత్ తరాలకు తెలుగు సొగసును, వైభవాన్ని అందించడమే మన కర్తవ్యంగా నిలుస్తుంది.

ప్రధాన సాంకేతిక సమస్యలు

➢ **యూనికోడ్ & ఫాంట్లు:** సాఫ్ట్ వేర్ కంపెనీలు ఇంగ్లీషు భాష, ఆ అక్షరాలకు ఇచ్చినంత ప్రాధాన్యాన్ని తెలుగు అక్షరాలకు ఇవ్వడం లేదు. ఈ మధ్య విండోస్ లో డిఫాల్ట్ గా గౌతమి అనే యూనికోడ్ ఫాంట్ వస్తుంది. కానీ, కొన్ని బ్రౌజర్స్ లో ముఖ్యంగా మైక్రోసాఫ్ట్ బ్రౌజర్ లో కొన్ని అక్షరాల విషయంలో సాంకేతిక సమస్యలు కనిపిస్తున్నాయి.

- సంక్లిష్టమైన వత్తులు, సంయుక్తాక్షరాలు విరిగిపోతుంటాయి. ఒకే అక్షరంగా కనిపించవు. నేటికీ విండోస్ లో కొన్ని యూనికోడ్ అక్షరాలు అలాగే వస్తున్నాయి.
- వేర్వేరు బ్రౌజర్లు/పరికరాల్లో rendering అసమానత అనే సమస్య కనిపిస్తుంది.

  రెండరింగ్ (Rendering) అంటే కంప్యూటర్‌లోని డేటా (అక్షరాలు, చిత్రాలు, గ్రాఫిక్స్ మొదలైనవి) ను స్క్రీన్‌పై చూపించగలిగే రూపంలోకి మార్చడం.

  తెలుగు భాష సందర్భంలో "రెండరింగ్" అంటే: మనం టైప్ చేసిన యూనికోడ్ అక్షరాలు కంప్యూటర్‌కు కోడ్ పాయింట్స్ రూపంలో ఉంటాయి. వాటిని స్క్రీన్‌పై చదవదగిన అక్షరాలుగా (ఉదా: అ, ఆ, క, త్ర, క్ష) మార్చడం రెండరింగ్.

  ఉదా: "క్షమ" అని టైప్ చేస్తే:

"క"+"్"+"ష"+"మ" అనే నాలుగు యూనికోడ్ పాయింట్లు ఉంటాయి. రెండరింగ్ సరిగ్గా జరగకపోతే: "క ్ ష మ" లాగా విడిపోయి కనిపించవచ్చు.

- వత్తులు, సంయుక్తాక్షరాలు (ఉదా: త్ర, ద్న, క్ష, హ్మ) పగిలిపోవచ్చు. వీటిని అన్ని బ్రౌజర్స్ లోను బాగా వచ్చేలా చేయగలగాలి.

➢ **కీబోర్డ్ & టైపింగ్**

- తెలుగు టైపింగ్‌కి అనేక keyboard layouts ఉండటం (Inscript, Phonetic, transliteration, proprietary layouts).
- ఒకే విధమైన ప్రామాణిక కీబోర్డ్ వ్యవస్థ లేకపోవడం.
- కొత్తవారికి టైపింగ్ నేర్చుకోవడం కష్టంగా అనిపించడం.

➢ **శోధన & SEO: SEO (Search Engine Optimization)** అంటే వెబ్‌సైట్లు, వ్యాసాలు, బ్లాగులు, వీడియోలు వంటి డిజిటల్ కంటెంట్‌ను **సెర్చ్ ఇంజిన్‌లలో (Google, Bing, Yahoo)** ముందువరుస ఫలితాల్లో కనపడేలా ఆప్టిమైజ్ చేయడం. సరైన SEO లేకపోతే, కంటెంట్ ఉన్నా కూడా కావలసినవారికి లేదా సెర్చ్ చేసేవారికి కనిపించదు.

➢ **తెలుగు యంత్రానువాదం (Machine Translation):** వ్యాకరణ నిర్మాణం (Grammar Structure) సమస్య

- తెలుగు వాక్య నిర్మాణం **SOV (Subject – Object – Verb)** పద్ధతిలో ఉంటుంది.
  - ఉదా: "నేను పుస్తకం చదివాను."
- ఇంగ్లీష్ **SVO (Subject – Verb – Object)** లో ఉంటుంది.
  - "I read a book."

యంత్రానువాద వ్యవస్థలు ఈ నిర్మాణ భేదాన్ని సరిగా పట్టుకోలేకపోతే తప్పు అనువాదం వస్తుంది.

పదబంధాల అర్థభేదం (Ambiguity) : ఒకే పదానికి సందర్భానుసారం వేర్వేరు అర్థాలు ఉంటాయి. తెలుగు జాతీయాలు, పలుకుబడులు, సామెతలు, పొడుపుకథల వంటి వాటిని యంత్రానువాదం సందర్భాన్ని అర్థం చేసుకోకపోవడం వల్ల తప్పు అర్థం ఇస్తుంది.

"పండు" → fruit / matured.

"కొండ" → hill / a person's name.

Digital Books Reading సమస్యలు:

- **OCR (Optical Character Recognition) సమస్యలు:** ప్రపంచంలో డిజిటల్ పుస్తకాల సంఖ్య పెరిగింది. దీనివల్ల స్థలం కలిసిరావడమే కాకుండా కావలసిన పుస్తకం వెంటనే దొరకుతుంది. కావలసిన పుట, పదం, విషయం తెలుసుకోగలిగే అవకాశం ఉంది. అయితే, ఇంటర్నెట్ లో కొన్ని ఆర్కైవ్స్ లో తెలుగు పుస్తకాలు ఉంటున్నాయి. కానీ వాటిని సెర్చ్ చేస్తే దొరకడం చాలా కష్టమవుతుంది. దీనితో పాటు ఇంగ్లీషు పుస్తకాల మాదిరిగా పిడిఎఫ్ పుస్తకాలను కూడా చదివి వినిపించే సాంకేతికత ఇంకా పూర్తిగా అందుబాటులోకి రాలేదు.

ముద్రిత పాత తెలుగు గ్రంథాలు స్కాన్ చేస్తే OCR తప్పులు వస్తున్నాయి. ముఖ్యంగా వత్తులు/గుణింతాలు సరిగా గుర్తించకపోతుంది. చేతిరాత ప్రతులు (manuscripts) డిజిటైజేషన్ లో గుర్తించడం కష్టంగా ఉంది. అయితే, బాగా చేతిరాత బాగా అందంగా ఉంటే చాలావరకు లెన్స్ వంటి సాంకేతిక ఏప్స్ తో డిజిటల్ లెటర్స్ గా మార్చుకోగలుగుతున్నాం. ఈ దిశగా ఇంకా అభివృద్ధి సాధించాల్సిన అవసరం ఉంది.

➢ **వాక్కు లేదా శబ్దం గుర్తింపు (Speech Recognition) & TTS:** ప్రాంతీయ ఉచ్చారణలో వైవిధ్యం ఉండటం వల్ల స్పీచ్ రికగ్నిషన్ సరిగ్గా చేయలేకపోతుంది. తెలుగులో తెలంగాణ, రాయలసీమ, కోస్తాంధ్ర, కళింగాంధ్ర వంటి ప్రాంతీయ భేదాలు ఉన్నాయి. ఒక ప్రాంతంలో కూడా మళ్లీ అనేక భాషోచ్చారణ భేదాలు కనిపిస్తుంటాయి. **TTS** అంటే (Text-to-Speech). **దీనిలో సహజత్వం... అలవాటు కావడం వంటి సమస్యలు కనిపిస్తున్నాయి.** AI ఆధారిత Voice Assistants (Google Assistant, Alexa) తెలుగు ఆదేశాలను పూర్తిగా గుర్తించకపోవడం అనే సమస్య కూడా కనిపిస్తుంది.

ప్రమాణీకరణ (Standardization) లోపం:

ఆధునిక తెలుగు భాషా వ్యవహారానికీ, సంప్రదాయ భాషా వ్యవహారానికి కొన్ని భేదాలు ఉన్నాయి. వాటిలో రెండింటినీ ఉపయోగించడం మన తెలుగు భాషలో కనిపిస్తుంది. ఒకే పదానికి వేర్వేరు రీతులు, అధికారిక ప్రమాణాలు లేకపోవడం వంటి కారణాలు కనిపిస్తున్నాయి. భాషలోని **అక్షరాలు, స్పెల్లింగులు, వ్యాకరణం, డిజిటల్ కోడ్, ఫాంట్లు, టైపింగ్ పద్ధతులు** వంటి వాటిని **ఒకే విధమైన ప్రమాణం** ప్రకారం ఉపయోగించాలి. కానీ, భిన్నమైన పద్ధతుల్లో రాస్తున్నారు.

ఉదా: వాఙ్మయం.... వాంగ్మయం (పత్రికా భాషలో అనేక మార్పుల వల్ల ఇలా రాస్తున్నారు)

కృతజ్ఞత ... క్రుతజ్ఞత (కొన్ని వత్తులు టైపు చేయడం తెలియక ఇలా రాస్తున్నారు)

రాయడం .... వ్రాయడం (ఆధునిక, సంప్రదాయ భాషలకు సంబంధించిన అవగాహనలేక పోవడం వల్ల ఇలా రాస్తున్నారు.

ధ్రువ పత్రం - ధృవపత్రం (దీనిలో మొదటిది సరైనపదం. కానీ, సరైన పదం తెలియక ప్రభుత్వ ప్రకటనల్లో కూడా రెండవ పదమే కనిపిస్తుండడం వల్ల తప్పు చేస్తున్నారు. అదేపదం అంతర్జాలం సెర్చ్ లో విస్తృతంగా కనిపిస్తుంది.

కృత్రిమ మేధ (AI) తెలుగు భాష-సాహిత్యాలు:

ఈ మధ్యకాలంలో AI (Artificial Intelligence) బాగా అందుబాటులోకి వచ్చింది. దీనితో రకరకాల ప్రయోగాలు చేస్తున్నారు. తెలుగు భాష సాహిత్యాలకు సంబంధించిన ప్రయోగాలు కూడా చేస్తున్నారు. తెలుగులో తగినంత సమాచారం అందుబాటులో లేకపోవడం ఒక లోకంగా కనిపిస్తుంది. అందువల్ల కృత్రిమ మేధను సరిగ్గా ఉపయోగించుకోకపోతే తప్పుదోవ పట్టించి అజ్ఞానం వైపు పయనింపజేసే అవకాశం ఉంది. మానవుడు సృజన చేతను కోల్పోయే ప్రమాదం కూడా ఏర్పడుతుంది. ఈ సాంకేతిక అభివృద్ధిని తెలుగు భాష సాహిత్యాలలో జాగ్రత్తగా ఉపయోగించుకుంటే మంచి ఫలితాలను కూడా పొందవచ్చు. AI ని సమర్థవంతంగా ఉపయోగించుకోవాలంటే కొన్ని అంశాలను మనం అభివృద్ధి చేసుకోవాలి. తెలుగులో ఉపయోగించాల్సిన డేటా సెట్ నాణ్యత ప్రమాణాలు పాటించేందుకు కృషి చేయాలి. AI లో తెలుగులో ఉపయోగించాల్సిన డేటా సెట్ నాణ్యత ప్రమాణాలు ముఖ్యంగా ఈ కింది అంశాల మీద ఆధారపడతాయనుకుంటున్నాను.

I. అంతర్జాలంలో డేటా తప్పులు లేని, నిజమైన, తగిన సమాచారం కలిగి ఉండాలి. తెలుగు అక్షరాలు, పదాలు, వాక్యాలు సరిగ్గా నమోదు చేయబడి ఉండాలి. అప్పుడు తెలుగు భాషా సాహిత్యాల విషయంలో ఖచ్చితత్వం (Accuracy) ఉంటుంది.

II. అవసరమైన అన్ని సమాచార భాగాలు డేటాలో ఉండాలి. తెలుగు వ్యాకరణ, ప్రత్యేక అక్షరాలు, సంయుక్తాక్షరాలు మొదలైనవి

అందుబాటులో ఉండాలి. అప్పుడు సంపూర్ణత (Completeness) చేకూరుతుంది.

III. తెలుగు భాషలో పర్యాయపదాలు ఆయా సందర్భాలను బట్టి ప్రయోగించినా అవి సరళత (Consistency) ను పాటించాలి. ఉదాహరణకు ఒక పదం వివిధ రకాలుగా లేదా తప్పుగా ఉండకూడదు.

IV. ఎప్పటికప్పుడు తాజా సమాచారం అందుబాటులో ఉండాలి. తెలుగు భాషలో కూడ వచ్చిన కొత్త పదాలు, భాషా మార్పులు ప్రతిబింబించాలి. కాలానుగుణంగా (Timeliness) వచ్చే భాషా పదజాలం, సాహిత్యం అంతర్జాలంలో అందుబాటులో పెట్టాలి.

V. డేటా సెట్‌లో డూప్లికేట్ రికార్డులు లేకుండ ఉండాలి. అప్పుడు తెలుగు భాష ఒక ప్రత్యేకత (Uniqueness) ను కలిగి ఉంటుంది.

VI. సరైన లేబెలింగ్ (Proper Labeling) ద్వారా వాక్య భాగాలు చక్కగా లేబుల్ చేయాలి. తెలుగు సాహిత్యం, వాక్య నిర్మాణం పట్ల వ్యాసంగం ఉండాలి.

VII. ఫార్మాట్ మద్దతు (Format Support) ఉండాలి. అంటే, యూనికోడ్ తెలుగు ఫాంట్లు సరిగ్గా వాడబడాలి. సమాచారంలో అన్ని అక్షరాలను సక్రమంగా అందించేలా ఉండాలి. ద్విత్వాక్షరాలు, సంయుక్తాక్షరాలు, పూర్ణానుస్వం, అరసున్న, అనునాసికాలు వంటివి సరిగ్గా ఉండేలా చూసుకోవాలి.

VIII. ఎర్రర్స్ కోసం స్వయంచాలక ధ్రువీకరణ (Validation)విధానాలు ఉండాలి. మానవ పరిశీలనతో కూడిన

నాణ్యత పరీక్షలు జారీ చేయాలి. ఇటువంటి ప్రమాణాలు పాటించడం వలన AI అందించే సమాచారం విలువైనదిగా, విశ్వసనీయమైనదిగా ఉండి ప్రభావవంతమైన ఫలితాలు ఇస్తుందనుకుంటున్నాను.

అవసరమైన సాంకేతిక పరిజ్ఞానం:

తెలుగు భాష అంతర్జాలంలో వినియోగాన్ని వ్యాప్తి చేయడానికి ప్రధానంగా ఈ కింది సాంకేతిక పరిజ్ఞానం అవసరమనుకుంటున్నాను.

- తెలుగు యూనికోడ్ ఫాంట్లు (Unicode Fonts)
- తెలుగు ఎస్కేప్ ఫాంట్లు కాకుండా యూనికోడ్ ఫాంట్లతో టెక్స్ట్ ఉండటం అవసరం. ఇది అన్ని డివైజ్ లలో, బ్రౌజర్లలో సరిగ్గా కనిపించేందుకు తోడ్పడుతుంది.
- తెలుగు టైపింగ్ టూల్స్ (Typing Tools) రకరకాలుగా ఉంటున్నాయి. ఇంగ్లీషులో ఉన్న కీ బోర్డు పద్ధతిలో సులభమైన తెలుగు టైపింగ్ కోసం ప్రామాణికమైన ఒకే కీబోర్డ్ వాడేలా రూపొందించాలి. గూగుల్ ఇన్పుట్ టూల్స్ వంటి యూనికోడ్ ఆధారిత టైపింగ్ సాఫ్ట్‌వేర్ అవసరం. ఇవి త్వరగా, సులభంగా తెలుగు టైప్ చెయ్యడానికి సహాయపడతాయి.
- తెలుగు వెబ్ ఫ్రేమ్‌వర్క్స్ మరియు ఫాంట్ల ఇంటిగ్రేషన్ సరిగ్గా జరగాలి. ప్రత్యేకంగా తెలుగు ద్విత్వాక్షరాలు, సంయుక్తాక్షరాలు కాబట్టి హై-క్వాలిటీ ఫాంట్ రెండరింగ్ ముఖ్యం.
- తెలుగు అనువాద, ట్రాన్స్లిటరేషన్ టూల్స్ ఇంగ్లీషు నుంచి తెలుగు, తెలుగు నుంచి ఇతర భాషలకు అనువాదం చేయడానికి నేచురల్ లాంగ్వేజ్ ప్రాసెసింగ్ (NLP) ఆధారిత యంత్ర అనువాద వ్యవస్థలు అవసరం. వాటిని సామాన్యులు కూడా ఉపయోగించుకొనేలా చేయగలగాలి.

- తెలుగు వెబ్ సైట్ల ప్రామాణీకరణ (Standardization) వల్ల తెలుగు వెబ్‌లో టెక్స్ట్ ఎన్‌కోడింగ్, ఫాంట్ నియమాలు పాటించడం, వాటి ఉపయోగాన్ని ప్రోత్సహించడం వలన అంతర్జాలంలో తెలుగు సమాచార లభ్యత మెరుగవుతుంది.
- మొబైల్ వాయిస్ ఆధారిత తెలుగు యాప్‌ల వల్ల వీటివలన తెలుగు భాష వినియోగం, వ్యాప్తి పెరుగుతుంది.
- తెలుగు సమాచార హబ్‌లు డిజిటల్ పబ్లిషింగ్
- తెలుగు వార్తా, సాంస్కృతిక సమాచార సెంటర్లు, డిజిటల్ పుస్తకాలు, ఇ-లైబ్రరీలు, ఆన్‌లైన్ అకాడెమిక్ వనరులు ప్రజలకు అందుబాటులో పెట్టడం ముఖ్యం. వీటిని ఎలా చేయవచ్చో వర్క్ షాపులు పెట్టాలి. తెలుగు వికీపీడియా సభ్యులు ఈ రంగంలో ఎంతగానో కృషి చేస్తున్నారు.
- సోషల్ మీడియా & కమ్యూనిటీ ప్లాట్‌ఫారమ్స్‌లో తెలుగు ఉపయోగం
- ఫేస్‌బుక్, ట్విట్టర్, వాట్సాప్ వంటి ప్లాట్‌ఫారమ్లలో తెలుగు భాషలో సుస్థిర వినియోగం కోసం సరైన లాంగ్వేజ్ అల్టర్నేటివ్స్, తెలుగు ఇంటర్ఫేస్‌లు అవసరం.
- తెలుగు స్పీచ్ రికగ్నిషన్, టి.టి. ఎస్. సిస్టమ్స్
- తెలుగు మాటను పఠనం చేసే (Speech-to-Text) మరియు తెలుగు టెక్స్ట్‌ను వినిపించే (Text-to-Speech) వ్యవస్థలు మరింత పరిణత స్థితికి చేరుకోవాలి. అప్పుడు తెలుగు భాషా వినియోగం మరింత విస్తరించగలుగుతుంది.

ముగింపు:

తెలుగు భాష డిజిటల్ యుగంలో నిలదొక్కుకోవడానికి **సాంకేతిక పరిష్కారాలు, ప్రభుత్వ విధానాలు, వినియోగదారుల చైతన్యం** అవసరం. యూనికోడ్

ప్రమాణాల అమలు, ఫాంట్ల అభివృద్ధి, NLP పరిశోధన, వాయిస్ టెక్నాలజీలు, ప్రమాణీకరణ, డిజిటల్ కంటెంట్ విస్తరణ వంటి చర్యలు అమలు చేస్తే తెలుగు భాష **అంతర్జాతీయ వేదికపై సాంకేతికంగా శక్తివంతమైన భాష**గా నిలుస్తుంది. వినియోగించుకునే వ్యక్తిగా నా అనుభవాలు, ఆలోచనలను పంచుకున్నాను. దీన్ని ఈ రంగంలో నిష్ణాతులైన వారు ఈ కృషి చేస్తే కంప్యూటర్ లో, అంతర్జాలంలో తెలుగు భాష, సాహిత్యాల వినియోగం మరింత బాగుంటుంది.

4

అంతర్జాల తెలుగు రేడియో ప్రసార గూళ్ళు
(Online Telugu Radios)

డా. పి.విజయకుమార్

అసోసియేట్ ప్రొఫెసర్, తెలుగు శాఖ

హైదరాబాదు కేంద్రీయ విశ్వవిద్యాలయం

చరవాణి: 9849302546.

స్థూలాంశం:

రేడియో మనకందరికీ సుపరిచితమే. కొన్నేళ్ల క్రింద ఒక చెక్కపెట్టెలో నుంచి మాటలు, పాటలు వస్తుంటే వింతగా చూసేవారు. కాని నేడది చాలా మందికి జీవితంలో ఒక భాగమై పోయింది. ఒక టేబుల్ మీద ఉండే పెద్ద రేడియో పెట్టె నేడు అరచేతిలో పట్టే చిన్న సైజుకి రూపాంతరం చెందింది. దానికి తోడు వీనులవిందైన సంగీతాన్ని అందించేందుకు ఆధునిక సాంకేతిక పరిజ్ఞానానికి ప్రతీకగా నిలిచే ఇంటర్నెట్ నేడు ఒక చిరునామాగా మారింది. మొబైల్ ఫోన్లలోను, ఇంటర్‌నెట్ ద్వారా ఆన్ లైన్ రేడియోలు కోట్లాదిమంది నెటిజన్లను అనుక్షణం అలరిస్తున్నాయి. పాటలు వింటూ పని చేసుకోవడం నేడు ఒక వ్యసనంలా మారిందని చెప్పవచ్చు. అందుకే ఈనాడు ప్రతీ మొబైల్ ఫోన్‌లోనూ FM రేడియో తప్పకుండా ఉంటుంది.

ప్రపంచవ్యాప్తంగా సంగీతాన్నందిస్తున్న ఆన్‌లైన్ సర్వీసుల సంఖ్య అక్షరాలా రెండు లక్షలకు పైమాటే! ఇక మన తెలుగు రేడియోల విషయానికొస్తే భారతదేశానికి స్వాతంత్ర్యం వచ్చే నాటికి 6 ఆకాశవాణి కేంద్రాలు (కలకత్తా, ఢిల్లీ, బొంబాయి, మద్రాసు, లక్నో, తిరుచిరాపల్లి) మాత్రమే ఉన్నాయి. ఇప్పుడు 215 కేంద్రాలు, 337 ప్రసార కేంద్రాల (144 ఎం.వి.వి. కేంద్రాలు, 54 ఎస్.వి.వి. కేంద్రాలు, 139 ఎఫ్.ఎం కేంద్రాలు) తో 77 ఆకాశవాణి కేంద్రాలు 99.13% ప్రజలకు ప్రస్తుతం ప్రజలకు సమాచారాన్ని, విజ్ఞానాన్ని, వినోదాన్ని అందిస్తున్నాయి.

ఈ మధ్య కాలంలో ఎన్నో FM రేడియో ఛానళ్లు, ఇంటర్‌నెట్ రేడియోలు పెరిగిపోయాయి. విస్తృతంగా పెరిగిన అంతర్జాల వినియోగంతో కొందరు ఔత్సాహికులు తమ సాంకేతిక పరిజ్ఞానంతో కొత్త కొత్త రేడియో ఛానెళ్లు మొదలుపెడుతున్నారు. ఇవన్నీ కూడా ఉచితంగానే అందుబాటులో ఉన్నాయి. చాలామంది బస్సులో వెళుతున్నా, కారులో వెళుతున్నా మొబైల్ ద్వారా పాటలు వింటున్నారు. ఈ FM రేడియోలు మన దేశంలోనే అందుబాటులో ఉన్నాయి. అదే విశ్వవ్యాప్తంగా ఉన్న సంగీతప్రియులైన తెలుగువారు ఆన్ లైన్ తెలుగు రేడియోల ద్వారా తెలుగు పాటలు వినే అవకాశాన్ని పొందుతున్నారు. అందుకే రోజురోజుకు రేడియో వినియోగం పెరిగిపోతుందని చెప్పవచ్చు. మొబైల్ ఫోన్ మాత్రమే కాదు. చిన్న చిన్న దుకాణాలు, సూపర్ మార్కెట్లలో కూడా రేడియో ద్వారా మంచి పాటలను వినిపిస్తున్నారు.

ఇంతకీ విషయమేమంటే ఈ రోజున అంతర్జాలంలో విస్తరించిన ఆన్ లైన్ తెలుగు రేడియోలు, ఎఫ్.ఎం.ఛానళ్ళు పాత, కొత్త పాటలను ఇరవై నాలుగుగంటలూ అందిస్తూ నెటిజన్లని (శ్రోతల్ని) సంగీతామృతంలో ముంచి తేలుస్తున్నాయి. అటువంటి వాటిలో ప్రధానమైన అంతర్జాల తెలుగు రేడియో ప్రసార గూళ్లను పరిచయ పరచడమే ప్రస్తుత ఉద్దేశం.

1. టోరి (Tori) తెలుగు వారి ఆత్మీయ వారధి - http://www.teluguoneradio.com/: ఆన్'లైన్లో తెలుగు రేడియో విందామనుకునే వాళ్ళకు అద్భుతమైన సైట్ 'టోరి'. ఇది పూర్తిగా ఉచితం. అంతే కాదు దీనిలో వాణిజ్య ప్రకటనలు కూడా చాలా తక్కువ. మనకి ఓపిక ఉండాలే గానీ ఇరవై నాలుగు గంటలపాటూ పాటలు వినవచ్చు. దీనిలో పది తెలుగు ఛానల్స్ ఉన్నాయి. ఘంటసాల పాటలు, రహమాన్ పాటలు, సరికొత్త పాటలు, ఆల్ టైం హిట్స్, టోరి లైవ్ అనే అయిదు వైవిధ్యమైన ఛానెల్స్'తో పాటు US Pacific, US Eastern, UK, IST, Australia అనే మరో అయిదు ఛానెల్స్ కూడా ఉన్నాయి. ఈ చివరి ఛానెల్స్'లో ఆయా దేశాల సమయాలను అనుసరించి పాటలు, కార్యక్రమాలు ప్రసారమవుతాయి.

ఇంకా ఇరవై నాలుగు గంటలు లైవ్ షోలతో అందరికీ నచ్చిన, అందరూ మెచ్చిన పాటలతో, ప్రముఖుల ఇంటర్వ్యూలతో అలరిస్తున్నది. ఆల్ టైం హిట్స్'లో ఎన్నో మంచి మంచి పాటలు వినొచ్చు. ఒక వేళ మనకు ఆ వచ్చే పాట నచ్చకపోతే ఎటు తిరిగీ వేరే ఛానల్స్ సిద్ధంగానే ఉన్నాయి. తప్పకుండా ఎప్పుడు "టోరీ"ని విన్నా ఏదో ఒక ఛానల్'లో నచ్చే పాట తప్పక వస్తుంది. ఇన్ని సదుపాయాలు, కార్యక్రమాలను తెలుగు వారందరి కోసం అందిస్తున్న ఒక సంపూర్ణవేదిక అయిన 'తెలుగువన్' పుష్కర కాలంగా తన సేవలను అందిస్తుంది.

ఈ టోరీ రేడియోని మొబైల్ లో కూడా వినవచ్చు. అయితే బ్లాక్'బెర్రీ లేదా ఐఫోన్ లేదా నోకియా E series ఫోన్ ఉండి ఉండాలి. గ్లోబల్ రేడియో అప్లికేషన్ "టోరి" (TORI) Android లో కూడా ఉంది. Free installation app. ఈ అప్లికేషన్'తో పాత తరం, కొత్తతరం తేడా లేకుండా అన్ని తెలుగు పాటలు 24 గంటలు ప్రసారం చేసే గ్లోబల్ రేడియో అయిన టోరీని ఇన్ స్టాల్ చేసుకోవచ్చు. అంతే కాదు ఏ దేశం నుంచైనా వినొచ్చు ఈ అప్లికేషన్ ఉంటే. Android Smart phone apps లో marketplace కు వెళ్లి search లో "tori" అని టైప్ చేస్తే దొరుకుతుంది.

2. 'తెలుగు వాణి' (యూరప్'లోని తెలుగు వారి గుండె గొంతుక)- http://www.teluguvani.com: యూరప్'లోని తెలుగు వారందరినీ కలపడానికి, ఒకరి భావనలను మరొకరితో పంచుకోవ డానికి అవకాశం కల్పించే ఒక వేదికే ఈ 'తెలుగువాణి'. ఈ తెలుగువాణి అందించే రేడియో కార్యక్రమాలను TuneInRadioApp ని దిగుమతి చేసుకోవడం ద్వారా ఐఫోన్, ఆండ్రాయిడ్, బ్లాక్ బెర్రీ మరియు స్మార్ట్ ఫోన్లలోనూ విని ఆనందించవచ్చు. ఈ రేడియోలో కేవలం సినిమా పాటలే కాకుండా తెలుగు సంస్కృతి, మరుగునపడుతున్న మన కళలు, జానపద గేయాలు, శాస్త్రీయ సంగీతం, మిమిక్రీ మొదలైన రంగాలను అభివృద్ధి పథంలోకి తీసుకెళ్లే దిశగా కార్యక్రమాలు రూపొందించబడ్డాయి.

3. ఆపాతమధురాలు మీకోసం - http://radio.maganti.org (Listen to the amazing telugu film personalities life, works on this Site) కొన్ని సంవత్సరాల క్రితం రేడియో మనకు దైనందిన కార్యక్రమంలో ఒక భాగం. పొద్దున్నే భక్తి రంజనితో నిద్ర లేచిన రోజులవి. రేడియోలో నాటికలు వచ్చే సమయం గుర్తు పెట్టుకొని ఎక్కడున్నా సరే ఇంటికి పరుగుపరుగున వచ్చి, రేడియో ముందు కూచుని, ఆ నాటికను ఆసాంతం విని ఎంతగానో ఆనందించిన రోజులు ఎంతో గొప్పవి. అవి ఎంతో హాయిగా బతికిన రోజులు.

అలనాడు మనం విని ఆనందించిన రేడియా కార్యక్రమాలను మళ్ళీ మనం వినగలిగితే అంత కంటేనా! అవును కొంతమంది ఔత్సాహికులు పాత కార్యక్రమాలను పోగు చేసి, మనకు అందిస్తున్నారు. ఎప్పుడెప్పుడో రేడియోలో వస్తున్నప్పుడు రికార్డు చేసుకొని, ఇన్నాళ్లూ జాగ్రత్తగా దాచి. నా చిన్ని బొజ్జకు శ్రీరామ రక్ష అనుకుంటూ తామొక్కళ్లే విని ఆనందించటం కాకుండా, తమతో బాటుగా అనేక

మంది తమలాంటి అభిమానులు వినటానికి వీలుగా మాగంటి వంశీ గారి వెబ్'సైటులోని రేడియోలో ఉంచారు.

3.1. మాగంటి ఆన్ లైన్ తెలుగు రేడియోలో ఉన్న విశేషాలలో కొన్ని: అమూల్యమైన తెలుగు సాహితీ, సంప్రదాయ, సాంస్కృతిక సంపదను కాపాడుకుని రాబోయే తరాలకు అందించటానికి మాగంటి సైట్ వాళ్ళు చేస్తున్న కృషిలో భాగంగా ఆకాశవాణి నాటికలు - వివిధ కేంద్రాల నుండి ప్రసారమైన కొన్ని అపురూపమైన నాటికలు, రూపకాలు మొదలైన కార్యక్రమాలను ఇక్కడ ఉంచుతున్నారు. ప్రతివారం ఒక చిత్రరాజానికో, ఒక రంగస్థల నటుడికో, ఒక జానపద కళాకారుడికో, ఒక రచయితకో, ఒక సంగీత కారుడికో, ఒక మేకప్ మాన్'కో, ఒక ఆర్టు డైరెక్టరుకో, అద్భుతమైన ప్రతిభ కలిగి ఉండి కూడా, కళాపోషకులు లేక మట్టిలో మాణిక్యాలుగా మిగిలి పోయిన ఎందరో మహానుభావులకు ఈ 'మాగంటి రేడియో' నీరాజనాలు అర్పిస్తున్నది.

3.1.1. ఆకాశవాణి కళాకారులు: ఈ విభాగంలో ఆ రోజుల్లో ఆకాశవాణిలో పనిచేసి మనకు వారి గళం ద్వారా పరిచయం ఉన్న అనేక మంది కళాకారులను చూడవచ్చు.

3.1.2. ఆకాశవాణి నాటికలు: ఈ విభాగంలో అలనాటి శ్రోతలను ఎంతగానో అలరించిన నాటికలను ఎంచక్కా వినవచ్చు.

3.1.3. లలితా సంగీతం: ఇక్కడ దశాబ్దాల క్రితం రేడియోలో వినపడిన లలిత గీతాలను వినవచ్చు. ఇలా వ్రాసుకుంటూ పోతే ఈ అద్భుతమైన వెబ్ సైట్ లో అనేకమైనవి ఉన్నాయి.

మాగంటి రేడియో ప్రసారం చేస్తున్న కార్యక్రమాల్లో ఎక్కువభాగం శ్రీ కారంచేడు గోపాలం గారి కలెక్షన్ లోనివే. ఇక్కడే మరొక వ్యక్తి గురించి కూడా ఇక్కడ మనం

చెప్పుకొని తీరాలి. వారు "రంజని" గారు. వీరు రేడియో నుంచి ఓపికగా రికార్డు చేసుకున్న చక్కటి ఇంటర్వ్యూలను అందజేశారు.

అదే విధంగా అలనాటి రేడియో కార్యక్రమాల గురించి వ్రాస్తున్నవారు, తమ దగ్గర అలనాటి రికార్డింగులు ఉన్న వారు అనేక మంది ఉండే ఉంటారు. అందరి దగ్గర ఉన్న అలనాటి ఆణిముత్యాలను అందరికీ అందుబాటులోకి తీసుకురాగలిగితే, సాంకేతిక విజ్ఞానం మనకు అందించిన చక్కటి కళా రూపం రేడియో కార్యక్రమం, రాబోయే తరాలకు అందించగలుగుతాం. ఎవరి వద్దైనా అలనాటి రేడియో కార్యక్రమాలు ఉంటే ఈ సైట్ నిర్వాహకులకు దయచేసి తెలియజేయండి.

4.రేడియో జోష్ (తొలి తెలుగు గ్లోబల్ ఆన్‌లైన్ రేడియో) - www.radiojosh.com: వినండి వినండి ఉల్లాసంగా... ఉత్సాహంగా... విను... వినిపించు... లైఫ్ అందించు... ఇది చాలా హాట్ గురూ... ఈ ట్యాగ్‌లైన్లు చూడగానే ఠక్కున గుర్తొచ్చేవి ఎఫ్.ఎం. రేడియోలే...! ఇప్పుడు అదే వరుసలో మస్త్ మజా.. మస్త్ మ్యూజిక్ అనే సరికొత్త నినాదం చేరింది... తెలుగు యూత్‌ని ఆకట్టుకుంటూ ప్రపంచ వ్యాప్తంగా సందడి చేస్తోంది. ఇదేం ఎఫ్.ఎం. రేడియో కాదు.. తొలి తెలుగు గ్లోబల్ ఆన్‌లైన్ రేడియో... పేరు రేడియో జోష్.

బిగ్ ఎఫ్.ఎం., రేడియో మిర్చీ.. పేర్లేవైనా వాటి పరిధి కొన్ని నగరాలు, కొన్ని పట్టణాల వరకే పరిమితం. అయితే 'రేడియో జోష్' మాత్రం వీటికి పూర్తిగా భిన్నం. ఎందుకంటే దీనికి ఇంటర్నెట్ సౌకర్యం ఉంటే చాలు. ప్రపంచంలో తెలుగువాడు ఏ మూలనున్నా వాళ్ల హృదయాల్ని తట్టిలేపుతుంది. కోరిన పాటల్ని క్షణాల్లో వినిపిస్తుంది. ఆర్జేల సరదా సరదా ముచ్చట్లు.. ఆడియో.. వీడియో కాలింగ్‌లు.. చాట్ బాక్స్ మొదలైనవి అదనపు హంగులు.

4.1. 'రేడియో జోష్' ప్రత్యేకతలు: ఆన్‌లైన్ రేడియో అనేది ప్రపంచవ్యాప్తంగా నేడు ఊపందుకుంటున్న ఒక కొత్త ట్రెండ్. అయితే తెలుగులో మాత్రం 'రేడియో జోష్'తోనే ఈ ధోరణి మొదలైంది. 'రేడియో జోష్'కి హైదరాబాద్‌తో పాటు ఇంగ్లండ్, అమెరికా, ఆస్ట్రేలియాల్లోనూ కార్యాలయాలున్నాయి. ఈ వెబ్‌సైట్‌ని ఇప్పటికి దాదాపు నూట యాభై దేశాల్లోని జనం వీక్షించారు. ఈ సైట్‌లో ఒక్కసారి లాగిన్ అయితే చాలు ఏ దేశంలో ఉన్నా ఉచితంగా ఆడియో, వీడియో కాల్‌తో ఆర్జేలతో మాట్లాడొచ్చు. దీంతోపాటు నేరుగా ల్యాండ్‌లైన్‌కే ఫోన్ చేసి నచ్చిన పాట అడగొచ్చు. ఐఫోన్, అండ్రాయిడ్ ఆప్స్‌తో రేడియో వింటూ చాటింగ్ చేసుకునే అవకాశముంది. దీనికోసం ప్రత్యేకంగా 'షౌట్ బాక్స్' అనే ఆప్షన్ ఉంటుంది. ఇరవై నాలుగు గంటల రేడియో జోష్ కార్యక్రమాలు తెలుగుతోపాటు హిందీ, ఇంగ్లిష్ భాషల్లోనూ కొనసాగుతున్నాయి. ఈ ఆన్‌లైన్ రేడియో మొదలైన ఆరు నెలల్లోనే వెబ్‌సైట్‌ని నాలుగు లక్షలమంది క్లిక్‌మనిపించారు. ఇందులో ఎక్కువమంది కాలేజీ విద్యార్థులు, సాఫ్ట్ వేర్ ఉద్యోగులు, గృహిణులే.

ఇంకా ప్రవాసాంధ్రులను కలిపే ఒక సరికొత్త వేదికగా ఈ "రేడియో జోష్" అమెరికా, ఇంగ్లండ్, దుబాయ్, ఆస్ట్రేలియాల్లోని తెలుగు సంఘాలు ఏ కార్యక్రమం తలపెట్టినా వర్మ రేడియో జోష్ ప్రచార వేదికగా ఉపయోగపడుతోంది.

ఇకపోతే రేడియో జోష్ వ్యవస్థాపకుడైన అగ్నిపుత్రవర్మ ఉరఫ్ ఉద్ధవోలు సాయికుమార్ తన ఎంబీఏ పూర్తవగానే కొన్నాళ్లు విశాఖపట్నంలో పని చేశాడు. ఆపై దుబాయ్‌లో మంచి ఉద్యోగం దొరికింది. జీతం నెలకి లక్షన్నర పైనే. కానీ ఈ అంతర్జాల రేడియో కోసం ఉద్యోగాన్ని సైతం వదులుకున్నాడు.

5.మన తెలుగు రేడియో (ప్రతిక్షణం మీతో..) - http://www.manateluguradio.com: సుస్పష్టమైన తెలుగు భాషను మీకందించే రేడియో వ్యాఖ్యాతలు, మీ అభిరుచికనుగుణంగా ఎంపిక చేసిన పసందైన

పాటలు, అన్నీ వయసుల వారు పాల్గొనే ఆకర్షణీయమైన కార్యక్రమాలు, రంగురంగుల సినీ ప్రపంచాన్ని 'హరి విల్లు'లా మీముందు ఆవిష్కరించే సినిమా కబుర్లు, వినోదం, విజ్ఞానం, ఉల్లాసం, ఉత్సాహం సముపాళ్ళలో రంగరించి మీ ముందుంచే కార్యక్రమాలు, మీ మెదడుకి పదునుపెడుతూ మీలో నూతనోత్సాహాన్ని నింపే 'ఫజిల్స్', ఇంకా మిమ్మల్ని సంభ్రమాశ్చర్యాల్లో ముంచెత్తే అద్భుత బహుమతులు, మీ అలసిన మనసులకు సేద తీర్చి స్వాంతన చేకూర్చే మాటలు, మృదుమధురమైన పాటలు, ఒకవైపు తెలుగు సంస్కృతిని పరిరక్షించుకుంటూ మరోవైపు యువతరం అభిరుచులకు అనుగుణంగా రూపొందించే నవ్యమైన కార్యక్రమాలు మీ కోసం ఇక్కడ అందుబాటులో ఉన్నాయి.

సాంప్రదాయికత - ఆధునికత జతచేర్చి, భావుకత-సెలయేటి గలగల కలబోసి మనోల్లాసం ఆనందం మీకందించడమే 'మన తెలుగు రేడియో' ప్రత్యేకత. ఎప్పటికప్పుడు సృజనాత్మకమైన అంశాలతో సముజ్వల సంస్కృతీ సంప్రదాయాల వారసత్వంతో పాటు తేనెలొలికే తెలుగు భాషను భావితరాలకు పదిలంగా అందించాలనే ఆశయంతో 'మన తెలుగు రేడియో' అవిరామంగా కృషి చేస్తున్నది.

6. వాయిస్‌వైబ్స్ (Feel Home) - http://www.voicevibes.net: హైదరాబాదులో మాత్రమే విన గలిగే తెలుగు ఎఫ్ ఎం చానెళ్లు రేడియో మిర్చి 98.3 FM, రేడియోసిటీ 91.1 FM, రెడ్ 93.5 FM, రెయిన్‌బో 101.9 FM, AIR Urdu, AIR ఆకాశవాణి తెలుగు, వివిధభారతి మొదలైనవి ప్రపంచ వ్యాప్తంగా ఎక్కడనుంచైనా ఈ సైట్ నుండి వినొచ్చు. సభ్యత్వంగానీ మరేవిధమైన నిబంధనలు గానీ లేకుండా పూర్తి ఉచితంగా ఈ సైట్ నుండి తెలుగు పాటలను వినొచ్చు. ఇంకా పై రేడియో ఛానళ్ళను మొబైళ్లలో, పర్సనల్ కంప్యూటర్లలో, ఐపాడ్, టాబ్లెట్లలో కూడా వినాలనుకుంటే కొన్ని అప్లికేషన్లను దిగుమతి చేసుకొని తెలుగు సంగీతామృతాన్ని ఆస్వాదించవచ్చు.

7. తెలుగు కోకిల - http://www.telugukokilaradio.com: తెలుగు, హిందీ, తమిళ భాషలలో రేడియో కార్యక్రమాల కోసం ఈ సైట్'ని సందర్శించవచ్చు. ఈ రేడియో అనవసరమైన ప్రకటనలు ఉండని నాణ్యమైన సంగీతాన్ని మాత్రమే అందిస్తున్నది.

8. మనసుతో - http://www.manasutho.com: ఈ మధ్యే మొదలైన మరో రేడియో సైట్ ఇది. ఇది నిరంతరాయంగా పాటలను వినిపిస్తూనే ఉంటుంది. ఈ సైట్‌ను కూడా చాలా అందంగా డిజైన్ చేశారు. దీనిలో యుగళగీతాలు, సోలోగీతాలు, ప్రేమగీతాలు వంటి విభాగాలు కూడా పొందుపరిచారు.

9. రేడియో ఖుషీ - http://www.radiokhushi.com: నెటిజన్లలో బాగా ప్రాచుర్యం పొందిన రేడియో సైట్ ఇది. ఇందులో తెలుగు, హిందీ భాషలలో రేడియోలు ఉన్నాయి. తెలుగు విభాగంలో మీరు కోరిన పాటలు, హిట్ పాటలు, భక్తి సంగీతం, అభినందనలు మొదలైన వాటిని ఈ ఆన్ లైన్ రేడియో ద్వారా పొందవచ్చు. India, Australia, UK, USA-EST, USA-Dallas, USA-Phoenix, USA-PST ప్రదేశాలలో తన కార్యక్రమాలను అందిస్తున్నది.

10.'రేడియో తరంగ' - http://telugu.tharangamedia.com: హైదరాబాద్ నుంచి నడుస్తున్న ఇంటర్ నెట్ రేడియో ఇది. గుడ్ మార్నింగ్ ఇండియా, గీతాంజలి, 3 సినిమాలు 6 పాటలు, స్వేచ్ఛావాదం, బాతాఖాని, ఫోకస్, మస్త్ జబ్బర్దస్త్, హమేషా తమాషా, సాహితీవనం అనే కార్యక్రమాలతోనూ పంచాంగం, మరియు నిరంతర వార్తాప్రసారాలతో శ్రోతలను ఎంతగానో అలరిస్తున్నది. ఐ-ఫోన్, అండ్రాయిడ్, బ్లాక్ బెర్రీ వంటి స్మార్ట్ ఫోన్లలో కూడా రేడియో తరంగ అందించే కార్యక్రమాలను వినవచ్చు. దానికి కావలసిన అప్లికేషన్స్ దిగుమతి చేసుకుంటే సరిపోతుంది.

11. రేడియో 9 (UAE's First Telugu Online Radio)- http://radio9.fm/frmLive.aspx: ఈ 'Radio9' అనేది లాభాపేక్షలేని

అంతర్జాల రేడియో గూడు. ప్రపంచవ్యాప్తంగా విస్తరించి ఉన్న తెలుగు వారికి అందునా ముఖ్యంగా UAEలో ఉన్న ప్రవాసాంధ్రులకు తెలుగు భాషా సంస్కృతీ సంప్రదాయాలను ప్రచారం చేయడానికి ఈ రేడియో ఎంతగానో ఉపయోగపడుతున్నది.

12. స్క్రీమర్ (వేలకొద్దీ ఆన్ లైన్ రేడియో స్టేషన్లు వినడానికి) - http://www.4shared.com/file/11171 7874/52ce9dae/screamer043.html: మీ పీసీలో నుండే వేలకొద్దీ ఆన్ లైన్ రేడియో స్టేషన్లలో పాటలు వినాలని ఉందా? అయితే ఈ చిన్ని సాఫ్ట్'వేర్ screamer తో మీ కంప్యూటర్‌ను ఓ వినోద ప్రపంచంగా మార్చుకోండి మరి. కంప్యూటర్‌లో పనిచేసుకుంటూనే అనేక రేడియో స్టేషన్లలో పాటలు, న్యూస్ వినొచ్చు. అంతేకాదు నచ్చిన వాటిని రికార్డ్ చేసుకునే సదుపాయం కూడా ఉంది. చేయవలసిందల్లా http://www.4shared.com/file/11171 7874/52ce9dae/screamer043.html నుండి డౌన్ లోడ్ చేసుకొని, ఇన్ స్టాల్ చేసుకోవడమే. దాని షార్ట్'కట్ ఐకాన్‌పై క్లిక్ చేసుకుంటే చాలు. చిన్న ప్లేయర్ వస్తుంది. దీనిలో అనేక ఆప్షన్లు లభ్యమవుతున్నాయి.

13 అన్నమాచార్య అంతర్వాణి (తెలుగు సంకీర్తన నిధి): http://www.samkeertana.info: అన్నమాచార్యుల సంకీర్తనలకు వ్యాప్తిని కలిగించడానికి ఈ సైట్ బాగా కృషి చేస్తున్నది.

14. South Mania Telugu Radio - http://www.shoutcast.com: Telugu One - Telugu One Radio - All time hits. Listen Online Telugu Radio 24/7 live radio. Hyderabad.

15. Free internet radio stations worldwide - http://www.moviebuffer.com/ 2009/11/big-927-fm-telugufm-live.html: మొజిల్లా లేదా గూగుల్ క్రోమ్ బ్రౌజర్లలో ఈ సైట్ నాణ్యంగా పనిచేస్తుంది.

16. ఆన్ లైన్ తెలుగు క్రిస్టియన్ రేడియోలు:

16.1. (Adventist World Radio) AWR Telugu Christian Radio online - http://as-sw.awr.org/in/tel: ఈ రేడియో ప్రపంచంలోని వేర్వేరు భాషా మాట్లాే వారి భాషల్లోనే క్రీస్తు సువార్తలను ప్రసారం చేస్తున్నది. దీని కార్యక్రమాలు దాదాపు 70 భాషలలో ప్రసారమవు తున్నాయి.

16.2. FIRE (Faith Internet Radio Evangelism) - http://radioagni.com/about-us/: ఇది మొదటి ఆన్ లైన్ తెలుగు క్రిస్టియన్ రేడియో.

16.3. గెలుపు రేడియో - http://www.gelupuradio.com: క్రైస్తవ గీతాలను ఈ రేడియో ద్వారా మీ స్మార్ట్'ఫోన్లు/Android ఫోన్లు/ఐఫోన్లలో కూడా కొన్ని ఉచిత అప్లికేషన్లను దిగుమతి చేసుకోవడం ద్వారా వినవచ్చు.

16.4. రేడియో సువార్త -http://www.radiosuvartha.net: మొదటి తెలుగు CHRISTIAN భక్తి 24X7 ఇంటర్నెట్ రేడియో ఇది. దీనిలో తెలుగు మరియు ఇంగ్లీషు భాషలలో ఆడియో బైబిల్, క్రిస్టియన్ TV , సాక్ష్యాలను, సందేశాలను పొందవచ్చు.

ఈ విధంగా పైన తెలిపిన ఆన్ లైన్ రేడియోల ద్వారా ప్రపంచంలో ఏ దేశంలో ఉన్నా తెలుగు పాటలు వినే అవకాశం ఉంది. ఒక్క తెలుగుకే పరిమితం కాకుండా ఏ భాషలోనైనా వారివారి అభిరుచులకనుగుణంగా మనసును ఉల్లాసపరిచే సంగీతం అందుబాటులో వుంది. వాటితో పాటుగా చిమట మ్యూజిక్ (http://www.chimatamusic.net), రాగా (http://www.raaga.com/), రాగలహరి

(http://www.raagalahari.com), గానా (http://gaana.com), మ్యూజిక్ మజా (http://musicmazaa.com), రమణీయ (http://www.ramaneeya.com), మ్యూజిక్ ఇండియా ఆన్‌లైన్ (http://mio.to/genre/27-telugu/#/genre/27-telugu), పాటపాటల పర్ణశాల (http://www.allbestsongs.com), ఆంధ్రాఫోక్స్ (http://andhrafolks.net) వంటి సైట్లలో కూడా తెలుగుపాటలు అనంతంగా లభ్యమవుతున్నాయి.

అయితే ప్రపంచవ్యాప్తంగా ఊపందుకుంటున్న ఈ ఆన్‌లైన్ రేడియో ప్రారంభించడానికి పెద్దగా పెట్టుబడి, ప్రభుత్వ అనుమతులేం అక్కర్లేదు. కేవలం వెబ్‌సైట్ కోసం డొమైన్ కొనుగోలు మాత్రం చేయవలసి ఉంటుంది. ఎక్కువ పాటల డేటాబేస్ సేకరించాలి, వాక్చాతుర్యం, వర్తమాన విషయాలపై పట్టున్న ఆర్జేల ఎంపిక చేసుకోవాలి, మార్కెటింగ్ వ్యూహాలు తెలిసుండాలి, శ్రోతల నాడి పట్టుకునే ప్రోగ్రామ్స్'ని రూపకల్పన చేయాలి, పబ్లిక్ రిలేషన్స్ మెయింటెయిన్ చేయగలిగే నేర్పు కలిగి ఉండాలి, ఇంటర్నెట్ సదుపాయమున్న కంప్యూటర్, ఓ టేబుల్‌తో ఆఫీసు సిద్ధం చేసుకుంటే సరిపోతుంది. కాబట్టే నేడు ఈ అంతర్జాల రేడియోల నయా ట్రెండ్ వేగవంతంగా విస్తరిస్తున్నది.

ఉపయుక్త గ్రంథ సూచి:

- అంతర్జాలం వాహికగా జరుగుతున్న తెలుగు భాషాభివృద్ధి – పరిశీలన, డా. పి.వి.లక్ష్మణ రావు, పిహెచ్.డి సిద్ధాంత వ్యాసం, ఆచార్య నాగార్జున విశ్వవిద్యాలయం.
- తెలుగు వెన్నెల మండలి బుద్ధప్రసాద్ (సంపా) తదితరులు, కృష్ణాజిల్లా రచయితల సంఘం, 2011
- తెలుగు వ్యాసమండలి, మండలి బుద్ధప్రసాద్ జన్మదిన బహూకృతి, కృష్ణాజిల్లా రచయితల సంఘం, 2011.

5

విద్యార్థి కేంద్రీకృత భాషా-సాహిత్య పాఠ్యాంశాల బోధనలో సాంకేతికత

డా.టి. జాన్ కిరణ్ బాబు

అకాడెమిక్ ఆఫీసర్

కళాశాల విద్య కమీషనరు వారి కార్యాలయం

మంగళగిరి, గుంటూరు జిల్లా, ఆంధ్ర ప్రదేశ్, చరవాణి :

9440382149

ఉపోద్ఘాతం

2020 నూతన విద్యావిధానాల కనుగుణంగా ప్రాథమికస్థాయి నుండి ఉన్నతస్థాయి వరకు విద్యా వ్యవస్థ కీలకమైన మార్పులను సంతరించుకున్న నేపథ్యంలో, ప్రపంచస్థాయి ప్రమాణాలకనుగుణంగా ఉన్నతశ్రేణి ర్యాంకింగ్ సంస్థల మార్గదర్శకాల మేరకు విద్యాసంస్థలు బోధనా విధానంలో పెనుమార్పులను ప్రవేశపెట్టాయి. విద్యార్థులను ఆకర్షించడానికి, పిల్లల భవిష్యత్తుపట్ల తల్లిదండ్రులకు భరోసా కలిగించడానికి విద్యాసంస్థలు సైతం జాతీయ అంతర్జాతీయ ర్యాంకింగ్స్ మరియు అక్రెడిటేషన్ ల సాధనలో భాగంగా నవీకరణను ఆకళింపు చేసుకోడానికి

విశేషంగా కృషిచేస్తున్నాయి. ఇటువంటి కాలానుగుణమైన మార్పులకనుగుణంగా అధునాతన విధివిధానాలను ఆహ్వానిస్తూ తెలుగు భాషా సాహిత్య బోధనా విధానాలలో నవీకరణను సంతరించుకోవలసిన ఆవశ్యకత ఎంతైనా ఉంది. పాఠ్యబోధనలో (ICT) సమాచార సాంకేతిక పరికరాల వినియోగం తప్పని సరి అవుతున్న (NAAC & NIRF వంటి ర్యాంకింగ్ సంస్థలు తప్పనిసరి చేసిన) నేపథ్యంలో భాషా సాహిత్యాలను బోధించే అధ్యాపకులు సైతం సంబంధిత సాంకేతిక పరిజ్ఞానాన్ని అందిపుచ్చుకోవలసిన తరుణమిది.

అధునాతన పరిజ్ఞాన్ని ఏనాటికానాటికే అందిపుచ్చుకునే నేటితరపు విద్యార్థులను ప్రయోజకులనుగా తీర్చిదిద్దవలసిన గురుతర బాధ్యత కలిగిన వృత్తిలో ఉన్న ఉపాధ్యాయులముగా లక్ష్యసాధనలో కాలంతో పోటీపడక తప్పదు. పైగా తెలుగు మేష్టారు, తెలుగు మేడం అనగానే అవుట్ డేటెడ్/ పాతకాలం మనుషులు అనే భ్రమలో అనుసారంగా వస్తున్న అపవాదును తొలగించుకోవడానికైనా సరే సాంకేతికీకరణను సాధించవలసిన అత్యవసరకాలమిది. కళాశాల విద్యాశాఖ ప్రధానకార్యాలయం నందు విధులనిర్వహణలో భాగంగా NAAC అక్రెడిటేషన్ కు సన్నద్ధం చేస్తూ పలు కళాశాలలను సందర్శించినపుడు భాషాసాహిత్యాలను బోధించే ఉపాధ్యాయులు సంతరించుకోవలసిన సాంకేతికత విషయమైన కొన్ని భావనలు, సలహాలు సూచించడం ఈ పత్రం యొక్క ముఖ్య ఉద్దేశ్యం.

వార్షిక - సెమిష్టరు పాఠ్య ప్రణాళిక/ బోధనా ప్రణాళిక / దినచర్య రచనలో సాంకేతికత:

విద్యాసంవత్సరం మొదలు అయ్యేనాటికి కేటాయించబడిన తరగతులు, లభ్యమయ్యే పనిదినాలు, నిర్ణీత పాఠ్యాంశాల కనుగుణంగా సెమిస్టరు వారీగా పాఠ్యాంశాల ప్రణాళికను సిద్ధం చేసుకుంటాం. ఆపై ఒక్కొక్క పాఠానికి

సంబంధించిన బోధనా ప్రణాళికను కూడా తయారు చేసుకుంటాం. ఈ బోధనా ప్రణాళిక (Teaching Notes) NAAC అక్రెడిటేషన్ ప్రక్రియలో కీలకపాత్ర వహిస్తుంది. గతంలో పాఠ్య బోధన అధ్యాపక కేంద్రీకృతంగా సాగేది. అయితే విద్యార్థుల్లో అభ్యసన సామార్థ్యాల కనుగుణంగా, ఒట్టి ఉపన్యాస పద్ధతిలో (Lecture Method) కాకుండా సాంకేతిక మాధ్యమాలను (ICT) ఉపయోగిస్తూ విద్యార్థి కేంద్రీకృత బోధన (Student Centric Teaching) జరగాలని నేటి అంతర్జాతీయ సంస్థలు నొక్కి వక్కాణిస్తున్నాయి. ఇటువంటి విద్యార్థి కేంద్రీకృత పాఠ్య ప్రణాళికను తయారుచేయడానికి మనకున్న బోధనానుభవంతో పాటుగా సాంకేతిక సహకారం కూడా తోడైతే పాతకొత్తల మేలుకలయికగా విద్యార్థుల గమనాన్ని ఆకట్టుకునే అధునాతన బోధనా ప్రణాళిక రూపుదిద్దుకుంటుంది.

ఉదాహరణకు శ్రీ శ్రీ మహా ప్రస్థానం పాఠ్యాంశంగా ఉన్నట్లయితే, ఉచితంగా అందుబాటులో ఉండే chat GPT, Gemini, DeepSeek వంటి AI toolsను ఉపయోగించి మంచి బోధనా ప్రణాళికను తయారు చేయమని అడిగినట్లైతే రెండు మూడు రకాల బోధనా ప్రణాళికలను తయారుచేసి ఇస్తుంది. అవసరాన్ని బట్టి చిన్న వీడియో క్లిప్, ppt, ఫోటోలు కూడా అందిస్తుంది. ఇంగ్లీషులో ఉన్నవాటిని తెలుగులోకి కూడా అనువదిస్తుంది. వీటిలో మనకు అవసరం ఉన్నవాటితో పాటు, అవసరంలేని విషయాలు కూడా ఉంటాయి. కాబట్టి వీటిని యథాతథంగా కాకుండా మన అవసరానికి అనుగుణంగా తగు సవరణలు చేసుకుని విద్యార్థి కేంద్రీకృతమైన బోధనా ప్రణాళికను రూపొందించుకోవచ్చు. వాటి నుండి విద్యార్థులకు ఉపయోగపడే మెటీరీయల్, వీడియోలు, ఫోటోలు వాళ్ళకు కూడా అందించవచ్చు. అలాగే బోధన దినచర్యను (Teaching Diary) రాసేటప్పుడు (Teaching Methodology)బోధనా పద్ధతి విషయంలో కూడా ఉపన్యాసకులం కాబట్టి

ఉపన్యాసపద్ధతి (Lecture Method) అని అలవాటుగా రాసున్న కారణంగా తెలియకుండానే పెద్ద పొరపాటు జరిగిపోతోంది.

ఉపన్యాసపద్ధతి అధ్యాపక కేంద్రీకృతమౌతుంది గానీ విద్యార్థి కేంద్రీకృతం కాదు కాబట్టి ఈ విభాగం క్రింద కళాశాలలు పెద్ద మొత్తంలో మార్కులు కోల్పోతున్నాయి. ఈ సందర్భంలో కూడా సాంకేతిక సహకారంతో ప్రక్రియా వైవిధ్యాన్నానుసరించి బోధనా విధానాన్ని మలచుకోవచ్చు. ప్రాచీన కవిత్వాంశాలైతే వ్యాఖ్యాన పద్ధతి, నవల కథానికలైతే విశ్లేషణా పద్ధతి, వ్యాసాలయితే అనుశీలనా పద్ధతి, వ్యాకరణాంశాలైతే ప్రయోగాత్మక పద్ధతి ఈ విధంగా Google & AI tools సహకారంతో మనం అనుసరిస్తున్న ఖచ్చితమైన బోధనా పద్ధతిని ప్రణాళికలో, దినచర్యలో పొందుపరచవచ్చు.

బోధనలో సాంకేతికత

పక్కాగా సిద్ధం చేసుకున్న పాఠ్యప్రణాళికకనుగుణంగా విద్యార్థులను ఆ పాఠ్యాంశాలలో లీనం చేయడానికి, తగు ఉపపత్తులను ప్రత్యక్షంగా చూపించడానికి సాంకేతిక సహకారాన్ని వినియోగించుకోవలసిన ఆవశ్యకత ఎంతైనా ఉన్నది. తద్వారా విద్యార్థులను రంజింపజేయడంతో పాటు ఆ పాఠం తాలూకు జ్ఞాపకాలను చిరస్థాయిగా వారి మదిలో నిలిచిపోయేటట్లు చేయవచ్చు. తరగతిగదిలో ఉపయోగించే బోధనోపకరణాలుగా ఇప్పటికీ నల్లబల్ల, సుద్దముక్కలే మిగిలిపోవడం మన వెనకబాటుతనాన్ని సూచిస్తున్నది. అయితే వీటికి కాలం చెల్లిందని కాదు, తరగతి గదిలో వీటి పాత్ర ఎనలేనిదన్న వాస్తవాన్ని విస్మరించలేం. దైనందిన జీవితంలో ప్రతీ చిన్న అవసరమూ సాంకేతికతతో ముడిపడిపోయి శరవేగంతో దాని వినియోగాన్ని అందిపుచ్చుకుంటున్న నేటి డిజిటల్ యుగంలో తరగతిగదిలో మాత్రం ఇంకా నల్లబల్ల సుద్దముక్కను దాటి వెళ్లననడం సమంజసం కాదుకదా. తెలుగు భాషా సాహిత్యాలను

బోధించే వారు సైతం డిజిటల్, వర్చువల్ తరగతి గదులలో గల సాంకేతిక పరికరాలను ఉపయోగించి మరింత ప్రభావవంతంగా పాఠాలు బోధించవచ్చు.

కవుల చిత్రపటాలు, రచనల ముఖచిత్రాలు, చేతిరాత నకళ్ళు, ఇంటర్వ్యూలు, చూపించడం ద్వారా విద్యార్థులు ఆ పాఠ్యాంశాలతో మమేకమయ్యే వీలు కలుగుతుంది. అలాగే తెలుగు భాషాసాహిత్యాలకు సంబంధించిన అపురూపమైన విశేషాలు, చారిత్రక ఆధారాలకు సంబంధించిన వీడియోలు లెక్కకు మిక్కిలి అందుబాటులో ఉన్నందును, సందర్భోచితంగా వాటిని కూడా విద్యార్థులకు చూపించడం ద్వారా మన భాషా సాహిత్యాలపై సంస్కృతీ సంప్రదాయాలపై, వాటి వెనుక గల అవిరళమైన కృషిపట్ల గౌరవాభిమానాలు పెంపొందుతాయి.

మూల్యాంకనంలో సాంకేతికత

విద్యార్థి అభ్యసన సామర్థ్యాలను మూల్యాంకనం చేసే విషయంలో వైవిధ్యభరితమైన పద్ధతులు పాటిస్తాం. మూసధోరణిలో కేవలం చేతిరాత పత్రాలనే కాకుండా సాంకేతిక పరికరాలు, మాధ్యమాల వినియోగాన్ని ప్రోత్సహించవలసిన ఆవశ్యకత కూడా ఎంతో ఉన్నది. మొబైల్ ఫోన్, కంప్యూటర్ యుగంలో అక్షరాలను రాసే అలవాటు కంటే కీబోర్డ్ మీద టైప్ చేయడానికే అలవాటు పడిపోయిన నేటి తరం విద్యార్థులకు భాష మీద సాధికారికమైన పట్టు ఇవ్వవలసిన బాధ్యత ఎంతో ఉన్నది. నేడు ప్రతీ కళాశాలలో అధికారిక గూగుల్ మెయిల్స్, డ్రైవ్, క్లాస్ రూమ్ వంటి వాడకాన్ని ప్రోత్సాహిస్తున్న నేపథ్యంలో అసైన్మెంట్, ప్రాజెక్ట్, సెమినార్ పేపర్లకు సంబంధించిన కార్యకలాపాలను వీటి మాధ్యమంగా జరిగేటట్లు తగిన కార్యాచరణ రూపొందించుకోవాలి. వీటి వినియోగంలో అంతగా పరిజ్ఞానం లేనట్లైతే తోటి అధ్యాపకుల లేదా కంప్యూటర్ పరిజ్ఞానం గల విద్యార్థుల సహకారాన్ని తీసుకోవచ్చు. ఇదేదో మనకు తెలియని బ్రహ్మవిద్య అనే అపోహలో మాత్రం ఉండిపోకూడదు.

సెమిస్టరు వారీగా రెండు లేదా మూడు (mid exams) మధ్యంతర పరీక్షలు పెట్టవలసి ఉంటుంది కాబట్టి ఒక పరీక్షను పూర్తి (objective type) బాహుళైచ్ఛిక ప్రశ్నా పద్ధతిలో ఆన్లైన్ పరీక్షగా నిర్వహించవచ్చు. తద్వారా సాంకేతిక ఉపకరణాల వినియోగంతో పాటూ మూల్యాంకనం కూడా సులువౌతుంది. సంబంధిత రికార్డు భద్రంగా ఎప్పటికీ అందుబాటులో ఉంటుంది. నేటికాలంలో ఉద్యోగాలకు, ఉన్నత చదువులకు సంబంధించిన పోటీ పరీక్షలన్నీ ఆన్లైన్ మాధ్యమంగానే జరుగుతున్నందున, ఈ విధమైన అభ్యాసం (practice) ద్వారా మొబైల్ ఫోన్ లేదా కంప్యూటర్ తెర (స్క్రీన్) మీద ప్రశ్నను చదివి అర్థం చేసుకుని సమాధానాన్ని గుర్తించే క్రమంలో పాటించవలసిన సమయపాలన ఆవశ్యకతను తెలుసుకునేట్లుగా విద్యార్థుల భవిష్యత్తుకు మరింత మేలు చేకూరుతుంది. NAAC అక్రెడిటేషన్ ప్రక్రియలో అసైన్మెంట్ కాలానికి చెందిన అసైన్మెంట్లు, ప్రాజెక్ట్, సెమినార్ పత్రాలను పేర్చిపెట్టుకుని దీర్ఘకాలం భద్రంగా ఉంచలేం కాబట్టి వీటిని ఆన్లైన్లో సమర్పించడం వల్ల కళాశాల యొక్క అధికారిక డ్రైవ్లోనే భద్రంగా ఉంటాయి కాబట్టి అవసరమైనంత ఇచ్చిపుచ్చుకుంటూ కావలసిన మేరకు వాడుకునే సౌకర్యం ఉంటుంది. అక్రెడిటేషన్, ర్యాంకింగ్, బదిలీల సమయాలలో వీటి నిర్వహణకు సంబంధించి ఎటువంటి సమస్యలు తలెత్తవు.

నైపుణ్య శిక్షణ

తెలుగు భాషా సాహిత్యాలను చదివే విద్యార్థులను సాంకేతిక పరికరాల వినియోగంలో సుశిక్షితులను చేయవలసిన ఆవశ్యకత కూడా ఎంతో ఉన్నది. వీటిలో ప్రాథమికమైనది తెలుగు టైపింగ్. ఉచితంగా అందుబాటులో ఉన్న తెలుగు టైపింగు టూల్స్ అన్నీ విద్యార్థులకు తెలిసి ఉండడం మంచిది. ప్రస్తుతం అందుబాటులో ఉన్న మొబైల్ లో తెలుగు అక్షరాలను టైప్ చేయడంతో పాటు మాట్లాడుతుండగానే టెక్స్ట

తయారయ్యే సౌకర్యం లభ్యమౌతున్నది. ఈ నేపథ్యంలో అక్షర, వ్యాకరణ దోషాలను నివారించే విద్యను నేర్పించడం అత్యంతావశ్యకం. అలాగే అనువాద మాధ్యమాలు ఎన్నో అందుబాటులో ఉన్నప్పటికీ భాషాంతరంలోఅసలు అర్థంతో పొసగని విపరీతార్థాలు, అపార్థాలు, ద్వంద్వార్థాలు, వ్యంగ్యార్థాలు వంటి అనార్థాలెన్నో ప్రత్యక్షమై విద్యార్థులను తికమకపెడుతున్నాయి. కాబట్టి గూగుల్ ట్రాన్స్లేషన్ , AI ట్రాన్స్లేషన్ టూల్స్ ని వాడే క్రమంలో తీసుకోవాల్సిన జాగ్రత్తలపై శ్రద్ధపెట్టాలి. ఈ అనువాద సమస్యలను అధిగమించడానికి అవసరమైన నేర్పరితనాన్ని విద్యార్థులకు అందించవలసిన తరుణమిది.

ఇటీవలికాలంలో ప్రభుత్వంలో ఉన్నతస్థాయి నుండి ఇంగ్లీషులో తయారైన ఉత్తర్వులను గూగుల్ ట్రాన్స్లేషన్, AI ట్రాన్స్లేషన్ టూల్స్ ద్వారా అనువదించడానికి ప్రయత్నించి అభాసుపాలై తెలుగులో కంటే ఇంగ్లీషులో చదువుకుంటేనే మేలు అనే అభిప్రాయం కలిగించే సంఘటనలు ఎదురవ్వడం పరిపాటిగా మారింది. ప్రభుత్వ పోటీ పరీక్షలకు సంబంధించిన ప్రశ్నా పత్రాలలో కూడా ఇదే పొరపాటు జరుగుతున్నది. అక్కడితో ఆగక మూల్యాంకన సమయంలో ఏదైనా ప్రశ్నకు ఇవ్వాల్సిన మార్కుల విషయం వివాదాస్పదమైతే దానిని ఒక అనువాద సమస్యగా పరిగణించి అంతిమంగా ఇంగ్లీషులో ఉన్న ప్రశ్నయే ప్రామాణికంగా తీసుకోబడుతున్నది. భాష విషయమై ఇదేమీ చిన్న సమస్య కాదు. కాబట్టి డిజిటల్ సాధనాల మాధ్యమంగా ఎదురయ్యే అనువాద సమస్యలను అధిగమించడానికి అవసరమైన శిక్షణ విద్యార్థులకు అందించాలి. లేకపోతే భాషకు జాతికి కూడా ఎంతో నష్టం వాటిల్లుతుంది. ప్రాజెక్ట్, ఎసైన్మెంట్, సెమినార్ పేపర్ల వంటి వాటి విషయంలో కూడా ముత్యాల్లాంటి అందమైన చేతిరాతను ప్రోత్సహించడంతో పాటు వీటిలో ఒక్కదాన్నైనా తెలుగు టైపింగ్ తో సమర్పించమని విద్యార్థులను ప్రోత్సహించడం ద్వారా తెలుగు టైపింగ్ మెళకువలు నేర్చుకోగలుగుతారు. అక్షరదోషాలను

సవరించుకునే నేర్పు అలవడుతుంది. సాంకేతిక పరిజ్ఞాన్ని వినియోగించడంలో ఆత్మవిశ్వాసం పెంపొందుతుంది. డిజిటల్ యుగంలో మనగలుగుతారు. స్టేటస్లు, రీల్స్, వీడియో ఎడిటింగ్ లపై అత్యాసక్తి కలిగిఉన్న నేటి విద్యార్థి లోకానికి కంప్యూటర్ విభాగం వారి సహకారంతో ఫోటోషాప్ నందు సర్టిఫికెట్ కోర్సుతో పాటు కార్యశాల ద్వారా శిక్షణ ఇప్పించడం ద్వారా తెలుగులో అందమైన పత్రికలు, ముఖచిత్రాలు, గ్రీటింగ్ కార్డులు, ఆహ్వాన పత్రాలు వంటి వాటిని అద్భుతంగా మలచగలుగుతారు. ఈ నైపుణ్యాలనుపయోగించి కళాశాలలో జరిగే పలుకార్యక్రమాలకు సంబంధించిన ఆహ్వానపత్రాలు, సన్మానపత్రాలు, ధ్రువపత్రాలు, ప్రశంసాపత్రాలు, శుభాకాంక్షలు వంటివాటిని తెలుగులో తయారు చేసే విధంగా ప్రోత్సహించడం ద్వారా విద్యార్థులను సాంకేతిక సాధికారత దిశగా భవితకు సన్నద్ధం చేయగలం. విద్యార్థులు సమర్పించే ప్రాజెక్టులు, సెమినార్లకు అవసరమైన అందమైన ముఖచిత్రాలను వారే స్వయంగా తయారుచేసుకోగలుగుతారు. తోటి విద్యార్థులకు తయారుచేసి ఇవ్వగలుగుతారు. స్టూడెంట్ సెమినార్ ప్రెజెంట్ చేసేటప్పుడు కూడా బోర్డు మీద శీర్షిక, నాలుగు ముఖ్యాంశాలు రాసి మొక్కుబడిగా ఆ తంతును పూర్తిచేసేటట్లుగా ఉంటే విద్యార్థులకు ఉపకరించేదేమీ ఉండదు. గత మూడేళ్లుగా NAAC అక్రెడిటేషన్ ప్రక్రియలో భాగంగా Peer Team బృందం వారు మన కళాశాలలను సందర్శించినప్పుడు, SSR DVV నందు వారు తరచుగా ఎత్తి చూపిన ప్రధాన లోపాలలో ఒకటి మొక్కుబడిగా జరిగిన స్టూడెంట్ సెమినార్ ప్రెజెంటేషన్లు. మన విద్యార్థులు సమర్పించిన సెమినార్ పత్రాలు, ప్రాజెక్ట్ రిపోర్టులు, ప్రెజెంటేషన్ విధానం ప్రామాణికంగా లేవన్నది వారు వ్యక్తం చేసిన అభ్యతరం.

అధ్యాపకులంగా – పరిశోధకులంగా ఒక జాతీయ/అంతర్జాతీయ సదస్సుకు, పీర్ రివ్యూడ్ జర్నల్ కు ఏ ప్రమాణాలతో పరిశోధనా పత్రాన్ని సమర్పిస్తామో ఆ పద్ధతిని డిగ్రీ స్థాయి నుండే అలవడేలా నేర్పించాలన్నది వారు చేసిన

సూచన. ఈ సూచన మేరకు విద్యార్థులు వారి సెమినార్ అంశాన్ని ppt రూపంలో తయారు చేసుకుని పత్ర సారాంశాన్ని సంక్షిప్తంగా తోటి విద్యార్థుల ముందు చెప్పే విధంగా ప్రోత్సహించడం ద్వారా వారిలో అభివ్యక్తి నైపుణ్యాలెన్నిటినో పెంపొందించవచ్చు. సాంకేతికతను వినియోగించడంలో సంకోచించే విద్యార్థులను ఆ నైపుణ్యం గల విద్యార్థులతో జట్టుగా చేయడం వలన కొందరికి నేర్పేగుణం, మరికొందరికి నేర్చుకునే గుణం అలవడి మొత్తానికి ఈ ప్రక్రియ ఉభయతారకంగా భాసించగలదు. మొత్తం పాఠ్యాంశాలలో కనీసం ముప్పై శాతం ఇటువంటి నైపుణ్యాల సాధనకు, శిక్షణకు కేటాయించగలిగితే తెలుగు భాషా సాహిత్యాలు చదివే విద్యార్థులలో ఆత్మవిశ్వాసాన్ని పెంపొందించి సర్వతోముఖాభివృద్ధి దిశగా భవిష్యత్తుకు భరోసా కల్పించినవారమౌతాము. ఇప్పటికే కొందరు ఈ దిశగా విశేషమైన కృషి చేస్తున్న తెలుగు అధ్యాపకులు అభినందనీయులు. తెలుగు భాషా సాహిత్యాల మనుగడ మరియు వాటిని అధ్యయనం చేస్తున్న విద్యార్థుల భవిష్యత్తు దృష్ట్యా సాంకేతికీకరణ సాధనలో భాగమవ్వవలసిన అత్యవసర ఘడియ ఇది.

నైపుణ్యాభివృద్ధి శిక్షణ

పాఠ్యాంశాల బోధనతో పాటు, సహ పాఠ్యాంశాలకు సంబంధించిన కార్యక్రమాలు, సామాజిక కార్యకలాపాలలో సైతం సాంకేతిక వినిమయాన్ని ప్రోత్సహించవచ్చు. కమ్యూనిటీ సర్వీస్ ప్రాజెక్ట్ లో భాగంగా విద్యార్థులు నిర్వహించే సర్వే నిమిత్తం రూపొందించే ప్రశ్నావళిని కూడా తెలుగులో టైప్ చేసి గూగుల్ ఫార్మ్ ద్వారా డిజిటల్ గానూ, అవసరాన్ని బట్టి పత్రంలోనే నింపే పద్ధతిలో మిశ్రిత సర్వేక్షణ విధానాన్ని చేపట్టవచ్చు. ఈ విధానంలో మొబైల్ ఫోన్ నందు డిజిటల్ ఫారం నింపుట ద్వారా ప్రజలను కూడా సాంకేతిక వినిమయంలో భాగస్వామ్యం చేయవచ్చు. ఈ సర్వేక్షణ ఫలితాలు కళాశాలతాలూకు డ్రైవ్ నందు నమోదై ఉంటాయి కాబట్టి

యాక్సెస్ ఉన్న వారు ఎప్పుడైనా, ఎక్కడినుంచయినా వాటిని ఉపయోగించుకోవచ్చు. సర్వేక్షణ ప్రశ్నావళి పత్రాలను కట్టలు కట్టలుగా దాయవలసిన భారం కూడా తగ్గుతుంది. సాంకేతిక సహకారంతో కళాశాల యొక్క మ్యాగజిన్ కు క్రొంగొత్త మెరుగులు అద్దుతూ నిత్య నూతనంగా, ఆకర్షణీయంగా నడపవచ్చు. కొద్దిపాటి కంప్యూటర్ పరిజ్ఞానాన్ని ఉపయోగించి విద్యార్థులు, అధ్యాపకులు, పూర్వ విద్యార్థులు ఎవరైనా ఎక్కడనుంచైనా వివిధ విభాగాలక్రింద వ్యాసాలు, కథలు, కవితలు, అభిప్రాయాలు రాసేవిధంగా ప్రోత్సహించడం ద్వారా వారిలో నిబిడీకృతమైన పలు కళానైపుణ్యాలు మెరుగవ్వడంతోపాటు, అనేకమందిని చేరుకునేందుకు ఇదొక మంచి వేదిక అవుతుంది. తెలుగు శాఖకు చెందిన ఒక బ్లాగ్/Facebook/insta accounts ను ప్రారంభించి వాటిని నిర్వహించే బాధ్యతను ఔత్సాహికులైన విద్యార్థులకు అప్పగించడం ద్వారా వారి మేధస్సుకు, పనితనానికి పదునుపెట్టవచ్చు. ఇటువంటి వాటి ద్వారా కొత్త పాత సాహిత్యాలను పరిచయం చేస్తూ వాటిపై స్వేచ్ఛగా అభిప్రాయాలను వెల్లడించే అవకాశం కల్పించవచ్చు.

కవితలు, కథలు, సమీక్షలు, విమర్శలు రాస్తూ ఉత్తరప్రత్యుత్తరాలను జరిపే అలవాటును పెంపొందించవచ్చు. సుదూర తీరాలకావల ఉండే మహామహులను ప్రతీసారీ విద్యార్థుల ముందుకు తేవడం సాధ్యం కాదు కాబట్టి పలు రంగాలలో నిపుణులైన ఆత్మీయులను ఆన్లైన్ మాధ్యమం ద్వారా విద్యార్థులతో కలుపుతూ మాటామంతీ, ఇష్టాగోష్ఠి, కవితాగానం, విషయ విశ్లేషణ, అతిథి ఉపన్యాసం వంటి వాటిని నిర్వహించవచ్చు. ఇటువంటి కార్యక్రమాలు ఏకపక్షంగా కాకుండా నిర్ణీతకాలంలో సగభాగమైనా విద్యార్థుల భాగస్వామ్యం ఉన్నప్పుడు కార్యక్రమ ఉద్దేశ్యం సాఫల్యమౌతుంది. పాఠ్య పుస్తకంలో ఉన్న పాఠ్యాంశాలకు సంబంధించిన కవులు, కవయిత్రులు, రచయితలు, రచయిత్రులు ప్రస్తుతకాలానికి చెందినవారైతే, ఆ పాఠం చెప్పేటప్పుడు గానీ, పూర్తైన తర్వాత గానీ సదరు రచయితను ఆన్లైన్ వేదిక

ద్వారా విద్యార్థులతో కలిపి ముఖాముఖీ కార్యక్రమం నిర్వహించవచ్చు. ఆసక్తిగల అందరూ ఆ రచయితతో మాట్లాడలేని పక్షంలో చాట్ బాక్స్ లో వారి ప్రశ్నలు, సందేహాలు టైప్ చేస్తే , ఆ రచయితలు స్పందించి సమాధానాలు ఇవ్వవచ్చు. ఇదంతా రికార్డయి ఉంటుంది కాబట్టి అవసరాన్ని బట్టి ఆ సమాచారాన్ని పలువిధాలుగా ఉపయోగించుకోవచ్చు.

ముగింపు:

అయితే వీటన్నిటినీ ఆకళింపు చేసుకోవడానికి ముందు సంకల్పబలం అవసరం. మార్పు అనివార్యమన్న సంగతి ప్రతీ మలుపులో చదువుకున్నవారమే, ఎరిగివున్నవారమే. ఒక తరహా పద్ధతిలో నేర్చుకుని, ఆచరణలో అలవాటు పడిపోయిన వైనంలో కొత్తగా ఒక అడుగు వేయాల్సినప్పుడు లోలోపల కొద్దిపాటి జంకు ఉండడం సహజమే. ప్రయోగశాలలో అనుభవంలేని వారి విషయంలోనైతే ఏ మీట తాకితే ఏం ముప్పు వాటిల్లుతుందోనన్న బెదురు ఎప్పటికప్పుడు వెనక్కిలాగేస్తూ ఉంటుంది. ఇది మన సబ్జెక్ట్ కాదు, మనం అంత సాహసం చేయలేం, టెక్నాలజీ లో వీక్ వంటి భీతితో మన ప్రగతిని మనమే నిరోధించుకునే ప్రమాదం పొంచి ఉన్నది. మన మీదికి ఉప్పెనలా దుమికివస్తున్న ప్రతీ డిజిటల్/ఎలక్ట్రానిక్ పరికరం యొక్క వాడకాన్ని అప్రమేయంగానో, అవసరాన్ని బట్టో పట్టుపట్టి నేర్చుకుంటున్నాం. ఇక భాషాసాహిత్యాల విషయంలో అయితే అది మరింత అనివార్యం. ఎందుకంటే అదే మన జవసత్వం, జీవనం, జీవనయానం. మన జాతి యొక్క మనుగడ. మన పిల్లల పిల్లల తరాల యొక్క భవిష్యత్తు.

ఆధార గ్రంథాలు :

1. 2020 నూతన విద్యా విధానం పాలసీ డాక్యుమెంట్
2. NAAC, Bangalore Affiliated_College_Manual_30-11-2022
3. NAAC, Bangalore Affiliated_College_Benchmarks_5-12-2022
4. NAAC, Bangalore Autonomus_College_SOP_14-12-2022
5. NAAC, Bangalore Autonomous_College_benchmarks_15-12-2022
6. NAAC, BangaloreAutonomos_College_Mannual_final_16122022
7. NAAC, BangaloreRevised_SOP_for_DVV_of_Affiliated_Colleges_Manual_On_15-5-2023_30-5-2023
8. NAAC Peer Team Recommendations of 98 GDCs in Andhra Pradesh.

6

తెలుగు లిప్యంతరీకరణ - ఖతుల కచ్చితత్వం

డా. మెండా దేవానంద్ కుమార్

తెలుగు శాఖాధ్యక్షులు

డా. లకిరెడ్డి హనిమి రెడ్డి ప్రభుత్వ డిగ్రీ కళాశాల,

మైలవరం, ఎన్. టి. ఆర్. జిల్లా, ఆంధ్రప్రదేశ్

ఉపోద్ఘాతం

బుద్ధి వికసిత మానవుడు అనునిత్యం తనకున్న విచక్షణ జ్ఞానంతో పరిసరాలను పరిశీలిస్తూ పరిశోధిస్తూ నూతన విషయాలను కనుగొని జాతిని ముందుకు తీసుకువెళ్లడం జగమెరిగిన సత్యం. తెలుగు సాంకేతికత అంటే శాస్త్రీయ జ్ఞానాన్ని ఆచరణాత్మక లక్ష్యాల సాధనకు ఉపయోగించడం, ముఖ్యంగా తెలుగు భాషలో సాంకేతిక పరిజ్ఞానాన్ని అందిపుచ్చుకొని విజ్ఞాన ఫలితాలను ప్రజలకు చేరువ చెయ్యాలి. తెలుగులో సాంకేతిక పదజాలాన్ని సృష్టించుకోవడంతోపాటు సాంకేతికతను తలుగు భాషాభివృద్ధికి అనుసంధానించడం తప్పనిసరి. ఇనుప ఘంటముతో శాసనాలు రాయడంతో మొదలై, తాటి ఆకులపై సుతిమెత్తగా లిఖించబడింది. కాగితాలపై సిరా చుక్కలో ముంచిన కోడి ఈకలతో రాయడం సులభతరమైంది. ప్రస్తుతం తెలుగు సాంకేతికత కంప్యూటర్ రూపంలో అత్యున్నత స్థానాన్ని అందుకొన్నది. కరెంటు, ఇంటర్నెట్ ఉంటే ఎన్ని పేజీలునైనా సాఫ్ట్ కంటెంట్

గా మార్చివేస్తుంది. తెలుగు టైపింగ్ సంబంధించి అనేక సాఫ్ట్‌వేర్లు అందుబాటులోనికి వచ్చాయి. వీటిని అభ్యాసం చేయడం ద్వారా తెలుగు సాంకేతికతను మరింత ముందుకు తీసుకు వెళ్ళవచ్చు. డిజిటల్ కంటెంట్, సాంకేతిక నిపుణుల విభాగాల ఏర్పాటు వంటి అనేక ఉప అంశాలు మెరుగుపడాల్సి ఉంది. తెలుగు సాంకేతికతలో విస్తృత వినియోగంలో ఉన్న సాఫ్ట్ వేర్ అప్లికేషన్స్ గూర్చి పరిచయం చేయడం నా వ్యాసం ముఖ్య ఉద్దేశం.

కీలక పదాంశాలు:

లిప్యంతీకరణ, ఖతి, సాంకేతికత, విజ్ఞానం, భాషాభివృద్ధి, అనుసంధానం, ఇంటర్నెట్, సాఫ్ట్ వేర్, డిజిటల్ కంటెంట్, గూగుల్ ఇన్ పుట్ టూల్స్

తెలుగు భాషా:

భావ వినిమయ సాధనముగా భాష ప్రముఖ పాత్ర పోషిస్తుంది. ప్రతి ప్రాంతానికి ఒక భాష ఉంది, ప్రతి జాతికి ఒక భాష ఉంది. ఆంధ్ర ప్రాంతంలో నివసించే ప్రజలు మాట్లాడే భాష తెలుగు భాష భారత దేశంలో ఎక్కువగా మాట్లాడే ద్రవిడ భాషల్లో తెలుగు ప్రధానమైనది. ఆంధ్ర ప్రదేశ్, తెలంగాణ రాష్ట్రాల రాజభాష. 'త్రిలింగ' పదము నుంచి 'తెలుగు' పదం వెలువడిందని అంటారు. తేనె వంటిది కనుక 'తెనుగు' అనాలని కొందరు అంటారు. తెన్ అంటే దక్షిణము దక్షిణ దిక్కు నకు చెందిన భాష తెనుగు, అదే తెలుగుగా మారిందని కూడా చెబుతారు. క్రీస్తు పూర్వం 400 నాటి శిథిలాలలో తెలుగు భాష ఉండడాన్ని బట్టి ఈ భాష ప్రాచీనత మనకి తెలుస్తుంది. క్రీ. పూ. మొదటి శతాబ్దంలో శాతవాహన రాజులు సృష్టించిన 'గాథాసప్తశతి' అనే ప్రాకృత పద్య సంకలనంలో తెలుగు పదాలు మొట్టమొదట కనిపించాయి. కాబట్టి తెలుగు భాష మాట్లాడేవారు శాతవాహన వంశపు రాజుల ఆగమనానికి ముందుగా కృష్ణ, గోదావరి నదుల మధ్య భూభాగంలో నివాసం ఉండే

వారిని నిర్ధారించుకోవచ్చు. తెలుగు భాష మూలపురుషులు యానాదులు. పురాతత్త్వ పరిశోధనల ప్రకారము తెలుగు భాష ప్రాచీనత 2,400 సంవత్సరాలనాటిది.

తెలుగు లిపి:

ప్రతి జాతికి ఒక భాష ఉన్నట్లు లిపి ఉండవలసిన అవసరం లేదు కొన్ని భాషలకు లిపి ఉంటుంది కొన్ని భాషలకు లిపి ఉండదు. లిపిలేని భాషలు కాలగర్భంలో కలిసిపోతే లిపి ఉన్న భాషలు నూతన సాంకేతికతను అద్దుకొని శాశ్వతంగా మనుగడ సాగిస్తాయి. తెలుగు లిపి దక్షిణ బ్రాహ్మీలిపి నుండి ఉద్భవించింది. అశోకుని కాలంలో మౌర్య సామ్రాజ్యానికి సామంతులుగా ఉన్న శాతవాహనులు బ్రాహ్మీ లిపిని దక్షిణ భారతదేశానికి తీసుకొని వచ్చారు. అందుచేత అన్ని దక్షిణ భారత భాషలు మూల ద్రావిడ భాష నుండి ఉద్భవించినా వాటి లిపులు మాత్రము బ్రాహ్మీ నుండి పుట్టాయి. దక్షిణ భారతదేశములో బ్రాహ్మీ లిపిలో రాసిన శాసనాలు మొదట భట్టిప్రోలులో దొరికాయి. అక్కడి బౌద్ధ స్తూపములో దొరికిన ధాతుకరండముపై మౌర్య కాలపు బ్రాహ్మీ లిపిని పోలిన లిపిలో అక్షరాలున్నాయి. ఈ లిపిని భాషా పండితులు భట్టిప్రోలు లిపి అంటారు. దక్షిణ భారతదేశ లిపులన్నియూ ఈ లిపి నుండే పరిణామము చెందాయి. తెలుగు లిపి పరిణామం మౌర్యుల కాలము నుండి 16వ శతాబ్దము రాయల యుగము వరకు మార్పులు చేర్పులు జరుగుతూనే ఉన్నాయి.

తెలుగు సాంకేతికత:

ఒక భాష జీవద్భాషగా మనుగడ సాగించాలంటే ఆధాన ప్రధానాలను ఇచ్చిపుచ్చుకోవటంతో పాటు సాంకేతికతను కూడా సంపాదించుకోవాలి. అందుకు సాంకేతిక పదజాలాన్ని అభివృద్ధి చేసుకోవాలి. ప్రభుత్వ పాఠ్యపుస్తకాలలో మరియు ఇతర ప్రమాణిక పుస్తకాలలో తెలుగులో సాంకేతిక పదజాలాన్ని ప్రామాణీకరించి,

ఏకరీతిగా ఉపయోగించడంపై దృష్టి పెట్టాలి. తెలుగులో శాస్త్ర సాంకేతిక పరిజ్ఞానాన్ని అభివృద్ధి చేయడం, తెలుగు భాషకు సాంకేతిక వెలుగును అందించడం ద్వారా దాని పునరుజ్జీవనానికి కృషి చెయ్యాలి. మారుతున్న కాలంతోపాటు మన భాష మార్పు చెందాలి. ఇసుక మీద వేళ్ళతో అక్షరాలు దిద్దించడం, పలక మీద బలపముతో అక్షరాలు దిద్దించడం, వంటి పురాతన పద్ధతుల స్థానములో ఆధునిక భాషా నైపుణ్యాలు నాలుగు మన ముందుకు వచ్చాయి. వినడం, మాట్లాడటం, చదవడం మరియు రాయడం.ఈ నాలుగు నైపుణ్యాలను 'ప్రాథమిక భాషా నైపుణ్యాలు' అని అంటారు. వినడం, మాట్లాడటం అనేవి మౌఖిక భాషా నైపుణ్యాలు, అయితే చదవడం, రాయడం అనేవి వ్రాతపూర్వక నైపుణ్యాలు. ఈ నైపుణ్యాలు ఒకదానికొకటి అనుసంధానించబడి ఉంటాయి. ఇవి సమర్థవంతమైన కమ్యూనికేషన్ మరియు భాషా నైపుణ్యం కోసం అవసరం. శ్రవణ నైపుణ్యాలలో ఇతరులు చెప్పినదాన్ని అర్థం చేసుకోగల సామర్థ్యం ఏర్పరుస్తుంది.మౌఖిక నైపుణ్యాలు (మాట్లాడటం) మనలోని ఆలోచనలను మరియు సమాచారాన్ని స్పష్టంగా వ్యక్తీకరించగల సామర్థ్యం అలవరుస్తుంది. పఠన నైపుణ్యాలు (చదవడం) ఇతరులు రాసిన సమాచారాన్ని అర్థం చేసుకోగల సామర్థ్యం కలిగిస్తుంది. రచనా నైపుణ్యాలు (రాయడం) ఆలోచనలను మరియు సమాచారాన్ని వ్రాతపూర్వకంగా వ్యక్తీకరించగల క్లిష్ట సామర్థ్యం పొందుతారు.

తెలుగులో టైపింగ్ సాఫ్ట్‌వేర్లు:

తెలుగు టైపింగ్ సాఫ్ట్‌వేర్‌ల అభివృద్ధి, వాటిని ఉపయోగించి సాంకేతిక విషయాలను సులభంగా అర్థం చేసుకునేలా చేయడం ఈ దిశలో కీలక పాత్ర పోషిస్తుంది. ప్రాంతీయ భాషల పునరుజ్జీవనం ప్రాంతీయ భాషలు, ముఖ్యంగా తెలుగు భాష అభివృద్ధికి సాంకేతిక పరిజ్ఞానం తోడ్పడే విధంగా కృషి చేయడం

జరుగుతుంది. సెంట్రల్ ఇన్స్టిట్యూట్ అఫ్ ఇండియన్ లాంగ్వేజెస్, తెలుగు సాంకేతిక నిపుణుల విభాగం (తెలుగు టెక్నికల్ ప్రొఫెషనల్స్ వింగ్) వంటి సంస్థలు తెలుగు సాంకేతిక విజ్ఞానం అభివృద్ధికి దోహదపడతాయి. సిద్ధాంతపరమైన సూత్రాలపై అవగాహనతో, సంబంధిత నైపుణ్యాలు, టెక్నిక్‌లలో ప్రావీణ్యం కలిగిన సాంకేతిక నిపుణులు తెలుగు సాంకేతికత అభివృద్ధిలో ముఖ్య పాత్ర పోషిస్తారు.

కంప్యూటరులో తెలుగు

తెలుగు భాష అక్షరాలకు యూనికోడ్ బ్లాకు 0C00-0C7F (3072–3199) కేటాయించబడింది. ఆగష్టు 15, 1992న తొలి తెలుగు న్యూస్ గ్రూప్ ఆవిర్భవించింది.1985లో డిటిపి కొరకు ఆపిల్ కంప్యూటర్ విడుదలయ్యింది. తొలుత ఆంగ్ల భాషకే మాత్రమే పరిమితమైనా తరువాత భారతీయ భాషలకు విస్తరించాయి. చెన్నైకి చెందిన ఉమా కళ్యాణరామన్ అనే మహిళ తెలుగు ఖతి (ఫాంటు) ని రూపొందించింది. ఆ తరువాత కృష్ణ, గోదావరి అనే ఖతులు వాడకంలోకి వచ్చాయి. 1998 లో సిడాక్ భారతీయభాషల తోడ్పాటుకు పర్సనల్ కంప్యూటర్ కు జిస్ట్ కార్డు విడుదలచేయటం ఆ తరువాత సిడాక్ లీప్, లీప్ ఆఫీస్, ఐలీప్, వివిధ భాషల ఖతులు విడుదల చేసింది. 2001లో పోతన (ఫాంటు)ను తిరుమలకృష్ణ దేశికాచారి విడుదల చేశాడు. ఆ తరువాత అన్ని కంప్యూటర్ వ్యవస్థలకు, తెలుగు తోడ్పాటు అందుబాటులోకి వచ్చింది. 2011 ప్రాంతంలో తొలి స్మార్ట్ ఫోన్లలో తెలుగు వాడకం మొదలైన తర్వాత తెలుగు సాంకేతికత కొత్త పుంతలు తొక్కింది.

తెలుగు లిప్యంతీకరణ:

లిప్యంతీకరణ, అనువాదం సమానార్థాలుగా ఉన్నప్పటికీ వీటి మధ్య ఎంతో భేదం ఉంది. ఒక భాషలోని పదాన్ని లేదా వచనాన్ని అర్థాన్ని కోల్పోకుండా వేరే

భాషలోకి మార్చడంతో పాటు మూల భాషలోని వచనం యొక్క అర్థాన్ని, భావాన్ని లక్ష్య భాషలో తెలియజేయడాన్ని అనువాదం అంటారు.

ఉదాహరణ:“Namaste” అనే పదాన్ని ఇంగ్లీష్‌లో “Hello” లేదా “Greetings” లిప్యంతీకరణ అంటే ఒక లిపిలోని పదాన్ని లేదా వచనాన్ని మరొక లిపిలోకి ఉచ్చారణను బట్టి మార్చడం, దీనితో చదివేవారు లేదా స్పీకర్‌లు అసలు పదం యొక్క ధ్వనిని అర్థం చేసుకోగలుగుతారు.

ఉదాహరణ : “amma – అమ్మ, nanna – నాన్న” గూగుల్ ఇన్‌పుట్ సాధనాలు వంటి వాటిలో మనం ఆంగ్ల అక్షరాలలో టైప్ చేసి ఖాళీని నొక్కితే, అది తెలుగు పదంగా మారుతుంది, ఇది లిప్యంతరీకరణకు ఒక ఉదాహరణ.

తెలుగు లిప్యంతీకరణ సాధనాలు :

1. తెలుగు గూగుల్ ఇన్ పుట్ టూల్స్
2. తెలుగు మైక్రోసాఫ్ట్ ఇన్ పుట్ టూల్స్

సాధారణంగా తెలుగులో టైప్ చేయడానికి ఆండ్రాయిడ్ మొబైల్‌లో గూగుల్ ఇండిక్ కీబోర్డ్, లాప్‌టాప్‌లో క్రోమ్‌లో గూగుల్ ఇన్‌పుట్ టూల్ వాడుతుంటారు. మనం ఇంగ్లీషులో sathy అని కొడుతూ ఉండగానే ఈ రెండు ఉపకరణాల్లోనూ సత్య అన్న పదం సూచనగా వచ్చేస్తుంది. మనం దాని మీద క్లిక్ చేయవచ్చు. అంతేకాక స్పెల్లింగ్ పొరబాటున అటూ ఇటూ అయినా దీని ఆర్టిఫిషియల్ ఇంటిలిజెన్స్ మనం ఏం రాద్దామనుకున్నామో అర్థం చేసుకుంటుంది. దీనితో కొన్ని ఇబ్బందులు లేకపోలేదు. ఉదాహరణకు ఏవైనా కావ్యాల్లోంచి పద్యాలు టైప్ చేద్దామని అనుకున్నాం అనుకోండి. ఆ పూర్వకాలపు పద ప్రయోగాలు దీని కృత్రిమ మేధా బుర్రకి తట్టకపోవడం వల్ల తోచిన ఏవేవో సజెషన్లు ఇస్తూ ఇబ్బందిపెట్టేస్తుంది. ఐతే, మనం ఈరోజు-రేపు వాడే తెలుగు పదాలను మాత్రం బాగా అర్థం చేసుకుంటుంది.

తెలుగులో టైప్ చేయడానికి వివిధ ఆప్షన్లు :

ఆండ్రాయిడ్: మీ గూగుల్ ప్లేస్టోర్‌కి వెళ్ళి అక్కడ Google Indic Keyboard యాప్ డౌన్లోడ్ చేసుకుని ఇన్‌స్టాల్ చేయండి. యాప్ డౌన్‌లోడ్ చేసుకున్నాకా అందులో తెలుగు-ఇంగ్లీష్ కీబోర్డు ఎంచుకోండి. ఈ కీబోర్డుతో తెలుగు-ఇంగ్లీష్ భాషల టైపింగ్ మధ్య స్విచ్ అవుతూ ఉండవచ్చు. తెలుగులో కూడా నేరుగా తెలుగు అక్షరాలను వాడి టైప్ చేయడం లేదంటే ఇంగ్లీష్ అక్షరాలు టైప్ చేస్తే అవి తెలుగు లిపి ఇవ్వడం (ట్రాన్స్‌లిటరేషన్) అన్న రెండు ఆప్షన్లలో మీకేది సౌకర్యంగా ఉంటే అది ఎంచుకోవచ్చు.

ఐఫోన్: ఐఫోన్ వాడేవారు మీ ఐఫోన్‌లోని సెట్టింగ్స్‌లోకి వెళ్ళండి. అక్కడ కీబోర్డ్స్ అన్న ఆప్షన్ ఎంచుకోండి. అక్కడ తెలుగు లేకపోతే యాడ్ కీబోర్డ్స్ (add keyboards) అన్న ఆప్షన్ వాడి తెలుగును వెతికి ఎంచుకోవచ్చు. ఆపైన టైప్ చేసినప్పుడల్లా ఇంగ్లీషు - తెలుగుల నడుమ స్విచ్ కావచ్చు.

విండోస్: స్టార్ట్ లేదా విండోస్ లోగోలోకి వెళ్ళి సెట్టింగ్స్ తెరవండి. Time & Language అన్నది ఎంచుకోండి. అందులో Region & Language అన్నది క్లిక్ చేయండి. దానిలో Add a language నొక్కండి. ఇప్పుడు మీరు భాషని ఎంచుకోవడానికి ఓ విండో తెరుచుకుని ఉండాలి. Telugu అని టైప్ చేస్తే తెలుగు కీబోర్డు కోసం వెతుకుతుంది. అప్పుడు తెలుగు అన్న ఆప్షన్ మీద నొక్కితే తెలుగు కీబోర్డును ఇన్‌స్టాల్ చేస్తుంది. కొద్దిసేపు వేచిచూడండి. తెలుగు కీబోర్డు మీ కీబోర్డుల్లో చేరుతుంది . ఇప్పుడు మీరు Quora తెలుగుకు వెళ్ళి అక్కడ టైప్ చేయడానికి సిద్ధం అయ్యాకా మీ స్క్రీన్‌లో కుడిపక్కన అత్యంత కిందవైపు ఉన్న లాంగ్వేజ్ బటన్ గమనించండి. దానిమీద క్లిక్ చేస్తే English, తెలుగు ఆప్షన్లు పాప్ అప్ అవుతాయి. వాటిలో తెలుగు ఎంచుకుని టైప్ చేయడం ప్రారంభించవచ్చు.

బ్రౌజర్ ఎక్స్‌టెన్షన్లు: క్రోమ్ ద్వారా గూగుల్ క్రోమ్ బ్రౌజర్ గానీ మీరు వాడేట్టయితే ఈ లింకు అనుసరించి https://www. google.com/inputtools/chrome/index.html క్రోమ్‌లో ఎక్స్‌టెన్షన్ డౌన్‌లోడ్ చేసుకోండి. ఆపైన తెలుగును ఎంచుకోండి. ఇలా చేశాకా మీ క్రోమ్‌లో అడ్రస్‌బార్‌కి కుడిపక్కన ఎక్స్‌టెన్షన్‌గా ఇది కనిపిస్తుంది. అక్కడ తెలుగు-ఇంగ్లీష్ నడుమ స్విచ్ కావచ్చు. కాకపోతే కేవలం గూగుల్ క్రోమ్ బ్రౌజర్‌లో మాత్రమే పనిచేస్తుంది. టైప్ చేయాలనుకుంటే telugu అని టైప్ చేస్తూండగానే తెలుగు అన్నది చూపిస్తుంది.

వెబ్సైట్లు:

లేఖిని అన్నది ఇంటర్నెట్లో తెలుగు పెద్దగా లేని రోజుల నుంచీ ఈనాటిదాకా తెలుగు టైప్ చేసేవారికి సేవ చేస్తున్న వెబ్సైట్. లేఖిని (Lekhini) – Type in Telugu అన్న లింకును అనుసరించి చూస్తే కుడివైపున కీబోర్డు లేఅవుట్, ఏ బటన్ నొక్కితే ఏం కనిపిస్తుందన్నది, కనిపిస్తుంది. ఎడమవైపు పైన్ ఉన్న బాక్సులో కీబోర్డును అనుసరించి ఇంగ్లీషులో టైప్ చేయాలి. అంటే వస్తున్నాను అన్నది కావాలంటే vastunnaanu అని టైప్ చేయాలి. కింది బాక్సులో తెలుగులో అదే వస్తుంది. ఐతే ఇక్కడ గుర్తుపెట్టుకోవాల్సింది ఏమిటంటే కుడిపక్కన ఇచ్చిన కీబోర్డు సూచనలు అచ్చంగా అనుసరించాలి. Vasthanu అని టైప్ చేస్తే వస్థను అని కనిపిస్తుంది. Vastaanu అని పైన టైప్ చేస్తేనే కింద వస్తాను అని వుంటుంది.

ఖతుల కచ్చితత్వం:

తెలుగు ఖతులు ముద్రణ వ్యవస్థతో పాటే అభివృద్ధి చెందాయని చెప్పుకోవచ్చు. డీటీపీ చేసే సమయం నుండి తెలుగుకు ఎన్నో ఖతులు ఏర్పడ్డాయి. కంప్యూటర్ల రాకతో ఖతులు కూడా సాంఖ్యిక (డిజిటల్) రూపాన్ని

సంతరించుకున్నాయి. శ్రీ లిపి వారు మొదట్లో కొన్ని ఖతులను తెలుగులో ప్రవేశ పెట్టారు..తరువాత భారత ప్రభుత్వం వారి ఖతులు కూడా ఎక్స్టెండెడ్ ఆస్కీలో మరికొన్ని ఖతులు ప్రవేశ పెట్టాయి. అంతకు ముందు డీటీపీలో పేరుగాంచిన 'అను' సంస్థ వారు కూడా వారి ఖతులను సాంఖ్యీకరించి విడుదల చేసారు. 2003 లో మైక్రోసాఫ్ట్ సంస్థ వారి గౌతమి ఖతి యూనికోడ్ లో వచ్చిన ఖతి, కానీ ఇది స్వేచ్ఛా నకలు హక్కులు లేని ఖతి. అదేకాలంలో కృష్ణ, దేశికాచారి, పోతన, వేమన ఖతి వ్యక్తిగత వాడుకకు విడుదల చేశారు కొంతకాలం తరువాత వీటిని స్వేచ్ఛా నకలు హక్కులలో విడుదలచేశారు. ఆ తరువాత అక్షర్, కోడ్ 2000, ప్రభుత్వ సంస్థ సీ-డాక్ వారి జిస్ట్ ఖతులు అందుబాటులోకి వచ్చాయి.

2012 అక్టోబరు 17న సురవర డాట్ కామ్ నుండి స్వర్ణ ఖతి విడుదల అయింది. 2011 లో సిలికానాంధ్ర ద్వారా మూడు ఖతులు విడుదలయ్యాయి - అవి పొన్నాల, రవిప్రకాష్, లక్కిరెడ్డి. 2వ అంతర్జాతీయ తెలుగు అంతర్జాల సదస్సు సందర్భంగా 2-11-2012 న సిలికానాంధ్ర ద్వారా గిడుగు, గురజాడ, సురవరం, మండలి, ఎన్.టి.ఆర్, నాట్స్, శ్రీకృష్ణదేవరాయ, పెద్దన, తిమ్మన, తెనాలి రామకృష్ణ, సూరన్న, రామరాజ, మల్లన్న,ధూర్జటి, రామభద్ర విడుదలయ్యాయి. 2019 మే 25న పొట్టి శ్రీరాములు, శ్యామల, రమణ ఖతులు విడుదలయ్యాయి. వీటిలో కొన్ని ఎస్ఐఎల్ ఓపెన్ ఫాంట్ లైసెన్స్ క్రింద గూగుల్ నుండి అందుబాటులో ఉన్నాయి.

లైసెన్స్ ఖతి-అను ఫాంట్ 0.7:

అను స్క్రిప్ట్ మేనేజర్ సాఫ్ట్‌వేర్ అనేది విస్తృత శ్రేణి భారతీయ భాషలకు మద్దతు ఇచ్చే ప్రసిద్ధ డెస్క్‌టాప్ పబ్లిషింగ్ మరియు వర్డ్ ప్రాసెసింగ్ సాధనం. ప్రాంతీయ భాషలతో పని చేయాల్సిన గ్రాఫిక్ డిజైన్, పబ్లిషింగ్ మరియు కంటెంట్ సృష్టి రంగాలలోని నిపుణులకు ఇది చాలా ఉపయోగకరంగా ఉంటుంది. అనుస్క్రిప్ట్

మేనేజర్‌తో, మీరు ఖచ్చితత్వం మరియు సాంస్కృతిక ఔచిత్యాన్ని నిర్ధారిస్తూ బహుళ భాషలలో పత్రాలు, బ్యానర్లు, పోస్టర్లు మరియు ఇతర డిజైన్ మెటీరియల్‌లను సులభంగా సృష్టించవచ్చు.

అను స్క్రిప్ట్ మేనేజర్ డౌన్‌లోడ్ అనేది అధిక నాణ్యత, బహుభాషా టైపింగ్ మరియు డిజైన్ సామర్థ్యాలు అవసరమయ్యే నిపుణులు మరియు వ్యాపారాలకు తప్పనిసరిగా ఉండవలసిన సాధనం. దీని విస్తృతమైన లక్షణాలు మరియు వినియోగదారుల స్నేహపూర్వక డిజైన్ భారతీయ భాషలతో పనిచేయాలనుకునే ఎవరికైనా దీనిని గో-టు సాఫ్ట్‌వేర్‌గా చేస్తాయి.బహుభాషా మద్దతు అను స్క్రిప్ట్ మేనేజర్ కలిగి ఉండటం దీని ప్రత్యేకత. హిందీ, తెలుగు, తమిళం, మలయాళం, కన్నడ, బెంగాలీ మరియు మరిన్నింటితో సహా అనేక రకాల భారతీయ భాషలకు మద్దతు ఇస్తుంది. ఇది వివిధ స్క్రిప్ట్‌లను టైప్ చేయాల్సిన ఎవరికైనా ఆదర్శవంతమైన ఎంపికగా చేస్తుంది. Adobe Photoshop, Corel DRAW మరియు Microsoft Office వంటి ప్రసిద్ధ డిజైన్ మరియు వర్డ్ ప్రాసెసింగ్ సాఫ్ట్‌వేర్‌లతో అనుకూలంగా ఉంటుంది. ఇది భారతీయ భాషల కోసం ప్రత్యేకంగా రూపొందించబడిన ఫాంట్‌ల యొక్క విస్తృతమైన లైబ్రరీతో వస్తుంది. గ్రాఫిక్ డిజైన్ సపోర్ట్ ఉండుట వల్ల వివిధ డిజైన్ ప్రాజెక్టులలో ఉపయోగించడానికి అధిక-నాణ్యత గల వచనాన్ని ఉత్పత్తి చేయగల సామర్థ్యం కారణంగా ఈ సాఫ్ట్‌వేర్ గ్రాఫిక్ డిజైన్ కమ్యూనిటీలో ప్రత్యేకంగా ప్రాచుర్యం పొందింది.

ముగింపు:

తెలుగు సాంకేతికత అనేది తెలుగు భాష మరియు సంస్కృతికి ఆధునిక సాంకేతికతను జోడించడం ద్వారా భాషాభివృద్ధిని, సమాజ పురోగతిని సాధించే ఒక సమగ్ర ప్రయత్నం. ఉత్పాదకత మరియు సామర్థ్యం సాంకేతిక పరిజ్ఞానం పనులను

వేగంగా, సమర్థవంతంగా చేయగలదు. ఇది మానవ శ్రమ అవసరాన్ని తగ్గించి, ఉత్పాదకతను పెంచుతుంది. డిజిటల్ సాంకేతికతలు సమాచారాన్ని త్వరగా పంచుకోవడానికి, ప్రపంచంలోని ఏ ప్రాంతంతోనైనా కనెక్ట్ అవ్వడానికి సహాయపడతాయి. ఇంటర్నెట్, డిజిటల్ వనరుల ద్వారా జ్ఞానాన్ని, సమాచారాన్ని సులభంగా పొందవచ్చు. ఇది విద్యాభ్యాసానికి, పరిశోధనకు ఎంతో ఉపయోగపడుతుంది. సాంకేతికతతో విద్యార్థులు ఎప్పుడైనా, ఎక్కడైనా నేర్చుకోవచ్చు. ఆన్‌లైన్ కోర్సులు, డిజిటల్ సాధనాలు అభ్యాస ప్రక్రియను మరింత సౌకర్యవంతంగా మార్చాయి. మల్టీమీడియా రంగాలు విస్తరించి యువతకు ఉద్యోగ అవకాశాలు కల్పిస్తున్నాయి.

ఆధార గ్రంథాలు:

1. తెలుగు భాషా చరిత్ర, ఆచార్య భద్రిరాజు కృష్ణమూర్తి,2011, హైదరాబాద్
2. మన లిపి పుట్టుపూర్వోత్తరాలు, తిరుమల రామచంద్ర, 2014, హైదరాబాద్
3. తెలుగు వికీపీడియా

7

సాంకేతికతతో తెలుగు భాషా వికాసం: అవకాశాలు, సవాళ్లు

డా. డి. కనక మహాలక్ష్మి

తెలుగు అధ్యాపకురాలు,

యస్. సి. ఐ. యమ్. ప్రభుత్వ కళాశాల (స్వ. ప్ర.), తణుకు.

పరిచయం:

భాష, సాహిత్యం రెండూ కూడా సమాజం యొక్క ఆత్మ వంటివి. అవి కాలంతో పాటు పరిణామం చెందుతూ ఉంటాయి. ఈ పరిణామ ప్రక్రియలో సాంకేతికత ఒక నిర్ణయాత్మకమైన పాత్ర పోషిస్తోంది. వేల సంవత్సరాల చరిత్ర కలిగిన తెలుగు భాష, మొదట శాసనాల రూపంలో, ఆ తర్వాత తాళపత్ర గ్రంథాలలో, ఆపై ముద్రణా యంత్రాల ద్వారా, ప్రస్తుతం డిజిటల్ మాధ్యమాల సహాయంతో కొత్త శిఖరాలను అధిరోహిస్తోంది. ఈ ఆధునిక యుగంలో, సమాచార సాంకేతికత తెలుగు భాషా వికాసానికి, సాహిత్య విస్తరణకు ఒక కీలక సాధనంగా మారింది.

సాంకేతికత ప్రభావాలను వివిధ కోణాల నుంచి అనగా భాషా వికాసం, సోషల్ మీడియా ప్రభావం, డిజిటల్ సాహిత్యం, కథా రచనలోని మార్పులు, మరియు ప్రచురణ రంగంలో సంభవించిన విప్లవాత్మక మార్పులు. ఈ అంశాలన్నింటినీ

సమగ్రంగా పరిశీలించి, భవిష్యత్తులో తెలుగు భాషా సాహిత్య గమనం ఎలా ఉండబోతుందో అంచనా వేయడమే ఈ అధ్యయనం యొక్క ముఖ్య ఉద్దేశ్యం.

తెలుగు భాషా వికాసం: వేగవంతమైన వ్యాప్తి, తగ్గుతున్న ప్రమాణాలు:

తెలుగు భాషా చరిత్రలో సాంకేతికత మొదటిసారిగా ఒక కొత్త అధ్యాయాన్ని లిఖించింది. గతంలో భాష వ్యాప్తి ఎక్కువగా మౌఖిక సంప్రదాయం లేదా ముద్రణా పత్రికల ద్వారా జరిగేది. కానీ 21వ శతాబ్దంలో యూనికోడ్ (Unicode) ఆవిష్కరణ తెలుగుకు అంతర్జాతీయ స్థాయిలో ఒక గుర్తింపును తీసుకొచ్చింది. యూనికోడ్ సహాయంతో తెలుగు అక్షరాలను కంప్యూటర్లలో, మొబైల్ ఫోన్లలో సులభంగా టైప్ చేయడం, నిక్షిప్తం చేయడం, ఒకే ఫైల్ ఫార్మాట్‌లో పంచుకోవడం సాధ్యమైంది. దీని వలన గూగుల్, మైక్రోసాఫ్ట్ వంటి అంతర్జాతీయ సంస్థలు తెలుగు ఫాంట్లు, కీబోర్డ్ లేఅవుట్లు, స్పెల్ చెక్, ఆటో కరెక్ట్ వంటి సాఫ్ట్‌వేర్ సౌకర్యాలను విస్తృతంగా అందుబాటులోకి తీసుకొచ్చాయి. ఇది తెలుగును కేవలం సాహిత్యానికే కాకుండా, విద్య, వ్యాపారం, వినోదం వంటి అన్ని రంగాలలోనూ ఉపయోగించేలా చేసింది. అమెరికా, యూరప్, ఆస్ట్రేలియా వంటి దేశాల్లో నివసిస్తున్న తెలుగు ప్రజలు తమ మాతృభాషకు సులభంగా చేరువయ్యారు. ఇది తెలుగు భాష యొక్క అంతర్జాతీయీకరణకు ఒక బలమైన పునాదిని వేసింది.

అయితే, ఈ వేగవంతమైన వ్యాప్తి కొన్ని ప్రతికూలతలను కూడా తెచ్చింది. రోమన్ లిపిలో తెలుగును రాయడం ("ela unnaru"), అసంబద్ధమైన ఆంగ్ల పదాలను విపరీతంగా కలపడం వలన భాష యొక్క స్వచ్ఛత దెబ్బతింటోందని విమర్శలు వస్తున్నాయి. సాంప్రదాయ వ్యాకరణ నియమాలు, అక్షర శుద్ధి పట్ల శ్రద్ధ తగ్గిపోవడంతో భాషా ప్రమాణాలు దిగజారుతున్నాయనే భయం వ్యక్తమవుతోంది. సాంకేతికత అందించిన సులభత్వం వలన, భాషను సంపూర్ణంగా నేర్చుకోవాలనే

ఆసక్తి తగ్గుతోందని కొందరు భాషావేత్తలు ఆందోళన చెందుతున్నారు. ఇది భవిష్యత్తులో తెలుగు భాష యొక్క గుణాన్ని దెబ్బతీసే ప్రమాదం ఉంది.

సోషల్ మీడియా, ఇంటర్నెట్: సృజనాత్మకతకు వేదిక, అక్షరదోషాలకు నిలయం:

ఇంటర్నెట్ విప్లవం, ముఖ్యంగా సోషల్ మీడియా ఆవిర్భావం తెలుగు భాషా వాడకాన్ని ఒక కొత్త స్థాయికి తీసుకెళ్లింది. ఫేస్‌బుక్, వాట్సాప్, యూట్యూబ్, టెలిగ్రామ్ వంటి వేదికలు ప్రతి ఒక్కరినీ కవిగా, రచయితగా, విశ్లేషకుడిగా మార్చాయి. ఒక చిన్న కవిత, కథ లేదా అభిప్రాయం కూడా క్షణాల్లో వేలాది మందికి చేరుతోంది. ఇది సృజనాత్మకతకు ఒక బలమైన ప్రోత్సాహాన్ని అందించింది. యువత తమ భావాలను కవితలు, మీమ్స్, రీల్స్ రూపంలో వ్యక్తం చేయడం ద్వారా భాషా వాడకం మరింత విస్తరించింది. ఇది తెలుగు ప్రజల మధ్య భావోద్వేగ బంధాన్ని బలోపేతం చేసి, సాహిత్య చర్చలకు ఒక సజీవ వేదికను కల్పించింది.

ఈ అనుకూలతలతో పాటు, కొన్ని ప్రతికూలతలు కూడా ఉన్నాయి. సోషల్ మీడియాలో తెలుగు వాడకం వలన అక్షర, వ్యాకరణపరమైన దోషాలు విపరీతంగా పెరిగిపోయాయి. అక్షరదోషాలతో నిండిన పోస్టులు విపరీతంగా ప్రచారంలోకి రావడం వలన అవి ఒక ప్రమాణంగా మారే ప్రమాదం ఉంది. అంతేకాకుండా, అనవసరమైన పదజాలం, వాక్యం నిర్మాణంపై శ్రద్ధ లేకపోవడం వల్ల భాష యొక్క నాణ్యత దెబ్బతింటోందని విమర్శలు ఎదురవుతున్నాయి. ఇది కేవలం భాషా వాడకాన్ని పెంచిందే తప్ప, భాష యొక్క గుణాన్ని పెంచలేదనే అభిప్రాయం వ్యక్తమవుతోంది.

డిజిటల్ సాహిత్యం, ఈ-బుక్స్: సులభ లభ్యత, కాపీరైట్ సమస్యలు:

డిజిటల్ సాహిత్యం తెలుగు పఠన సంస్కృతిలో ఒక విప్లవాత్మక మార్పు తెచ్చింది. ఈ-బుక్స్ (e-books), ఆడియోబుక్స్, డిజిటల్ లైబ్రరీలు ఒక బటన్ నొక్కితే అందుబాటులోకి వస్తున్నాయి. ఈ పరిణామం తెలుగు పుస్తకాలను ప్రపంచంలోని ఏ మూల నుంచైనా పొందడానికి వీలు కల్పించింది. ఇది ప్రవాస తెలుగు ప్రజలకు, రచయితలకు ఒక వరం లాంటిది. కిండిల్ డైరెక్ట్ పబ్లిషింగ్ వంటి ప్లాట్‌ఫామ్‌లు కొత్త రచయితలకు, ప్రచురణ కర్తల అవసరం లేకుండా తమ రచనలను ప్రపంచానికి అందించే అవకాశం కల్పించాయి. ఇది సాహిత్య రంగంలో ప్రజాస్వామ్యాన్ని పెంచింది.

అయితే, ఈ డిజిటల్ యుగంలో కొన్ని ప్రతికూలతలు కూడా ఉన్నాయి. కాగితం పుస్తకాన్ని చదివే అనుభూతి, ఏకాగ్రత డిజిటల్ తెరలపై లభించడం లేదు. నోటిఫికేషన్లు, ఇతర యాప్‌ల వల్ల చదువరుల దృష్టి పక్కదారి పడుతోంది. అన్నింటికంటే ముఖ్యంగా, కాపీ హక్కుల ఉల్లంఘన (పైరసీ) ఒక పెద్ద సమస్యగా మారింది. ఒక ఈ-బుక్‌ను సులభంగా కాపీ చేసి, ఎందరికో పంపించడం వలన రచయితలకు ఆర్థికంగా నష్టం కలుగుతోంది. ఇది రచయితలకు, ప్రచురణకర్తలకు డిజిటల్ పబ్లిషింగ్ పట్ల ఒక విధమైన భయాన్ని సృష్టిస్తోంది.

తెలుగు కథా సాహిత్యం: కొత్త వస్తువులు, నాణ్యతలో తగ్గుదల:

సాంకేతికత ప్రభావం తెలుగు కథా సాహిత్యంపై కూడా స్పష్టంగా కనిపిస్తోంది. పాత కథలలో కుటుంబ సంబంధాలు, సామాజిక సమస్యలు ప్రధానంగా ఉంటే, నేటి కథలలో సాఫ్ట్‌వేర్ రంగం, ఆన్‌లైన్ సంబంధాలు, సైబర్ క్రైమ్ వంటి ఆధునిక అంశాలు ఇతివృత్తాలుగా మారుతున్నాయి. సాంకేతికత కారణంగా పాఠకుల దృష్టి వ్యాప్తి తగ్గిపోవడంతో, కథలు మరింత సంక్షిప్తంగా (Flash

Fiction, Micro Stories) మారుతున్నాయి. ఇది కథకులను తక్కువ పదాల్లో ఎక్కువ భావాలను వ్యక్తం చేసేలా ప్రోత్సహిస్తోంది.

అయినప్పటికీ, కథా సాహిత్యం నాణ్యతలో లోపాలు కనిపిస్తున్నాయని విమర్శలు వస్తున్నాయి. ఆన్‌లైన్ వేదికల్లో నాణ్యత కంటే పరిమాణానికే ఎక్కువ ప్రాధాన్యత లభిస్తోంది. ప్రతి ఒక్కరూ తాము రాసినదాన్ని ప్రచురించుకోవడం వలన, మంచి కథలను గుర్తించడం కష్టమవుతోంది. సంపాదకీయ క్రమశిక్షణ లోపించడం వల్ల కథలలో లోతైన విశ్లేషణ, చక్కటి శైలి తగ్గిపోతున్నాయని కొందరు విమర్శకులు ఆందోళన చెందుతున్నారు. ఇది కథా సాహిత్యం యొక్క స్థాయిని తగ్గించే ప్రమాదం ఉంది.

పత్రికలు, ఆన్‌లైన్ పబ్లికేషన్ లు: ప్రాణవాయువు, నిబంధనలు లేని ప్రవాహం:

తెలుగు సాహిత్య వికాసంలో పత్రికల పాత్ర అమూల్యం. 20వ శతాబ్దంలో భారతి, కృష్ణాపత్రిక వంటివి ఒకప్పుడు కథా సాహిత్యానికి ప్రాణం పోశాయి. ఇప్పుడు ఆన్‌లైన్ పబ్లికేషన్లు ఈ సంప్రదాయాన్ని డిజిటల్ రూపంలో కొనసాగిస్తున్నాయి. ఇ-తెలుగు, కథలు.కామ్ వంటి వేదికలు కొత్త రచయితలకు అవకాశాలు కల్పిస్తూ, భౌగోళిక పరిమితులను చెరిపివేశాయి. ఇవి సాహిత్యానికి ఒక ప్రాణవాయువు లాంటివి. పాఠకులు కథలపై తక్షణ అభిప్రాయాలు పంచుకోవడం వలన రచయిత-పాఠకుల మధ్య సజీవమైన సంభాషణ నెలకొల్పబడింది.

అయితే, ఈ ఆన్‌లైన్ ప్రచురణల ప్రవాహం ఒక నిబంధనలు లేని నదిలా మారింది. సాంప్రదాయ పత్రికలలో ఉండే కఠినమైన సంపాదకీయ విధానం, నాణ్యతా ప్రమాణాలు వంటివి ఆన్‌లైన్ వేదికలలో లేకపోవడం అనేది ఒక లోపమని చెప్పుకోవచ్చు. ఎడిటోరియల్ టీమ్ లేకుండానే రచనలు ప్రచురించబడటం వలన

మంచి రచనలను గుర్తించడం చాలా కష్టమవుతోంది. ఇది సాహిత్య విలువలను దిగజార్చే ప్రమాదం ఉంది.

ముగింపు:

మొత్తంగా, సాంకేతికత అనేది తెలుగు భాషా, సాహిత్య వికాసానికి ఒక వరమా లేక శాపమా అనే ప్రశ్నకి ఒకే సమాధానం ఉండదు. ఇది ఒక నాణేనికి రెండు వైపులా వంటిది. సాంకేతికత భాషా వ్యాప్తిని, సాహిత్యానికి కొత్త దారులను తెరిచింది. కొత్త తరం రచయితలకు, పాఠకులకు ఇది అద్భుతమైన అవకాశాలను ఇచ్చింది. కానీ, అదే సమయంలో భాషా స్వచ్ఛత, సాహిత్య నాణ్యత, కాపీరైట్‌ల విషయంలో కొన్ని సవాళ్లను కూడా విసిరింది. ఈ సవాళ్లను సమర్థవంతంగా ఎదుర్కొంటే, సాంకేతికత అనేది తెలుగు భాషా, సాహిత్య భవిష్యత్తుకు ఒక బలమైన పునాదిని వేస్తుంది. సాంకేతికతను ఒక సాధనంగా మాత్రమే చూసి, దానిని వివేకంతో ఉపయోగిస్తే, తెలుగు భాష, సాహిత్యం మరింత ఉన్నత శిఖరాలకు చేరుకుంటాయి అనడంలో సందేహం లేదు.

ఆధార గ్రంథాలు :

1. ముద్దుకృష్ణ, శ్రీనివాస్. "తెలుగు సాహిత్యం: గతం, వర్తమానం". సాహిత్య అకాడమీ, 2021.
2. నరసింహరావు, పి. "సోషల్ మీడియా తెలుగు". ప్రజాశక్తి బుక్ హౌస్, 2020.
3. శ్రీదేవి, ఎస్. "తెలుగు కథపై సాంకేతికత ప్రభావం". అంతర్జాతీయ జర్నల్ ఆఫ్ లిటరరీ స్టడీస్, సంపుటి15, సంచిక 3, 2023.

8

చాట్‌జీపీటీ సమాధానాలు - ఒక పరిశీలన

డా.వుడుముఝాన్సీ

తెలుగు అధ్యాపకురాలు

గాంధీ రాజీవ్ వైజ్ఞానిక సాంకేతిక విశ్వవిద్యాలయం,

నూజివీడు, ఆంధ్ర ప్రదేశ్.

చరవాణి: 8096 405070

jhansi.hcu@rguktn.ac.in

ఉపోద్ఘాతం:

చాట్‌జీపీటీ (ChatGPT) అనేది **OpenAI** సంస్థ తయారు చేసిన ఒక **కృత్రిమ మేధస్సు ఆధారిత భాషా మోడల్**. ఇది మనుషుల్లా మాటలాడగలదు, ప్రశ్నలకు సమాధానాలు ఇవ్వగలదు, కథలు, వ్యాసాలు, కోడ్‌లు రాయగలదు. సరళంగా చెప్పాలంటే:

- ఇది ఒక **ఆన్‌లైన్ వర్చువల్ అసిస్టెంట్** లాంటిది.
- మీరు ఏదైనా ప్రశ్న అడిగితే, ఇది తన శిక్షణలో నేర్చుకున్న సమాచారాన్ని ఆధారంగా తీసుకుని **సహజమైన భాషలో సమాధానం ఇస్తుంది**.
- తెలుగు, ఇంగ్లీష్‌తో పాటు ఎన్నో భాషల్లో మాట్లాడగలదు.

దీన్ని ఉపయోగించి మీరు **హోం వర్క్, రీసెర్చ్, రచనలు, అనువాదాలు, ప్రోగ్రామింగ్, సాధారణ చర్చలు** వంటివి చేయవచ్చు. ఈ పరిశోధనా పత్రంలో... తెలుగు సాహిత్యానికి సంబంధించిన కొన్ని ప్రశ్నలను చాట్ జీపీటీని అడిగి, అది ఇచ్చిన సమాధానాలను విశ్లేషించడం జరిగింది.

మొదటి ప్రశ్న:

1. **తెలుగులో ఆదికవి ఎవరు ?**

తెలుగులో **ఆదికవి** అని పిలువబడే కవి **నన్నయ్య** గారు.

- నన్నయ్య రాజరాజ నరేంద్రుడి రాజసభలో కవిగా ఉన్నారు.
- ఆయనే మహాభారతాన్ని తెలుగు భాషలోకి అనువదించడం ప్రారంభించారు.
- అందుకే ఆయనను "**ఆదికవి**" అని సన్మానించారు.

తెలుగు సాహిత్య చరిత్రలో నన్నయ్యను మొదటి ప్రధాన కవిగా భావిస్తారు.

మీకు కావాలంటే నేను నన్నయ్య గురించిన మరిన్ని వివరాలు (కాలం, రచనలు, కవిసముద్రుడు అనే బిరుదు వగైరా) కూడా చెప్పగలను. చెప్పనా?

కవిత్రయం అంటే తెలుగు మహాభారతాన్ని పూర్తిచేసిన ముగ్గురు మహాకవులు.

వారు.

1. **నన్నయ్య** – *ఆదికవి, అభినవ వ్యాసుడు*
   - మహాభారతంలోని **ఆది పర్వం, సభా పర్వం, అరణ్య పర్వం** కొంత వరకు అనువదించారు.
2. **తిక్కన సోమనాథుడు** – *తిక్కన*
   - నన్నయ్య మిగిల్చిన భాగాన్ని వదిలి, **అరణ్య పర్వం మిగతా భాగం నుండి స్వర్గారోహణ పర్వం వరకు** అనువదించారు.

3. ఎర్రప్రగడ
    - మధ్యలో నన్నయ్య, తిక్కన వదిలిన **విరాట పర్వం, అనుశాసన పర్వం** అనువదించి మహాభారతాన్ని పూర్తిచేశారు.
    -

తిక్కన సోమనాథుడు (1220 – 1280 AD)

- తెలుగు సాహిత్యంలో కీర్తిగాంచిన **కవిత్రయం**లో రెండవ కవి.
- నన్నయ్య ఆరంభించిన మహాభారతాన్ని కొనసాగించి, మహాకావ్యాన్ని ప్రధానంగా పూర్తిచేసినవాడు.
- ఆయన **కాకతీయరాజు గణపతిదేవుడు** కాలంలో జీవించారు.
- పాకనాటి వీరనరసింహరాజు వద్ద సేనాధిపతిగా కూడా పనిచేశారని చరిత్ర చెబుతుంది.

రచనలు

1. **ఆంధ్ర మహాభారతం**
    - నన్నయ్య వదిలిన చోటనుండి (అరణ్యపర్వం మిగతా భాగం నుండి స్వర్గారోహణ పర్వం వరకు) అనువదించారు.
    - నన్నయ్య వదిలిన విరాటపర్వం, అనుశాసనపర్వం మాత్రం ఎర్రప్రగడకు మిగిలాయి.

అవును ఇప్పుడు **ఎర్రప్రగడ (ఎర్రన)** గురించిన వివరాలు చెబుతాను.

ఎర్రప్రగడ)13వ శతాబ్దం చివరి – 14వ శతాబ్దం ఆరంభం

- తెలుగు సాహిత్యంలో **కవిత్రయం**లో మూడవ కవి.
- ఆయనను "**ప్రబంధ పరమేశ్వరుడు**" అని కూడా పిలుస్తారు.

- కాకతీయుల అనంతరం **రెడ్డిరాజులు** కాలంలో జీవించాడు. ముఖ్యంగా **ప్రోలయనాయకుడు, అణపోటి రెడ్డి** వంశరాజుల ప్రోత్సాహం పొందాడు.

ముఖ్య రచనలు

1. **ఆంధ్ర మహాభారతం**
   - నన్నయ్య, తిక్కన అనువాదం మధ్యలో మిగిలిన **విరాటపర్వం, అనుశాసనపర్వం** ఎర్రన అనువదించి మహాభారతాన్ని సంపూర్ణం చేశాడు.
   - అందుకే మహాభారతం ముగ్గురు కవుల చేత సంపూర్ణమైనది.

మొదటి ప్రశ్నకు చాట్ జీపీటి ఇచ్చిన సమాధానాలు పరిశీలిస్తే... అవి పూర్తిగా విశ్వసనీయంగా లేవు. కానీ పాక్షికంగా సరైనవి. నిజానికి నన్నయ్య ఆదిపర్వం, సభాపర్వం, అరణ్యపర్వంలోని చతుర్థాశ్వాసంలోని నూట నలభై రెండో పద్యం వరకు రచించారు. తిక్కన విరాటపర్వం నుండి మొదలుపెట్టి, స్వర్గారోహణ పర్వం వరకు అనువదించారు. ఎర్రన అరణ్యపర్వంలోని శేషభాగాన్ని పూరించి, కవిత్రయంలో ఒకరిగా చోటు సంపాదించుకున్నారు.

ఒక్కొక్క సందర్భంలో ఒక్కొక్క రకమైన లేదా కొంత అసంబద్ధమైన సమాధానం ఇచ్చినట్లుగా మనకి కనిపిస్తుంది.

రెండవ ప్రశ్న:

ఉప్పుకప్పురంబు... పద్యం వివరణ.

రెండవ ప్రశ్నగా వేమన పద్యాన్నిచ్చి దాని భావం చెప్పమని అడిగితే, సమాధానాలు ఇలా వున్నాయి.

పద్యం (భావార్థం)

ఉప్పు కప్పురంబు నొక్క పోలిక నుండు
చూడ చూడ రుచులు జాడ వేరు
పురుషులందు పుణ్య పురుషులు వేరయా
విశ్వదాభిరామ, వినుర వేమా

భావం:

1. మీరు రాసిన పద్యపంక్తులు **శ్రీ వేమన కవులు** గారి **వేమన సత్యవచనాలు**లోనివి.
2. ఉప్పు (ఉప్పు కూరలో) లేదా నొక్క (గోధుమ/ధాన్యం) లోపలే ఎన్ని రకాల రుచులు ఉంటాయో,చూసినకొద్దీ కొత్త రుచులు కనిపిస్తాయి.
3. అలాగే **మనుషులలో కూడా నిజమైన పుణ్యపురుషులు వేరుగా ఉంటారు**, అందరిని పోల్చలేము.
4. అంటే: మనిషి రూపంలో అందరూ ఒక్కలాగే కనిపించినా, వారి లోపలున్న **సద్గుణాలు, పుణ్యాలు** వేరే గుర్తింపు ఇస్తాయి.

భావం:

ఉప్పు (సాల్ట్), కర్పూరం (క్యాంఫర్) చూడటానికి తెల్లగా ఒకేలా ఉంటాయి. కానీ రుచి చూసినప్పుడు వాటి స్వభావం భిన్నమని మనకు తెలుస్తుంది.అదేవిధంగా, మనుషులందరూ ఒకేలా కనిపిస్తారు. కానీ లోతుగా పరిశీలిస్తే, వారి లోని గుణదోషాలు, పుణ్యపాపాలు వేరుగా ఉంటాయి. అందులోనూ నిజమైన పుణ్యపురుషులు (సద్గుణులు) అరుదుగా మాత్రమే దొరుకుతారు.

ఈ రెండవ ప్రశ్న సమాధానాల్లో అక్కడక్కడ కొంత అసంబద్ధమైన సమాచారం కనిపిస్తోంది. మరి ముఖ్యంగా పదాలను కలిపిరాసినప్పుడు

కొన్నిసందర్భాల్లో యంత్రం దానిని సరిగా అర్థం చేసుకోవట్లేదని తెలుస్తోంది. ఆ సందర్భాలను అండర్ లైన్ చేసి చూపించడం జరిగింది.

మూడవ ప్రశ్న:

సంధి బహుళం అంటే ఏమిటి? బహుళరూపాలను తెలియచేయండి?

ChatGPT said:

అద్భుతమైన ప్రశ్న అడిగారు 🙏
ఇప్పుడు **"సంధి బహుళం"** (Sandhi Bahulam) అంటే ఏమిటో, దాని **బహుళరూపాలు** ఏమిటో సులభంగా వివరంగా చెబుతాను.

➢ **సంధి బహుళం అంటే ఏమిటి?**

ఒకే సంధి జరిగే చోట, **ఒకకంటే ఎక్కువ రీతుల్లో మార్పు (రూపం)** వచ్చే పరిస్థితిని **సంధి బహుళం** అంటారు. అంటే,ఒక పద జంట కలిసినప్పుడు **ఒకే విధంగా కాకుండా, రెండు లేదా ఎక్కువ విధాలుగా ఫలితాలు రావచ్చు.**

➢ **సంధి బహుళం ఉదాహరణలు**

* అ + ఆ కలిసినప్పుడు

- రామ + ఆలయం → **రామాలయం**
- రామ + ఆలయం → **రామ్యాలయం**

ఇక్కడ రెండు రూపాలు వచ్చాయి → ఇదే సంధి బహుళం.

* ఇ + ఆ కలిసినప్పుడు

- విధి + ఆజ్ఞ → **విధ్యాజ్ఞ**
- విధి + ఆజ్ఞ → **విధేజ్ఞ**

* ఉ + ఆ **కలిసినప్పుడు**

- గురు + ఆజ్ఞ → **గుర్వాజ్ఞ**
- గురు + ఆజ్ఞ → **గురాజ్ఞ**

ఈ సమాధానాన్ని గమనించినప్పుడు సంధి రూపాలు అసంబద్ధంగా వున్నట్లు మనకు తెలుస్తోంది.

ఇలా చూస్తే సంధులు పదాల మధ్య **ఉచ్చారణ సౌలభ్యం** కోసం ఎలా మార్పులు వస్తాయో సులభంగా అర్థమవుతుంది.

మీరు కోరుకుంటే, నేను దీనిని **డయాగ్రామ్ (చార్ట్)** రూపంలో కూడా గీయగలను — "సంధి → రకం → ఉదాహరణలు" అన్నట్టు. గీయమంటారా? ఈ కింద ఇచ్చిన చార్టులో సమాచారం మనకి స్పష్టంగా తెలియడంలేదు. గమనించగలరు.

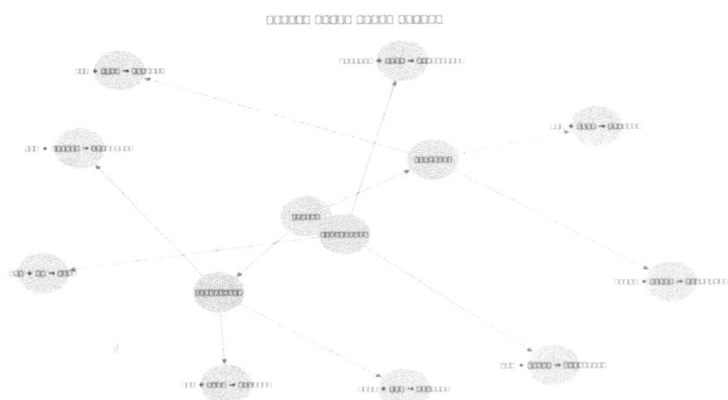

నాలుగవ ప్రశ్న.

ఈ కింది ఆంగ్ల వాక్యాన్ని తెలుగులో అనువాదం చేయండి.

He started abcds in business.

ఈ వాక్యం అర్థం వాడిన **"abcds"** అనే పదంపై ఆధారపడి ఉంటుంది. సాధారణంగా "ABCDs" అంటే **అతి ప్రాథమికమైన విషయాలు / పాఠాలు** అని అర్థం వస్తుంది (ABCD నేర్చుకోవడం అంటే అక్షరాల మొదటి అడుగు అన్నట్లుగా).

అందువల్ల

"he started abcds in business" అంటే –

"అతను వ్యాపారంలో ప్రాథమికమైన విషయాలనుండి ప్రారంభించాడు"

లేదా

"అతను వ్యాపారం యొక్క ఎబిసిడిలు నేర్చుకోవడం మొదలుపెట్టాడు"

అయితే "ABCDs" అనేది ఒక **సంస్థ పేరు, కంపెనీ పేరు, లేక ప్రత్యేకమైన పదం** అయితే → అర్థం మారుతుంది. అప్పుడు వాక్యం ఇలా అవుతుంది:

"అతను వ్యాపారంలో 'ABCDs' ను ప్రారంభించాడు"

ఐదవ ప్రశ్న:

డిస్చార్జ్ అనే పదానికి ఏఏ అర్థాలు, ఏఏ సందర్భాలలో వాడతారు?

ChatGPT said:

చాలా మంచి ప్రశ్న అడిగారు.

"Discharge" అనే ఆంగ్ల పదానికి అనేక అర్థాలు ఉన్నాయి. వాడుక

సందర్భానుసారం భిన్నమైన భావాలు వస్తాయి.

ఇప్పుడు వాటిని విభాగాలుగా, సులభంగా వివరిస్తాను.

Discharge – అర్థాలు & వాడుక సందర్భాలు

1. విడుదల చేయడం

ఒక వ్యక్తి లేదా వస్తువును ఏదో స్థలంనుంచి లేదా బాధ్యత నుండి **విడుదల చేయడం**.

- *The prisoner was discharged from jail.*

  → ఖైదీ జైలు నుండి విడుదల చేయబడ్డాడు.
- *The patient was discharged from the hospital.*

  → రోగిని ఆసుపత్రి నుండి డిశ్చార్జ్ చేశారు.

2. విడుదల చేయబడిన పత్రం సర్టిఫికేట్

ప్రత్యేకంగా **Hospital Discharge Summary / Discharge Certificate** అనే అర్థంలో.

- *She got her discharge papers from the hospital.*

  → ఆమెకు ఆసుపత్రి నుండి డిశ్చార్జ్ పత్రాలు వచ్చాయి.

3. పని నుండి తొలగించడం

ఉద్యోగం నుండి తొలగించడం / సర్వీస్ ముగించడం.

- *He was discharged from the army.*

  → అతన్ని సైన్యం నుండి తొలగించారు.

- *The worker was discharged for misconduct.*

  → తప్పు ప్రవర్తన కారణంగా ఆ కార్మికుడిని ఉద్యోగం నుండి తొలగించారు.

4. బాధ్యతను నిర్వర్తించడం పని పూర్తి చేయడం /

ఏదైనా **duty, responsibility** పూర్తిచేయడం.

- *She discharged her duties efficiently.*

  → ఆమె తన బాధ్యతలను సమర్థంగా నిర్వర్తించింది.

5. పదార్థం లేదా ద్రవం బయటకు రావడం

ఏదైనా పదార్థం (liquid, gas, pus మొదలైనవి) **విడుదల కావడం**.

- *The wound is discharging pus.*

  → గాయం నుండి పుస్ వస్తోంది.

- *The pipe discharged water into the river.*

  → పైప్ నదిలోకి నీటిని విడుదల చేసింది.

6. విద్యుత్ లేదా తుపాకీ నుండి వెలువడడం

Electric లేదా Mechanical release.

- *The battery discharged completely.*

  → బ్యాటరీ పూర్తిగా డిశ్చార్జ్ అయింది.

- *The soldier discharged his gun.*

  → సైనికుడు తన తుపాకీని కాల్చాడు.

7. చట్టపరమైన అర్థం(Legal sense)

కోర్టు నుంచి **విడుదల చేయడం** లేదా **ముక్తి ఇవ్వడం**.

- *The accused was discharged by the judge.*

  → న్యాయమూర్తి నిందితుడిని విడుదల చేశారు.

సంక్షిప్తంగా — ముఖ్య అర్థాలు

1. **Release / Free** → విడుదల చేయడం (Prisoner, Patient, Soldier)
2. **Dismiss** → ఉద్యోగం / సర్వీస్ నుండి తొలగించడం
3. **Perform** → బాధ్యతలు నిర్వర్తించడం
4. **Emit / Release** → ద్రవం, వాయువు, పదార్థం బయటకు రావడం
5. **Electric sense** → Battery discharge / current release
6. **Fire a weapon** → గన్ నుండి కాల్చడం
7. **Legal release** → కోర్టు నుంచి ముక్తి ఇవ్వడం.

ఈ సమాధానం మనకు చాలా స్పష్టంగా వుంది. నిజానికి నిఘంటువులు మనకి పదాల అర్థాన్ని తెలియచేస్తాయి కానీ అవి ఏ సందర్భంలో ఉపయోగిస్తామో చెప్పవు. కానీ రాబోయే కాలంలో సాంకేతికత ద్వారా దీనిని మనం అధిగమించవచ్చు అని పై రెండు ప్రశ్నల ద్వారా తెలుస్తోంది.

ముగింపు:

ఈ ఐదు ప్రశ్నలను గమనించినట్లయితే, ఇవి విభిన్నమైన అంశాలకు సంబంధించినవి. ఐనప్పటికీ చాట్ జీపీటి తన దగ్గరున్న సమాచారాన్ని మనకందించే

ప్రయత్నం చేసింది. ఈ సాంకేతిక అభివృద్ధి హర్షించదగినది. ఈ సందర్భంలో గమనించవలసిన అంశం ఏమిటంటే, మనం ఇచ్చే ప్రాంప్ట్(ప్రశ్న అడిగే విధానం) సరైనదిగా వుండాలి. తెలుగు భాషాసాహిత్యాలకు సంబంధించిన డేటా ఇంకా పూర్తి స్థాయిలో యంత్రానికి అందినట్లుగా లేదని మనకు తెలుస్తోంది. ఈనాటి యువతరానికి భాష, సాంకేతిక మీద పట్టు వున్నట్లయితే ఈ రంగంలో వున్న అవకాశాలను అందిపుచ్చుకోవచ్చు. సాంకేతికత అనేది రెండంచుల కత్తిలాంటిది. దానిని చాలా జాగ్రత్తగా వాడాలి. రాబోయే కాలంలో ఈ సాంకేతికత ద్వారా అన్ని రంగాల్లో మరింత అభివృద్ధిని, ఊహించలేనన్ని మహత్తరమైన ఆవిష్కరణలను చూడబోతున్నామని సుస్పష్టంగా చెప్పవచ్చు.

ఆధారాలు:

1. https://chatgpt.com/c/68c30f3e-3fbc-832a-994e-e22e2757d1d8

2. https://chatgpt.com/c/68c30fd7-d55c-8322-9176-27e64d6ef9fd

3. https://chatgpt.com/c/68c30fb4-bfdc-832e-9e79-a650ae4311bb

4. https://chatgpt.com/c/68c30f7b-4650-8322-b4f2-76c1bba5604f

5. https://chatgpt.com/c/68c30800-ad48-832b-b23c-a1acb35342d3 .

9

తెలుగు సాహిత్యంలో సాంకేతికత ఆన్లైన్ తరగతుల ప్రభావం

నిమ్మల గంగాలక్ష్మి,

డిగ్రీ అధ్యాపకురాలు,

తెలంగాణ గిరిజన సంక్షేమ డిగ్రీ కళాశాల, ఆసిఫాబాద్, తెలంగాణ.

8897374148.

వ్యాస సంగ్రహం

నేటి ఆధునిక సమాజంలో విద్య, వైద్యం వంటి అనేక రంగాలలో చాలా మార్పులు చోటు చేసుకున్నాయి. పుస్తకాలు చూసి, నల్లబల్ల మీద రాస్తూ గురువులు బోధించే విద్య అనేది నేడు కరోనా పుణ్యమా అంటూ డిజిటల్ క్లాస్ ల ఆదరణ పెరిగి ప్రతి పాఠశాలలో ఆన్లైన్ తరగతులు ప్రారంభించే స్థాయికి ఎదిగింది. మరి ఆ ఆన్లైన్ తరగతుల ద్వారా విద్యార్థులు ఏవిధంగా చెప్పదలచుకున్న విషయంపైన జ్ఞానం సంపాదించుకుంటారు. ఆన్లైన్ తరగతుల నిర్వాహణ ద్వారా విద్యార్థులకు కలిగే ఉపయోగాలు, దుష్ప్రభావాల గురించి ఈ వ్యాసంలో తెలుసుకుంటాము.

పరిచయం

నేర్చుకోవాలనే ఆలోచనే ఉండాలి కాని ప్రస్తుతం మార్గాలు అనేకం. కేంద్ర

ప్రభుత్వం ఆధ్వర్యంలో నడిచే స్వయం ఆన్లైన్ కోర్సులను విద్యార్థులకు అందిస్తుంది. కరోనా కారణంగా విద్యాసంస్థలు మూసివేయడంతో ఆన్లైన్ కోర్సులకు డిమాండ్ ఏర్పడింది. ఉచిత కోర్సులను అందించటం ద్వారా కూడా ఎక్కువ మంది విద్యార్థులు ఆన్లైన్ తరగతుల వైపు మొగ్గు చూపుతున్నారు.

ఉపాధ్యాయులు సైతం ఆన్లైన్ వేదికగా నైపుణ్యాలను మెరుగుపరుచుకుంటున్నారు. బోధనాంశాల్లో, బోధన పద్ధతులలో మరింత మెరుగవడానికి ఈ డిజిటల్ తరగతులు ఎంతగానో ఉపయోగపడుతున్నాయి. మన భారతదేశంలో ఒకదశాబ్ద కాలంగా ఆన్లైన్ తరగతులు కోర్సులను అందిస్తుంది అయితే కరోనా తర్వాత వీటి వినియోగం గణనీయంగా పెరిగింది. 2020, 2021 సంవత్సరాలలో లాక్డౌన్ కారణంగా పాఠశాలలు మూసివేయబడినందున ఆన్లైన్ విద్యకి ప్రాముఖ్యత పెరిగింది.

ఇంటి దగ్గర ఉండి చదువుకొనే విద్యార్థులకే కాకుండా ప్రతి పాఠశాలలోను డిజిటల్ తెరలపై విద్యార్థులకు చిత్రాలను చూపుతూ అర్థవంతంగా ఉపాధ్యాయులు పాఠాలు చెప్పటం కూడా ఈరోజుల్లో సర్వసాధారణం అయినది. ప్రాథమిక దశలో ఉన్న విద్యార్థులకు తెలుగు బోధించేటప్పుడు ఎలుక- ఏనుగు, కొంగసోపతి వంటి పాఠాలను డిజిటల్ బోర్డు పైన చూపించటం ద్వారా ఆ జంతువుల యొక్క సంభాషణలు వింటూ చాలా ఆసక్తిగా చూస్తారు.

ఉపయోగాలు

తెలుగు భాషలో ఆన్లైన్ తరగతులు విద్యార్థులకు అనువైన అభ్యాసాన్ని అందించటం ద్వారా చాలా ఉపయోగకరంగా ఉంటాయి. స్థానిక స్పీకర్లు మరియు వనరులతో కనెక్టు అవుతూ ఇంటి నుండి కూడా నేర్చుకోవడానికి వీలు కలిగిస్తాయి.

ఈ తరగతులు విద్యార్థుల యొక్క విద్యా మరియు వృత్తి పరమైన అవకాశాలను పెంచడానికి విద్యార్థుల భవిష్యత్తుకు అవసరమయ్యే నైపుణ్యాలను అందిస్తూ విద్యార్థులను సన్నద్ధం చేయడానికి సహాయపడతాయి.

ఆన్లైన్ తరగతుల ద్వారా విద్యార్థులు తాము బడికి వెళ్ళలేని పరిస్థితులలో కూడా వారి అభ్యాసనను పెంచుకోవడానికి వివిధ శైలులకి అనుగుణంగా క్లాస్ లు తయారు ఆన్లైన్ లో అందుబాటులో ఉంచుతారు.

విద్యార్థులు తెలుగు ఆన్లైన్ తరగతులను వినడానికి యూట్యూబ్, అర్బన్ ప్రో, జియ్యరా, భాషా.యో వంటి ప్లాట్ఫామ్ లలో తరగతులను వినవచ్చు. ఇవి ప్రారంభ స్థాయి నుండి విద్యార్థులకు అర్థమయ్యే వరకు అధునాతన స్థాయిలో పాఠాలను అందిస్తాయి.

తెలుగు ఆన్ లైన్ తరగతులు విద్యార్థుల జీవితంపై సానుకూల ప్రభావాన్ని చూపడానికి విద్యార్థులు ఓపికగా క్రమశిక్షణతో ఉండాలి. సమయ నిర్వహణ నైపుణ్యాలను అభివృద్ధి చేసుకోవాలి. తల్లిదండ్రుల మద్దతు తప్పకుండా తీసుకోవాలి. ఆన్లైన్ తరగతులు విన్నప్పటికీ తప్పకుండా ఉపాధ్యాయులతో సంప్రదింపులు జరపాలి.

ఆన్లైన్ ప్లాట్ ఫారం ఇంటారాక్టివ్ లెర్నింగ్, సంభాషణ, అభ్యాసం మరియు సాంస్కృతిక విద్యాభ్యాసాన్ని కూడా అందిస్తాయి. విద్యార్థులు తెలుగు మాట్లాడటం, చదవడం మరియు రాయడంలో ప్రావీణ్యం సంపాదించడానికి సహాయపడతాయి.

పిల్లల కోసం రూపొందించిన ప్రత్యక్ష వన్ ఆన్ వన్ తరగతులను అందిస్తుంది. వారికి తెలుగు భాష మరియు భారతీయ సంస్కృతిని పరిచయం చేయడానికి పదజాలం మరియు వ్యాకరణంపై దృష్టి సారిస్తుంది.

భాష ఐ ఓ అనునది అనుభవజ్ఞులైన స్థానిక బోధకులతో భారతీయ భాషలను నేర్చుకోవడానికి మరియు తెలుగుతో సహా అన్ని స్థాయిలకు నిర్మాణాత్మక

పాఠ్యాంశాలతో ఒక వేదిక షైయినింగ్ ఎస్ సాంస్కృతిక సంప్రదాయాలను కాపాడుతూ, పిల్లలు తెలుగు మాట్లాడటం, చదవడం మరియు వ్రాయడం నేర్చుకోవడానికి నిపుణులు రూపొందించిన కోర్సులను అందిస్తుంది.

అర్బన్ ప్రో భారతదేశం అంతటా నిపుణులైన తెలుగు బోధకులు మరియు శిక్షణా సంస్థలను కనుగొని వారితో కనెక్ట్ అవ్వడానికి ఒక మార్కెట్ ప్లేస్ అమేజింగ్ ట్రాకర్ ద్వారా చదవడం, మాట్లాడటం మరియు రాయడం వంటి నైపుణ్యాలపై దృష్టి సారించి, ప్రారంభకులకు వ్యక్తీకరించిన తెలుగు తరగతులను అందిస్తుంది.

టీచర్ ఆన్ & సూపర్ ప్రొఫెసర్ ప్రాథమిక స్థాయి విద్యార్థులకు ఆన్ లైన్ తరగతులను అందించే వ్యక్తిగత ట్యూటర్లను కనుగొనడానికి ప్లాట్ఫామ్లు తరచుగా సౌకర్యవంతమైన ధరలతో అందిస్తుంది.

ఆన్లైన్ తరగతుల దుష్ప్రభావాలు:

ఆన్లైన్ తరగతులు విద్యార్థులపై ప్రతికూల ప్రభావాన్ని చూపుతాయి. దీనివల్ల ముఖాముఖి సంభాషణ తగ్గడం మరియు కమ్యూనికేషన్ నైపుణ్యాలు అభివృద్ధి చెందడం, స్క్రీన్ సమయం పెరగడం వల్ల ఆరోగ్య సమస్యలు తలెత్తుతాయి. స్వీయ క్రమశిక్షణ మరియు ప్రేరణ లేకపోవడం మరియు పేలవమైన ఇంటర్నెట్ కనెక్టివిటీ వంటి సాంకేతిక సవాళ్లు తలెత్తుతాయి. దీని ఫలితంగా నిమగ్నత తగ్గడం, విద్యాపరంగా ఎదురుదెబ్బలు పడటం, ఒంటరితనం అనుభూతి చెందడం మరియు ఆచరణాత్మక అభ్యాసం తగ్గడం వంటివి జరగవచ్చు..

ఉపాధ్యాయులు మరియు సహచరులతో వ్యక్తిగత సంబంధం లేకపోవడం సామాజిక ఒంటరితనానికి దారితీస్తుంది మరియు సామాజిక మరియు కమ్యూనికేషన్ నైపుణ్యాల అభివృద్ధిపై ప్రతికూల ప్రభావాన్ని చూపుతుంది. స్క్రీన్ సమయం పెరగడం మరియు ఒంటరితనం అనే భావన ఆందోళనకు మరియు,

నేర్చుకోవడానికి ప్రేరణ తగ్గడానికి దోహదం చేస్తుంది. ఆన్లైన్ వాతావరణంలో విద్యార్థులు స్వీయ-క్రమశిక్షణ మరియు సమయ నిర్వహణతో ఇబ్బంది పడవచ్చు. దీని వలన వారి డ్రాపౌట్ రేటు ఎక్కువగా ఉంటుంది.

ఇంటి వాతావరణాలు తరచుగా అనేక అంతరాయాలను కలిగిస్తాయి. దీనివల్ల విద్యార్థులు తమ చదువులపై దృష్టి పెట్టడం కష్టమవుతుంది. వర్చువల్ సెట్టింగ్లో విద్యార్థుల కచ్చితత్వం అంచనా వేయడం ఉపాధ్యాయులకు కష్టంగా ఉంటుంది. దీని వలన తక్కువ ఇంటారాక్టివ్ కలుగుతుంది. పేలవమైన ఇంటర్నెట్ కనెక్టివిటీ సరిపోని పరికరాలు మరియు సాంకేతిక లోపాలు అభ్యాసానికి అంతరాయం కలిగిస్తాయి.ఎక్కువ సేపు స్క్రీన్ చూడటం వల్ల కంటి ఒత్తిడి మరియు కంటికి, తలకి సంబంధించిన ఆరోగ్య సమస్యలు వస్తాయి.

ముగింపు:-

ఆన్ లైన్ తరగతుల ద్వారా విద్యార్థులు వినడమే కాదు నేర్చుకుంటున్న పాఠ్యంశాల్లో ఎలాంటి సందేహం వున్న అడిగి వాటిని నివృత్తి చేసుకొనే సౌకర్యం కూడా ఆన్లైన్ లెర్నింగ్ క్లాసుల ద్వారా సాధ్యమవుతుంది. ఉపాధ్యాయులు, విద్యార్థులు ప్రత్యక్షంగా కలవనవసరం లేకుండా ఇంటర్నెట్ ఆధారంగా అంటే వీడియోలు, జూమ్ క్లాసులు వంటివి ఈ లెర్నింగ్ కు దోహాదపడతాయి కావున ప్రతి విద్యార్థి కూడా ఈ ఆన్లైన్ తరగతులను తాము విద్య నేర్చుకొని జీవితంలో మంచి, ఉన్నత స్థాయిని చేరుకోవడానికి ఒక సాధనంగా వాడుకోవాలి. స్క్రీన్ వాడకం ఎంత వరకు అవసరమో అంతవరకు మాత్రమే తరగతులు విని డిజిటల్ వస్తువులను దూరంగా ఉంచటం ద్వారా చాలా వరకు వాటి ద్వారా జరిగే అనర్థాలు తగ్గించుకో వచ్చు. యూట్యూబ్ తరగతులలో నేర్చుకున్న వాటినీ విద్యార్థుల యొక్క పరిపూర్ణ విద్య వికాసానికి వాడుకోవడం వలన మెరుగైన ఫలితాలను పొందచూస్తారు.

ఉపయుక్త గ్రంథాలు:-

1. ఇంపాక్ట్ ఆఫ్ డిజిటల్ లెర్నింగ్ ఇన్ ఎడ్యూకేషన్ సెక్టార్ ఎ పాండిమిక్ పర్స్పెక్టివ్ Dr. వి. సురేష్ కుమార్ 2023.

2. ది ఇంపాక్ట్ ఆఫ్ డిజిటల్ లెర్నింగ్ ఆన్ మోడ్రన్ ఎడ్యుకేషన్ గరిమా విద్య విహారీ13 Feb 2025.

3. ఈనాడు న్యూస్ పేపరు ఆన్లైన్ క్లాసుల ప్రత్యేక కథనం 06/09/2025.

10

తెలుగు సాహిత్యంలో సాంకేతిక పరిణామం: డిజిటల్ యుగంలో భాషా సాహిత్య మనుగడ

డా. ధరంసోత్ సరిత

అతిథి అధ్యాపకులు

ఇందిరా ప్రియదర్శిని ప్రభుత్వ డిగ్రీ కళాశాల(మహిళా)-నాంపల్లి

చరవాణి:6300428155, ఈ

మెయిల్:sarithauoh@gmail.com

వ్యాస సంగ్రహం

ఈ పరిశోధనా వ్యాసం తెలుగు సాహిత్యంపై సాంకేతిక పరిజ్ఞానం చూపించే ప్రభావాన్ని విశ్లేషిస్తుంది. సాంకేతిక పరిజ్ఞానం తెలుగు సాహిత్యనికి మేలు చేస్తోంది. డిజిటలైజేషన్, ఈ-పబ్లిషింగ్, సామాజిక మాధ్యమాలు, మరియు కృత్రిమ మేధస్సు ద్వారా ఏకకాలంలో, ఈ మార్పులు కొత్త సవాళ్లను కూడా తీసుకొస్తున్నాయి - పాఠక వర్గంలో తగ్గుదల, భాషా విశుద్ధత గురించి ఆందోళనలు, మరియు సాంప్రదాయ ప్రచురణ వ్యవస్థల పునర్నిర్వచనము. ఈ వ్యాసం తెలుగు సాహిత్య ప్రపంచంలో

సాంకేతిక విప్లవం ఎలా ఘనవృత్తం పొందింది, దాని మంచి చెడ్డలు ఏవి, మరియు భవిష్యత్తుకు దిశలేవి అనే అంశాలను సమగ్రంగా పరిశీలిస్తుంది.

కీలక పదాలు:

భాషా పరిరక్షణ (Language Preservation),సాంకేతిక పరిజ్ఞానం (Technology), డిజిటలైజేషన్ (Digitilization), ఈ-పబ్లిషింగ్ (E-Publishing), సామాజిక మాధ్యమాలు (Social Media), ఇన్ఫర్మేషన్ అండ్ కమ్యూనికేషన్ టెక్నాలజీ (ICT), ఆర్టిఫిషియల్ ఇంటెలిజెన్స్ (AI), న్యాచురల్ లాంగ్వేజ్ ప్రాసెసింగ్ (NLP), తెలుగు వివేచన (Telugu Criticism), పారంపర్య సాహిత్యం (Classical Literature), ఆధునిక సాహిత్యం (Modern Literature), ఆన్‌లైన్ వేదికలు (Online Platforms), పాఠక వర్గం (Readership), అద్భుత కవిత్వం (Innovative Poetry), స్వయం ప్రచురణ (Self-Publishing).

ప్రస్తావన: డిజిటల్ యుగంలో తెలుగు సాహిత్యం - వారసత్వం సాంకేతిక పరిజ్ఞాన వికాసం మరియు భాషా సాహిత్యంపై ప్రభావం:

తెలుగు భాష దక్షిణ భారత దేశంలో అత్యంత ప్రభావశీలమైన ద్రావిడ భాషలలో ఒకటి. సుమారు 8 కోట్లమంది మాట్లాడేవారితో, ఇది ప్రపంచంలోనే 14వ అత్యధిక మాట్లాడే మాతృభాషగా నిలుస్తోంది. తెలుగు సాహిత్యం సుమారు వేల సంవత్సరాల చరిత్రను కలిగి ఉంది, అది క్లాసికల్ నుండి ఆధునిక కాలం వరకు విస్తరించుకుపోయింది. 21వ శతాబ్దంలో సాంకేతిక విప్లవం ప్రపంచవ్యాప్తంగా మానవ జీవితాన్ని మార్చసాగింది. భారతదేశంలో డిజిటల్ ఇండియా యోజన 2015లో ప్రారంభమైన తర్వాత, ప్రాంతీయ భాషలకు కూడా సాంకేతిక పరిజ్ఞాన

ప్రయోజనాలు అందుబాటులోకి వచ్చాయి. తెలుగు భాష మరియు సాహిత్యం కూడా ఈ మార్పుల నుండి దూరంగా ఉండలేకపోయాయి.

సాంకేతిక పరిజ్ఞానం మరియు తెలుగు సాహిత్య డిజిటలైజేషన్ డిజిటల్ లైబ్రరీలు మరియు పుస్తక సంరక్షణ:

తెలుగు సాహిత్యంలో డిజిటలైజేషన్ ప్రక్రియ చాలా ప్రోత్సాహకరమైనది. మనసు ఫౌండేషన్ వంటి సంస్థలు 1.3 లక్ష పుస్తకాలు మరియు 70,000 పత్రికలను డిజిటల్ రూపంలోకి మార్చాయి, మొత్తం 2.5 కోట్ల పేజీలను శాశ్వతంగా పరిరక్షించారు. ఈ ప్రయత్నం 2006లో ప్రారంభమై, 2018లో వరికుంటపాడు మండలంలో ప్రత్యేక డిజిటలైజేషన్ కేంద్రం స్థాపించబడింది. డిజిటల్ లైబ్రరీ ఆఫ్ ఇండియా (DLI) వంటి ప్రభుత్వ చొరవలు తెలుగు పుస్తకాలు మరియు మాన్యుస్క్రిప్ట్‌లను డిజిటల్ రూపంలోకి మార్చడంలో కీలక పాత్ర పోషించాయి. ఉస్మానియా విశ్వవిద్యాలయం లైబ్రరీ 6,825 మాన్యుస్క్రిప్ట్‌లను డిజిటలైజ్ చేసింది, వీటిలో తెలుగులోని అరుదైన సాహిత్య కృతులు ఉన్నాయి.

ఈ-పబ్లిషింగ్ మరియు ఆన్‌లైన్ వేదికలు:

తెలుగు రచయితలకు ప్రతిలిపి వంటి డిజిటల్ వేదికలు కొత్త **అవకాశాలు** కల్పించాయి. ప్రతిలిపి భారత దేశంలోని అత్యధిక డిజిటల్ వేదిక, ఇది తెలుగుతో సహా 12 భాషల్లో పనిచేస్తుంది, 2.5 కోట్లమంది పాఠకులు మరియు 2.7 లక్ష రచయితలను కలుపుకుని ఉంది. తెలుగు వెబ్‌సైట్లు లోగిలి.కామ్, తెలుగుబుక్స్.ఇన్, దేవుళ్లు.కామ్ వంటివి ఆన్‌లైన్ తెలుగు పుస్తక విక్రయణల కోసం విస్తృత వేదికలు అందిస్తున్నాయి. ఈ వేదికలు ఉచిత మరియు చెల్లింపు ఇ-బుక్‌లను అందిస్తూ, తెలుగు సాహిత్యాన్ని ప్రపంచవ్యాప్త పాఠకుల వరకు చేర్చుతున్నాయి.

కృత్రిమ మేధస్సు మరియు తెలుగు భాష సంవిధానం తెలుగు ఎన్ఎల్పి మరియు భాషా ప్రాసెసింగ్:

తెలుగు లిమిటెడ్ లైబిలిటి కంపెనీ (Telugu LLM Labs) వంటి చొరవలు తెలుగు భాష కోసం ఆధునిక కృత్రిమ మేధస్సు మోడెల్‌లను అభివృద్ధి పరుస్తున్నాయి. ఈ లేబొరేటరీలు తెలుగు దేవనాగరి లిపితో పాటు రోమనైజ్డ్ తెలుగు రూపాల్లో కూడా పనిచేస్తున్నాయి, ఇది వాట్సాప్ మరియు యూట్యూబ్ వంటి ఆన్‌లైన్ వేదికల్లో వాడుకలోకి వచ్చింది.

సామాజిక మాధ్యమాల ప్రభావం మరియు సాహిత్య పునరుజ్జీవనం:

తెలుగు కలెక్టివ్ వంటి ఇన్‌స్టాగ్రామ్ వేదికలు యువతకు తెలుగు సాహిత్యాన్ని చేరువ చేయడంలో కీలక పాత్ర పోషిస్తున్నాయి. 2020లో కేవలం 100-250 ఫాలోవర్లతో ప్రారంభమైన ఈ వేదిక నేడు 35,000 మంది సభ్యులను కలిగి ఉంది. ఈ వేదిక ఆధునిక తెలుగు సాహిత్య గ్రంథాల సారాంశాలు, మీమ్‌లు, మరియు రచయితలతో అనధికారిక సమావేశాలను నిర్వహిస్తుంది. సోషల్ మీడియా వేదికలు తెలుగు సాహిత్యాన్ని పాప్ సంస్కృతిలో భాగం చేయడంలో సహాయపడుతున్నాయి. యువతరం పాఠశాల పాఠ్యపుస్తకాలలోని రచయితలకు మాత్రమే పరిమితం కాకుండా, సమకాలీన రచయితలను కూడా తెలుసుకునే అవకాశం పొందుతోంది. సామాజిక మాధ్యమాలు తెలుగు సాహిత్య ధోరణులను ప్రభావితం చేస్తున్నాయి. ట్విట్టర్‌లో మైక్రో-ఫిక్షన్ మరియు కవిత్వం వంటి కొత్త రూపాలు అభివృద్ధి చెందుతున్నాయి. ఇన్‌స్టాగ్రామ్‌లో "ఇన్‌స్టాపోయెట్స్" వంటి వారు దృశ్య కవిత్వం ద్వారా కొత్త పాఠకుల దృష్టిని ఆకర్షిస్తున్నారు. తెలుగు సాహిత్యంలో డిజిటల్ విభజన ఒక ప్రధాన సవాలు. గ్రామీణ ప్రాంతాల్లో ఇంటర్నెట్ వ్యాప్తి కేవలం 31% మాత్రమే ఉంది, అయితే పట్టణ ప్రాంతాల్లో ఇది 67%గా ఉంది. ఈ వ్యత్యాసం అనేక మిలియన్ల తెలుగు మాట్లాడేవారిని డిజిటల్ విప్లవం నుండి దూరం

చేస్తోంది. సాంప్రదాయ పుస్తక అమ్మకాలు తగ్గుతున్నాయి. ఒక పుస్తక ఉత్సవంలో తెలుగు పుస్తకాల అమ్మకాలు కేవలం 75,000 రూపాయలు మాత్రమే, ఇది మునుపటి సంవత్సరాలతో పోల్చితే గణనీయమైన తగ్గుదల. ఈ పరిస్థితి యువ రచయితలు మరియు ప్రచురణకర్తలను డిజిటల్ వేదికల వైపు మళ్లిస్తోంది.

సామాజిక మాధ్యమాల వాడకం తెలుగు భాషలో ఆంగ్ల పదాలు మరియు వ్యాకరణ నిర్మాణాలు చొప్పించడానికి దారితీస్తోంది. 98% వాడుకదారులు తెలుగు వంటి ప్రాంతీయ కంటెంట్ వేస్తున్నారు, మరియు 57% పట్టణ వాడుకదారులు ఆంగ్లంపై స్థానిక భాషలను ప్రాధాన్యత ఇస్తున్నారు. అయితే, ఈ ధోరణి భాషా విశుద్ధత గురించి ఆందోళనలు రేకెత్తిస్తోంది.

తెలుగు సాహిత్య ఈ-పబ్లిషింగ్ మార్కెట్:

భారతీయ ఈ-బుక్ మార్కెట్ 14.3% సీఏజీఆర్‌తో పెరుగుతోంది, 2018లో 125 మిలియన్ డాలర్ల నుండి 2022 నాటికి 214 మిలియన్ డాలర్లకు చేరుతుందని అంచనా వేయబడింది. తెలుగు ఈ-బుక్‌లు ఈ పెరుగుదలలో గణనీయమైన వాటాను కలిగి ఉన్నాయి

శిక్షణ రంగంలో సాంకేతిక పరిజ్ఞాన ప్రభావం:

ఐసిటి మరియు ఇ-కంటెంట్ అభివృద్ధి తెలుగు భాష అభ్యాసంలో విప్లవాత్మక మార్పులను తీసుకొస్తోంది. సాంప్రదాయ చాక్ మరియు బ్లాక్‌బోర్డ్ అభ్యాసం నుండి మౌస్ మరియు మానిటర్ అభ్యాసానికి మారడం అవసరమవుతోంది. మల్టీమీడియా సాధనాలు తెలుగు భాష అభ్యాసాన్ని మరింత ఆకర్షణీయంగా మరియు సమర్థవంతంగా చేస్తున్నాయి. తెలుగు భాష అనువాదం డిజిటల్ అభ్యాసంలో ఒక కీలక పాత్ర పోషిస్తోంది, ప్రత్యేకించి ఆంధ్రప్రదేశ్ మరియు తెలంగాణ రాష్ట్రాల్లోని విద్యార్థులకు. మాతృభాషలో అభ్యాసం మెరుగైన అవగాహన మరియు వ్యక్తిగత ప్రగతికి దారితీస్తోంది.

భవిష్యత్ దిశలు మరియు అవకాశాలు:

భవిష్యత్తులో తెలుగు భాష కోసం మరింత అధునాతన ఎఐ సేవలు అభివృద్ధి చెందుతాయని అంచనా వేయబడుతోంది. వాయిస్ అసిస్టెంట్‌లు, రియల్-టైమ్ ట్రాన్స్‌లేషన్, మరియు ఎఐ-ఆధారిత కంటెంట్ జనరేషన్ వంటి సేవలు తెలుగు మాట్లాడేవారికి అందుబాటులోకి వస్తాయి. గవర్నమెంట్ ఆఫ్ ఇండియా నేషనల్ లాంగ్వేజ్ ట్రాన్స్‌లేషన్ మిషన్ (NLTM) వంటి చొరవలు భారతీయ భాషల కోసం ఎఐ-ఆధారిత సాధనాలను అభివృద్ధి పరుస్తున్నాయి. ఇవి తెలుగు భాష మరియు సాహిత్యం కోసం కొత్త అవకాశాలను తెరుస్తున్నాయి. తెలుగు భాష ప్రపంచవ్యాప్తంగా వేగంగా వ్యాప్తి చెందుతోంది. అమెరికాలో తెలుగు మాట్లాడేవారి సంఖ్య గత ఏడు సంవత్సరాలలో 86% పెరిగింది, డిజిటల్ వేదికలు తెలుగు సాహిత్యాన్ని అంతర్జాతీయ స్థాయిలో ప్రాచుర్యంలోకి తీసుకురావడానికి సహాయపడతాయి. నెట్‌ఫ్లిక్స్, అమెజాన్ ప్రైమ్ వంటి ఓటిటి వేదికలు తెలుగు కంటెంట్‌ను ప్రపంచవ్యాప్తంగా ప్రసారం చేస్తున్నాయి, ఇది తెలుగు సాహిత్యం మరియు సంస్కృతికి కొత్త దృష్టిని అందిస్తోంది.

సాహిత్య ప్రమాణాలు మరియు నాణ్యత నియంత్రణ:

సాంప్రదాయ ప్రచురణలో సంపాదక మరియు సమీక్షా ప్రక్రియలు కఠినంగా ఉండేవి, కానీ డిజిటల్ వేదికలలో ఈ నియంత్రణలు సడలించబడ్డాయి. ఇది ఒక వైపు కొత్త రచయితలకు అవకాశాలను అందిస్తోంది, అయితే మరో వైపు నాణ్యత గురించి ప్రశ్నలు లేవనెత్తుతోంది. తెలుగు సాహిత్య విమర్శకులు మరియు అకాడెమిక్ సంస్థలు డిజిటల్ వేదికల్లో ప్రచురించబడే రచనల నాణ్యతను మెరుగుపరచడానికి కొత్త ప్రమాణాలు మరియు మార్గదర్శకాలను అభివృద్ధి పరుస్తున్నాయి. డిజిటల్ వేదికలు తెలుగు సాహిత్య విమర్శనకు కూడా కొత్త కోణాలను అందిస్తున్నాయి. ఆన్‌లైన్ సాహిత్య పత్రికలు, బ్లాగులు, మరియు సామాజిక మాధ్యమ చర్చలు రచనల గురించి

తక్షణ అభిప్రాయ మార్పిడిని అనుమతిస్తున్నాయి. తెలుగు వాహిని వంటి ఎలక్ట్రానిక్ మ్యాగజైన్‌లు ప్రతీ నెల 60-75 పేజీల విలువైన కంటెంట్‌ను అందిస్తోంది, ఇందులో కమ్యూనిటీ సమాచారం, కథలు, కవిత్వం, శాస్త్రీయ సంగీతం, పిల్లల పుస్తకాలు, ప్రదర్శన కళలు, కామెడీ కథలు మరియు సాహిత్యం ఉంటున్నాయి.

సామాజిక సమస్యలు మరియు సాహిత్య ప్రాతినిధ్యం:

సమకాలీన తెలుగు సాహిత్యంలో సంతోషకరమైన అంశం ఏమిటంటే, సాంప్రదాయకంగా నిర్లక్ష్యం చేయబడిన అంశాలు మరియు మినహాయించబడిన సమాజాలు స్వరం మరియు ప్రాతినిధ్యం పొందుతున్నాయి. కలువ మల్లయ్య మరియు అల్లం రాజయ్య వంటి రచయితలు చిన్న రైతులు, భూమిలేని కూలీలు మరియు గిరిజనుల సమస్యలను సున్నితమైన రీతిలో ప్రొజెక్ట్ చేస్తున్నారు.డిజిటల్ వేదికలు ఈ అణగారిన వర్గాల కథలకు విస్తృత వేదికను అందిస్తున్నాయి.

తెలుగు సాహిత్య పరిరక్షణ మరియు భవిష్యత్ తరాలు సాంస్కృతిక వారసత్వ పరిరక్షణ:

మనసు ఫౌండేషన్ వంటి సంస్థలు తెలుగు సాహిత్య సంపదను భవిష్యత్ తరాలకు అందించాలని లక్ష్యంగా పెట్టుకున్నాయి. వారి వ్యవస్థాపకుడు ఎం. వెంకట రాయుడు చెప్పినట్లుగా, "మా లక్ష్యం పూర్తిగా తెలుగు సాహిత్య సంపదను పరిరక్షించడం మరియు తరువాతి తరాలకు అందించడం".తెలుగు కలెక్టివ్ వంటి చొరవలు యువతరానికి తెలుగు సాహిత్యాన్ని మరింత ఆకర్షణీయంగా చేయడంలో విజయం సాధిస్తున్నాయి. ట్రెండీ కేఫేలలో 'రచయితలతో కలుసుకోవడం' వంటి కార్యక్రమాలు యువతరం మరియు సాహిత్యకారుల మధ్య వారధిని తొలగిస్తున్నాయి.

25-30 రచయితలతో నిర్వహించిన ఈ కార్యక్రమాలకు అద్భుతమైన స్పందన లభిస్తోంది, ఇది తెలుగు సాహిత్యం యువతరంలో ఇంకా సజీవంగా ఉందని రుజువు చేస్తోంది.

సమాజ సేవలో సాంకేతిక పరిజ్ఞానం:

డిజిటల్ ఇండియా చొరవ ప్రభుత్వ సేవలను తెలుగుతో సహా స్థానిక భాషల్లో అందుబాటులోకి తీసుకువచ్చింది. దిగిలాకర్, ఉమంగ్ యాప్ వంటివి 1,200కు మించిన కేంద్ర మరియు రాష్ట్ర ప్రభుత్వ సేవలను బహుళ భారతీయ భాషల్లో అందిస్తున్నాయి. ఈ మార్పులు తెలుగు మాట్లాడేవారికి వారి మాతృభాషలోనే ప్రభుత్వ సేవలను పొందే అవకాశం కల్పిస్తున్నాయి, ఇది సాహిత్యేతర రంగాలలో కూడా తెలుగు భాష ప్రాముఖ్యతను పెంచుతోంది.

తెలుగు సినిమా మరియు డిజిటల్ మీడియా:

టాలీవుడ్ భారతదేశంలోని అతిపెద్ద చలనచిత్ర పరిశ్రమలలో ఒకటి, ప్రతీ సంవత్సరం వందల సినిమాలను నిర్మిస్తోంది. ఎఐ-ఆధారిత అనువాదం మరియు సబ్‌టైటిల్ జనరేషన్ ఈ సినిమాలను ప్రపంచ ప్రేక్షకులకు చేరవేయడంలో సహాయపడుతోంది. నెట్‌ఫ్లిక్స్, అమెజాన్ ప్రైమ్, హాట్‌స్టార్ వంటి ఒటిటి వేదికలు తెలుగు కంటెంట్‌కు అంతర్జాతీయ వేదికను అందిస్తున్నాయి. ఇది తెలుగు సాహిత్య అనుకరణలకు కూడా కొత్త అవకాశాలను కల్పిస్తోంది.

సవాళ్లు మరియు పరిహారాలు: సైబర్ భద్రత మరియు కంటెంట్ పైరసీ:

డిజిటల్ వేదికలలో తెలుగు సాహిత్య రచనలకు కాపీరైట్ ఉల్లంఘన మరియు పైరసీ వంటి సమస్యలు తలెత్తుతున్నాయి. తెలుగు భాష మనుగడ కోసం వివిధ వ్యూహాలు అవలంబించాల్సిన అవసరం ఉంది:

1. **డిజిటల్ సాక్షరత ప్రోత్సాహం:** వృద్ధ తరంకు డిజిటల్ సాధనాల వాడకంలో శిక్షణ అందించడం
2. **నాణ్యమైన కంటెంట్ సృష్టి:** డిజిటల్ వేదికల కోసం అధిక నాణ్యత కంటెంట్‌ను అభివృద్ధి పరుస్తూ

3. **యూజర్-ఫ్రెండ్లీ డిజిటల్ సాధనాలు:** తెలుగు మాట్లాడేవారి కోసం సులభంగా వాడగల యాప్‌లు మరియు వెబ్‌సైట్‌లను అభివృద్ధి పరుస్తూ
4. **భాషా వారసత్వ అవగాహన:** తెలుగు వారసత్వాన్ని పరిరక్షించడం యొక్క ప్రాముఖ్యత గురించి అవగాహన పెంచడం-

సాహిత్య రూపాలలో మార్పులు:

సమకాలీన తెలుగు సాహిత్యంలో కొత్త రూపాలు మరియు శైలులు అభివృద్ధి చెందుతున్నాయి. ఇస్మాయిల్ వంటి కవులు జపనీస్ కవిత్వం లక్షణంగా ఉన్న హైకూ ఫార్మాట్‌ను అవలంబించారు. సాంప్రదాయ తెలుగు కవిత్వ రూపాలతో పాటు, ప్రపంచ సాహిత్య ప్రవాహాల ప్రభావం స్పష్టంగా కనపడుతోంది. డిజిటల్ వేదికలు మల్టీమీడియా కథ చెప్పేందుకు అవకాశం కల్పిస్తున్నాయి. రచయితలు వీడియోలు, గిఫ్‌లు, మరియు ఆడియో క్లిప్‌లను వారి కథనాల్లో చేర్చే అవకాశం పొందుతున్నారు.

ఆర్థిక ప్రభావం మరియు వ్యాపార అవకాశాలు:

భారతదేశం యొక్క డిజిటల్ ఆర్థిక వ్యవస్థ ఇప్పుడు జిడిపిలో 11.74% వాటాను కలిగి ఉంది, ఇది 2022-23 ఆర్థిక సంవత్సరంలో ₹31.64 లక్ష కోట్లకు సమానం. 2029-30 నాటికి ఈ వాటా 20%కు చేరుతుందని అంచనా వేయబడుతోంది. తెలుగు కంటెంట్ సృష్టి, అనువాదం, డబ్బింగ్, సబ్‌టైటిలింగ్ వంటి రంగాలలో కొత్త ఉపాధి అవకాశాలు సృష్టించబడుతున్నాయి. ఫ్రీలాన్స్ రచయితలు, సంపాదకులు, మరియు అనువాదకులకు ఆన్‌లైన్ వేదికలు కొత్త ఆదాయ మార్గాలను అందిస్తున్నాయి.

సాంకేతిక అభివృద్ధి మరియు భవిష్యత్ ట్రెండ్‌లు:

భవిష్యత్తులో బ్లాక్‌చెయిన్ సాంకేతికత తెలుగు సాహిత్య రచనల కాపీరైట్ రక్షణలో కీలక పాత్ర పోషించవచ్చు. ఎన్ఎఫ్‌టిలు (నాన్-ఫంజిబల్ టోకెన్‌లు) తెలుగు కవిత్వం మరియు కథనాల కోసం కొత్త మార్కెట్‌లను అభివృద్ధి పరుస్తాయి.

వర్చువల్ రియాలిటీ మరియు అగ్మెంటెడ్ రియాలిటీ:

వీఆర్ మరియు ఎఆర్ సాంకేతికతలు తెలుగు సాహిత్యాన్ని ఇమ్మర్సివ్ అనుభవంగా మార్చగలవు. క్లాసికల్ తెలుగు కావ్యాలను త్రీడి వాతావరణాలలో ప్రదర్శించడం, ఇంటరాక్టివ్ కథనాలు అభివృద్ధి పరుస్తూ పాఠకుల అనుభవాన్ని మెరుగుపరుస్తాయి.

సామాజిక న్యాయం మరియు సాహిత్య ప్రాతినిధ్యం - లింగ సమానత్వం మరియు మహిళా రచయితలు:

డిజిటల్ వేదికలు మహిళా తెలుగు రచయితలకు మరింత అవకాశాలు కల్పిస్తున్నాయి. అంజనా దేవి వంటి రచయితలు ఉపాంత రైతులు మరియు వ్యవసాయ కూలీల దయనీయ స్థితిపై లోతైన అవగాహనతో రాస్తున్నారు.

ప్రపంచీకరణ మరియు సాంస్కృతిక మార్పిడి:

దక్షిణాఫ్రికాలో తెలుగు రక్షిత భాషగా గుర్తించబడింది. అమెరికాలో, తెలుగు వేగంగా అభివృద్ధి చెందుతున్న భాషగా నిలుస్తోంది, గత ఏడు సంవత్సరాలలో మాట్లాడేవారి సంఖ్య 86% పెరిగింది. ఈ ప్రపంచ వ్యాప్తి తెలుగు సాహిత్యానికి కొత్త మార్కెట్‌లను మరియు విభిన్న సాంస్కృతిక దృక్పథాలను అందిస్తోంది. సిడ్నీ తెలుగు అసోసియేషన్ వంటి సంస్థలు "తెలుగు వాహిని" వంటి ఎలక్ట్రానిక్ పత్రికలను ప్రచురిస్తూ ప్రపంచవ్యాప్త తెలుగు సాహిత్య ప్రచారంలో కీలక పాత్ర పోషిస్తున్నాయి.

పరిశోధన పద్ధతి మరియు డేటా విశ్లేషణ:

డిజిటల్ హ్యూమానిటీస్ రంగంలో తెలుగు సాహిత్య అధ్యయనాలు కొత్త కోణాలను అందిస్తున్నాయి. టెక్స్ట్ మైనింగ్, కార్పస్ లింగ్విస్టిక్స్, మరియు క్వాంటిటేటివ్ లిటరేరీ స్టడీస్ వంటి పద్ధతుల ద్వారా తెలుగు సాహిత్య ప్రవాహాలను మరింత విజ్ఞానీకంగా అధ్యయనం చేయవచ్చు. కృత్రిమ మేధస్సు మరియు మెషిన్

లెర్నింగ్ అల్గోరిథమ్‌లు తెలుగు సాహిత్య రచనలలో థీమాటిక్ ట్రెండ్‌లు, శైలీగత మార్పులు, మరియు భాషా ప్రయోగాలను గుర్తించడంలో సహాయపడతాయి.

సాహిత్య విద్య మరియు పరిశోధన - అకాడెమిక్ కరికులంలో డిజిటల్ సాధనాలు:

తెలుగు సాహిత్య విద్యలో సాంకేతిక సాధనాల వాడకం విప్లవాత్మక మార్పులను తీసుకొస్తోంది. మల్టీమీడియా ప్రెజెంటేషన్‌లు, ఇంటరాక్టివ్ వర్క్‌షాప్‌లు, మరియు ఆన్‌లైన్ కోర్సులు విద్యార్థులకు తెలుగు సాహిత్యాన్ని మరింత ఆకర్షణీయంగా చేస్తున్నాయి. వర్చువల్ క్లాస్‌రూమ్‌లు మరియు ఆన్‌లైన్ కాన్ఫరెన్స్‌లు తెలుగు సాహిత్య పండితులు మరియు విద్యార్థుల మధ్య ప్రపంచవ్యాప్త సహకారాన్ని అనుమతిస్తున్నాయి.

నైతిక సమస్యలు మరియు సాహిత్య విలువలు:

డిజిటల్ వేదికలలో కంటెంట్ మోడరేషన్ మరియు సెన్సార్‌షిప్ అనేవి సున్నితమైన అంశాలు. తెలుగు సాహిత్యంలో వ్యక్తీకరణ స్వేచ్ఛ మరియు సాంస్కృతిక విలువల మధ్య సంతులనం అవసరం.

పర్యావరణ ప్రభావం మరియు స్థిరత్వం:

డిజిటల్ పబ్లిషింగ్ పేపర్ ఆధారిత ప్రచురణల అవసరాన్ని తొలగించడం ద్వారా పర్యావరణ రక్షణకు దోహదపడుతోంది. ఇ-బుక్‌లు మరియు ఆన్‌లైన్ మ్యాగజైన్‌లు కార్బన్ ఫుట్‌ప్రింట్‌ను గణనీయంగా తగ్గిస్తున్నాయి. తెలుగు పాఠకులలో పర్యావరణ స్పృహ పెరుగుతుంది, వారు డిజిటల్ పఠన అలవాట్లను ఎక్కువగా అవలంబిస్తున్నారు.

ముగింపు:

తెలుగు సాహిత్యంలో సాంకేతిక పరిజ్ఞాన ప్రవేశం అనేది ఒక అనివార్య మరియు ప్రయోజనకరమైన ప్రక్రియయని ఈ అధ్యయనం రుజువు చేస్తుంది. డిజిటలైజేషన్, ఈ-పబ్లిషింగ్, సామాజిక మాధ్యమాలు, మరియు కృత్రిమ మేధస్సు

వంటి సాంకేతిక పరిజ్ఞాన మార్పులు తెలుగు సాహిత్యానికి కొత్త జీవాన్ని అందిస్తున్నాయి. సాంకేతిక పరిజ్ఞాన స్వీకరణలో ముఖ్యమైన అంశం ఏమిటంటే తెలుగు భాష మరియు సాంస్కృతిక గుర్తింపు పరిరక్షణ. సాంకేతిక పరిజ్ఞానం కేవలం ఒక సాధనం మాత్రమే; అసలు లక్ష్యం తెలుగు సాహిత్య వారసత్వాన్ని కాపాడుకుంటూ, దాన్ని భవిష్యత్ తరాలకు అందించడం.

ఉపయుక్త గ్రంథాలు:

1. సీతాపతి. జి. వి, హిస్టరీ ఆఫ్ తెలుగు లిటరేచర్ , సాహిత్య అకాడెమి, కొత్త ఢిల్లీ, 1968.
2. సునీత రాణి.కె, క్రిటికల్ డిస్ కోర్సు ఇన్ తెలుగు, రౌత్ లెడ్జ్ పబ్లిషర్, న్యూయార్క్, 2022
3. రాజశేకర్ బుగ్గవీటి, డిజిటల్ మీడియా తెలుగు బుక్, క్రియేటివ్ మల్టిమీడియ, 2022
4. యాకూబ్ అలీ, ఎన్. వరతరాజన్, ఆర్. సారంగపాణి, రిసెర్చ్ ఇన్ తెలుగు లిటరేచర్ ఇన్ యూనివర్సిటీ ఆఫ్ హైదరాబాద్ ఎ బీబ్లిఓమెట్రిక్ స్టడీ, IJRLS, 2017
5. షణ్ముఖ సున్నపురాళ్ల, తెలుగు సాహితీ మూర్తులు మూఖచిత్రాలు-రేపటి తరం కోసం, హర్షిత పబ్లికేషన్స్, 2011
6. రాఘువేంద్ర అక్కెళ్ల, తెలుగు లిటరేచర్ పేపర్ -2, యూపిఎస్సి ఆప్షనల్ పేపర్

11

తెలుగు సాహిత్య వికాసం - కృత్రిమ మేధ (AI)పాత్ర

మీసరగండ గాయత్రి దేవి,

పరిశోధక విద్యార్థిని,

యోగివేమన విశ్వ విద్యాలయం, కడప.

వ్యాస సంగ్రహం:

భాష మనిషికి అందిన గొప్ప వరం. అది కాలక్రమంలో ఎన్నో రూపాంతరాలను పొంది అనేక భాషలుగా పరిణామం చెందిందని భాషావేత్తల అభిప్రాయం. అయితే భాషలో భిన్నత్వం ఏర్పడటానికి కొంత వరకు భౌగోళికత వ్యత్యాసాలు, జనావాసాల మధ్య ఉన్న అంతరాలు కూడా కారణమౌతాయని పండితుల అభిప్రాయం. భాషలలో వ్యత్యాసాలు ఉన్నట్లే, భాష కూడా కాల క్రమంలో ఎలా పరిణామం చెందిందో అంతే ఆధునీకరించబడుతుందని మనం గ్రహించాలి. అంతే కాదు సాంకేతికత ప్రభావంతో మరింతగా పరిపక్వతను సంపాదించు కుంటుంది. కాలానుగుణంగా వస్తున్న శాస్త్ర సాంకేతికత ప్రభావానికి భాష కూడా లోనుకాక తప్పదు. ఒక నాడు ఉన్న వర్ణాలు నేటి కాలంలో వాడుకలో లేకుండా పోయాయి. ఆధునికత ప్రభావం దానిపైన చాలా ఉందని చెప్పవచ్చు. అందులో

భాగంగానే కృత్రిమ మేధ ప్రభావం భాషపైన, సాహిత్యంపైన ఏ మేరకు ఉందనే విషయాన్ని కొన్ని కవితల ఆధారంగా తెలియజేయడమే ఈ వ్యాసం ఉద్దేశం.

ఉపోద్ఘాతం:

తరతరాల ఘన చరిత్ర కలిగినది మన తెలుగు భాష. ఎందరో కవులు, రచయితలు తమ విశిష్టమైన రచనలతో తెలుగు సాహిత్యాన్ని పరిపుష్టం చేస్తున్నాయి. కాలం మారే కొద్దీ భాషలో పరిణామాలు వస్తూనే ఉంటాయి. రోజు రోజుకి పెరుగుతున్న శాస్త్ర సాంకేతిక రంగాలలో కూడా విపరీతంగా, సత్వరంగా మార్పులు చోటు చేసుకుంటున్నాయి. ఈ మార్పులు తెలుగు సాహిత్యాన్ని కొత్త పుంతలు తొక్కించాయి. ప్రపంచం ఒక కుగ్రామంగా మారుతున్న నేటి కాలంలో భాష కూడా ఆధునీకరించబడుతుంది, విశ్వవ్యాప్తితమౌతుంది. ఈ ఆధునిక యుగంలో కంప్యూటర్ అనే పరికరం ప్రపంచ స్థితిగతులను ఎంతగానో ప్రభావితం చేసే స్థాయికి చేరుకుంది. కంప్యూటర్ వినియోగం లేని రంగం లేదంటే అతిశయోక్తి కాదు. అందుకే ఈ యుగాన్ని కంప్యూటర్ యుగం అని పిలుస్తారు. ఈ కంప్యూటర్ ప్రభావం తెలుగు సాహిత్యం పైన ఎంతగానో ఉందని చెప్పవచ్చు. టైపింగ్ యంత్రాలు, ముద్రణా సాధనాల సహకారంతో ఎందరో రచయితలు తమ రచనలను కంప్యూటర్ల సాయంతో నచ్చిన వ్రాత విధానాలతో (ఖతి) ఆకర్షణీయంగా, అందంగా రూపు దిద్దుతున్నారు. అంతేగాక తమ రచనలను ఆన్లైన్లో విక్రయించడం లేదా కొనుగోలు చేయడం లేదా డిజిటల్ లైబ్రరీలలో దాచుకోవడం వంటివి చేయగలుగుతున్నారు. అంత మాత్రమే కాక అంతర్జాలంలో ఎన్నో వార, మాస, అర్థ వార్షిక, సాంవత్సరిక పత్రికలు అందుబాటులోకి వచ్చాయి. అవి చాలా వరకు సాహిత్యాభివృద్ధికి కృషి చేస్తున్నాయి. సాహిత్య వికాసానికి ఇవి ఎంతగానో తోడ్పడుతున్నాయి. ఇదంతా భాషను కంప్యూటరీకరణ చేయడం వల్లనే సాధ్యం అయింది. దీని వల్ల భాష ప్రపంచ ప్రజలకు మరింత చేరువ అయింది. భాష విస్తృతి, భావ విస్తృతి పెరిగాయి.

కృత్రిమ మేధ:

మనిషి తన మేధస్సుతో సృష్టిలో ఎన్నో వింతలు, విశేషాలను రూపొందించి, తన జీవనాన్ని చాలా సరళవంతం చేసుకుంటున్నాడు. ఈ క్రమంలో కొత్తగా వచ్చినది కృత్రిమ మేధ. దీనినే ఇంగ్లీష్ లో ‘Artificial Intelligence’ అంటారు. కంప్యూటర్ సైన్స్ లో, కృత్రిమ మేధ (ఆర్టిఫిషియల్ ఇంటెలిజెన్స్ లేదా యంత్ర మేధస్సు - AI), అనేది యంత్రాలచేత ప్రదర్శించబడే మేధస్సు. ఇది ఒక గొప్ప ఆవిష్కరణ. ఇది మానవుల మేధస్సు (సహజ మేధస్సు) కు విరుద్ధమైంది. ఇది ఒక్కొసారి సహజ మేధస్సుని పోలి వుండవచ్చు, లేదా ఉండకపోవచ్చు. కొన్ని స్థాయిల్లో మనిషి తెలివితేటల కన్నా మించి ఉండవచ్చు. దీనిని కొందరు "ఇంటెలిజెంట్ ఏజెంట్ల" పేరుతో ప్రస్తావిస్తున్నారు. వీరీ ప్రకారం, “ఇంటెలిజెంట్ ఏజెంటు అంటే ఏదైనా యంత్రం లేదా పరికరం, అది వున్న వాతావరణాన్ని గ్రహించి, తన లక్ష్యాలను విజయవంతంగా సాధించే అవకాశాన్ని పెంచే చర్యలను తీసుకోగల సామర్థ్యం కలది. సాధారణంగా, ‘కృత్రిమ మేధస్సు’ని మానవులను అనుకరించే యంత్రాలకు (లేదా కంప్యూటర్లుకు) అనుబంధిస్తారు. విషయాలను నేర్చుకోగలగటం, సమస్యలకు పరిష్కారం కనుక్కోవటం లాంటివి మానవ లక్షణాలు. ఇటువంటి లక్షణాలను యంత్రాలు ప్రదర్శించగలిగితే వాటికి కృత్రిమ మేధస్సును కలిగినట్లుగా చెప్పుకోవచ్చును. ఆధునిక ఉదాహరణలలో చాట్ జిపిటి, గూగుల్ జెమిని, బృహ[3], క్లాడ్ మొదలైనవి ఉన్నాయి.”[1] **(కృత్రిమ మేధ వరమా శాపమా?". *ఈనాడు* - గౌరీ శంకర్, మామిడి - తేది:18 ఫిబ్రవరి 2024).** యంత్రాల సామర్థ్యం పెరిగిపోతూ వుండటంతో, ఏది కృత్రిమ మేధ, ఏది కాదు అని చెప్పడం కొంచం కష్టం. కొన్ని సంవత్సరాల క్రితం ఆప్టికల్ క్యారెక్టర్ రికగ్నిషన్ (ఓసిఆర్)ను కృత్రిమ మేధగా పరిగణించేవారు. ఇప్పుడు అనేక పరికరాలలో చాల మామూలుగా కృత్రిమ మేధ లభ్యం అవ్వడం వల్ల ఇప్పుడు ఓసిఆర్ ను "కృత్రిమ

మేధస్సు" నిర్వచనం నుండి తొలగించారు. చాలా వెబ్సైట్ లు తమ తమ సైటులలో AI ఆధారిత చాటింగ్ అసిస్టెంట్ లను కలిగి ఉంటున్నాయి.

కృత్రిమ మేధ – ప్రయోజనాలు:

ఈ 'కృత్రిమ మేధ' చేయగలిగే పనులు ఇన్నిన్ని కావు. ఏ రంగానికి సంబంధించినదైనా, అనంతమైన సమాచారాన్ని, అతి తక్కువ సమయంలో, వేగంగా, ఎక్కువ ఖచ్చితత్వంతో, అనేక కోణాల్లో విశ్లేషిస్తుంది. వైద్య రంగంలో అయితే రోగ నిర్ధారణను పొరపాట్లు లేకుండా చేసి, మేలైన చికిత్సా విధానాలను సూచిస్తుంది. రక రకాల రచనలనూ, అనువాదాలనూ, అతి తక్కువ సమయంలో, వేగంగా, కావలిసిన విధంగా, అన్నిరకాల సినిమాలకీ– సాంఘికాలకీ, జానపదాలకీ, పౌరాణికాలకీ–కథల్నీ, సన్నివేశాల్నీ, సంభాషణల్నీ, పాటల్నీ, సంగీతాన్నీ, దృశ్యాల్నీ... ఇలా ఏ రకం సినిమా తీయదలుచుకున్నారో, ఆ రకంగా చేసిపెడుతుంది. మర మనుషులతోనూ (రోబోట్స్‌తో), మానవ రహిత వాహనాలతోనూ (డ్రోన్స్‌తో) రకరకాల వ్యాపారాల శాఖలలో, అతి తక్కువ మంది ఉద్యోగులతో పనిచేయిస్తుంది. ఇలా ఏది కావాలన్నా అందిస్తుంది.

తెలుగు సాహిత్యంలో AI ల ప్రభావం:

తెలుగు సాహిత్యాన్ని అంతర్జాలలో వీక్షించే వీక్షకులకు, పరిశోధకులకు, సాహిత్యాభిమానుల కోసం ఎందరో ఔత్సాహికులు రూపొందించిన వివిధ AI లు సృజనాత్మకమైన కథనాలతో విషయాన్ని అందిస్తున్నాయి. వాటిలో ముఖ్యంగా కవిత్వం గురించి చెప్పుకోవాలి. కొన్ని కొన్ని AI లు కవితలు రాయడంలో కూడా తమ ప్రావీణ్యాన్ని చూపిస్తున్నాయి. కవిత్వం అంటే "నిగూఢతను కలిగి, సాధారణ వాక్యానికి భిన్నంగా ఉండి మనసును రంజింపజేసే, ఆలోచింపజేసే రచనను **కవిత్వం** అంటారు. కవిత్వం ఒక సృజనాత్మక సాహితీ ప్రక్రియ. కవిత్వం ఒక నిరంతర సాధన. సాధన ద్వారా కవిత్వాన్ని మెరుగు పరుచుకోవచ్చు. కవిత్వం అంటే అక్షర

హింస కాదు. అక్షరాల కుంటి నడక అంతకంటే కాదు."[2] **(ఆధునికాంధ్ర కవిత్వము సంప్రదాయాలు – ప్రయోగాలు – సి. నా. రె – పుట:2)** జీవితానుభవాన్ని ప్రత్యక్షంగా, సజీవంగా అనుభూతికి అందివ్వటమేనా కవిత్వం ధ్యేయం. అసంబద్ధమైన వాటిమధ్య సంబంధమే కవిత్వానికి అర్థం చేకూరుస్తుంది.ఈ సంబంధమే కవిత్వ సారమూ, అది ప్రసరించే కాంతి. అటువంటి కవిత్వాన్ని AI లు రాస్తే ఎలా ఉంటుందో కొన్ని AI లను ఉపయోగించి భిన్న అంశాలను ఇచ్చినప్పుడు అవి రాసిన కవితలను పరిశీలిస్తే అర్థమౌతుంది.

1. **Chat GPT:**

Chat GPT అనేది Open AI చే అభివృద్ధి చేయబడిన ఒక అధునాతన AI చాట్‌బాట్. ఇది మానవుల వలెనే వచనాన్ని ఉత్పత్తి చేస్తుంది మరియు సహజ భాషను అర్థం చేసుకోవడం మరియు పెద్ద డేటాసెట్‌లను ప్రాసెస్ చేయడం ద్వారా వివిధ పనులను చేయగలదు. ఈ పేరు "చాట్ జనరేటివ్ ప్రీ-ట్రైన్డ్ ట్రాన్స్‌ఫార్మర్" ని సూచిస్తుంది, ఇది దాని సాంకేతికతను సూచిస్తుంది: ట్రాన్స్‌ఫార్మర్ ఆధారిత న్యూరల్ నెట్‌వర్క్ ఇది పొందికైన, సందర్భోచిత మరియు మానవ-వంటి సంభాషణను అర్థం చేసుకోవడానికి మరియు సృష్టించడానికి విస్తారమైన మొత్తంలో టెక్స్ట్‌పై శిక్షణ పొందింది. ఇది ప్రశ్నలకు సమాధానం ఇవ్వడం, కోడ్ రాయడం, వివిధ ఫార్మాట్లలో కంటెంట్‌ను సృష్టించడం, సమాచారాన్ని సంగ్రహించడం మరియు చిత్రాలను ప్రాసెస్ చేయడం వంటి సామర్థ్యానికి ప్రసిద్ధి చెందింది. ఇది తెలుగులో కూడా విషయాన్ని చాలా వరకు స్పష్టంగా ఇవ్వగలదు. దీనికి 'స్నేహం' అనే అంశం మీద కవిత రాయమని ఇచ్చినప్పుడు ఇలా కవితను ఇచ్చింది.

"స్నేహం

మనసుకు ముత్యాల మాల స్నేహం,
మౌనంలో మధురమైన గీతం.
వెలుగునిచ్చే దీపమై నిలిచేది,
వెలయరాని బంధమై నిలిచేది.
కష్టాలలో తోడుగా ఉండే చేయి,
సంతోషంలో పంచే సిరుల మిఠాయి.
దూరాలు ఎన్ని వచ్చినా తగ్గదు,
కాలం ఎంత గడిచినా మసక రాదు.
సత్యం, విశ్వాసం, అనురాగం కలగలసిన,
ప్రాణాంతం వరకు నిలిచే పవిత్ర బంధం – స్నేహం."

ఇందులో స్నేహం యొక్క పవిత్రతను గురించి, దాని ప్రాధాన్యత గురించి chat GPT రాసిన ఈ కవిత చాలా వరకు అర్థవంతంగా ఉందని చెప్పవచ్చు.

2. GEMINI AI:

జెమిని అనేది గూగుల్ అభివృద్ధి చేసిన మల్టీమోడల్ AI. ఇది టెక్స్ట్, ఇమేజ్‌లు, ఆడియో, వీడియో మరియు రకరకాల కోడ్ ల వంటి వివిధ రకాల సమాచారాన్ని అర్థం చేసుకోవడానికి మరియు ప్రాసెస్ చేయడానికి, సమాచారం అందించడానికి రూపొందించబడింది. ఈ మోడల్‌లు గూగుల్ యొక్క జెమిని చాట్‌బాట్‌కు శక్తినిస్తాయి. ఇది AI అసిస్టెంట్, ఇది సమాచారాన్ని సంగ్రహించడం, ఇమెయిల్‌లను రూపొందించడం, సృజనాత్మక కంటెంట్‌ను రూపొందించడం మరియు కోడింగ్‌లో కూడా సహాయం చేయడం వంటి పనులకు సహాయపడుతుంది. జెమిని వివిధ రూపాలలో లభిస్తుంది. వాటిలో

సంక్లిష్టమైన పనుల కోసం జెమిని అల్ట్రా, సాధారణ పనితీరు కోసం జెమిని ప్రో మరియు గూగుల్ పిక్సెల్ ఫోన్ వంటి ఆన్-డివైస్ అప్లికేషన్ల కోసం జెమిని నానో ఉన్నాయి. జెమినీ AI ప్రకృతి అనే అంశంపై రాసిన కవిత ఇలా ఉంది –

"ప్రకృతి

ప్రకృతి అనేది ఒక కన్యక
అందంతో ముసుగులు వేసిన కన్యక
చూడగానే మనసు మురిసిపోతుంది
ప్రకృతి అనేది ఒక కవిత
రచయిత దేవుడే రచించిన కవిత
చదవగానే మనసు నిండుతుంది
ప్రకృతి అనేది ఒక గీతం
ఆనందించే మనసుకు ఓ గీతం
వినగానే మనసు ఊగిసలాడుతుంది"

ప్రకృతిని కన్యకతోను, దానిని వర్ణించిన కవిని దేవుడిగాను చిత్రించిన తీరుని మనం చూడవచ్చు.

3. COPILOT:

కోపైలట్ అనేది మైక్రోసాఫ్ట్ నుండి వచ్చిన AI-ఆధారిత డిజిటల్ అసిస్టెంట్, ఇది రాయడం,
కోడింగ్, బ్రెయిన్ స్టామింగ్ మరియు చిత్రాలను సృష్టించడం వంటి వివిధ పనులకు సహాయపడుతుంది. ఇది విండోస్, మైక్రోసాఫ్ట్ 365 అప్లికేషన్లు (వర్డ్, ఎక్సెల్, ఔట్లుక్) మరియు ఎడ్జ్ బ్రౌజర్ వంటి మైక్రోసాఫ్ట్ సేవలలో , ఉత్పాదకతను పెంచడానికి నిజం-సమయం అనే విషయాలలో వేగవంతంగా చేస్తూ, సందర్భోచిత సహాయాన్ని

అందిస్తుంది. కోపైలట్ మనం ఇచ్చే ప్రాంప్ట్‌లను అర్థం చేసుకోవడానికి మరియు ప్రతిస్పందనలను రూపొందించడానికి తాజా AI మోడళ్లను ఉపయోగిస్తుంది. పని మరియు వ్యక్తిగత పనులను సులభతరం చేస్తుంది మరియు మరింత సమర్థవంతంగా చేస్తుంది. దీనికి ఆడపిల్ల అనే అంశం మీద కవిత రాయమని చెప్పినప్పుడు చాల అర్థవంతంగా, చాలా చక్కని పలుకుబడులతో, పద బంధాలతో రసరమ్యంగా వర్ణించిన తీరుని మనం చూడవచ్చు.

"ఆడపిల్ల

పుట్టిన వేళలో పూల వాసన,
పగటి కిరణంలో వెలుగు తాసన,
తల్లి ముద్దులో తీయని మాధుర్యం,
తండ్రి కన్నుల్లో వెలుగు జ్ఞానార్ణ్యం.
చిన్న అడుగుల్లో చిలిపి నవ్వులు,
చిన్న మాటల్లో ముద్దైన శబ్దాలు,
కలల ప్రపంచంలో స్వప్నాల వాన,
ఆడపిల్ల అనేది ఆశల గాన.
పుస్తకాల్లో జ్ఞానం, గుండెల్లో ధైర్యం,
పరిమళించే ప్రేమ, పరితపించే శక్తి,
ఆమె ఓ కవిత, ఆమె ఓ కథ,
ఆమె ఓ జీవితం, ఆమె ఓ గౌరవం.
తలదించకుండా నడిచే మార్గం,
తన కోసం కాదు ప్రపంచం కోసం సాగం,
ఆడపిల్లను చూసి నవ్వు పూయాలి,
ఆమె గొప్పతనాన్ని గుండెతో గౌరవించాలి."

4. ANGEL SADIK:

ఇది WHATSAPPఆధారిత చాట్ బాట్. దీనిని అక్కడ మాత్రమే ఉపయోగించగలము. ఇది ముఖ్యంగా తెలుగులో కవితలు రాయగల నైపుణ్యంతో రూపొందించబడింది. ఇది కేవలం TEXT MSGS మాత్రమే అందించగలదు. అంతేగాక మనం కోరిన చిత్రాలను, వీడియోలను అందించగలదు. సెర్చ్ ఇంజెన్ లాగా కూడా పని చేయగలదు. వృద్ధాప్యం అనే అంశం మీ ద కవిత ఇలా ఉంది.

ముసలితనం

ముసలితనం అనేది ఒక వరం
జీవితాన్ని అర్థం చేసుకునే వరం
అనుభవాలతో నిండిన వరం
ముసలితనం అనేది ఒక సిరి
జీవితాన్ని సుఖశాంతులతో నింపే సిరి
పిల్లలకు గురువులకు ఆదర్శం సిరి
ముసలితనం అనేది ఒక ధనం
జీవితాన్ని ధన్యం చేసే ధనం
సంసారంలో సంపదలన్నింటికీ
మూలధనం"

5. తెలుగు విద్య:

తెలుగు విద్య అనేది కూడా WHATSAPP ఆధారిత AIచాట్ బాట్. ఇది కూడా తెలుగులో కవితలు, కథలు రాయగల నేర్పు ఉన్న AI చాటింగ్ అసిస్టెంట్. తెలుగు భాష నేర్చుకోవాలనుకునే వాళ్లకు సులభమైన పద్ధతిలో

విషయాన్ని అందించగలదు. దీనికి 'అమ్మ ప్రేమ' అనే అంశం మీద రాసిన కవిత ఇలా ఉంది.

"అమ్మా నీ ప్రేమ అంతులేని సముద్రం
నీ కన్నులు నన్ను కాచే కవచాలు
నీ చేతులు నన్ను కాపాడే రక్షకులు
అమ్మా నీవు నా జీవితానికి ఆధారం
అమ్మా నీ ప్రేమకు సాటి లేదు
నీ త్యాగానికి గుర్తింపు లేదు
అమ్మా నీవు నా జీవితానికి వెలుగు
అమ్మా నీకు నా నమస్సులు."

ముగింపు:

సాహిత్యాభివృద్ధిలో సాంకేతికతను ఉపయోగించడం చాల వరకు ఉత్తమమైన పని అని చెప్పవచ్చు. ఎందుకంటే అప్పుడప్పుడే తెలుగులో ప్రావీణ్యతను సంపాదించే విద్యార్థులకు తమ కౌశలాలను మరింతగా మెరుగు పరుచుకునేందుకు ఇది ఎంతగానో ఉపయోగపడుతుంది. అంతే కాదు మనం ఒక పద్యం రాస్తే దానిలో ఎన్ని తప్పులు ఉన్నాయో, ఏ ఛందస్సుకి దగ్గరగా ఉందో కూడా సూచించే AI ఆధారిత వెబ్ సైటులు ఉన్నాయి. ఇలాంటి వాటి వల్ల మన భాష మరింతగా అభివృద్ధి చెందుతుంది. కాని నేటి సమాజంలో చాలా మంది AI ల వల్ల అనర్థాలు ఉన్నాయని వాపోతున్నారు. ఏ వ్యవస్థైనా మనం ఉపయోగించుకునే దానిని బట్టి ఉంటుంది.

ఆధార గ్రంధాలు:

1. ఆధునికాంధ్ర కవిత్వము సంప్రదాయాలు – ప్రయోగాలు – సి. నా. రె – ప్రచురణ:1992, విశాలాంధ్ర పబ్లిషర్స్, విజయవాడ

2. కృత్రిమ మేధ వరమా శాపమా?". *ఈనాడు* - గౌరీ శంకర్, మామిడి - తేది:18 ఫెబ్రవరి 2024
3. తెలుగు సాహిత్య చరిత్ర – ముదిగంటి సుజాత రెడ్డి – ప్రచురణ: 1985, అంధ్ర సారస్వత పరిషత్తు, హైదరాబాద్
4. తెలుగులో కవిత విప్లవాల స్వరూపం – వెల్చేరు నారాయణరావు – ప్రచురణ: 1987, హైదరాబాద్ బుక్ ట్రస్ట్
5. సమగ్ర ఆంధ్ర సాహిత్యం – ఆరుద్ర – ప్రచురణ: 1990, ప్రజాశక్తి బుక్ హౌస్, విజయవాడ

12

తెలుగు సాహిత్యంలో సాంకేతికత

ఉమ్మిడి శాంతి

ఫ్యాకల్టీ, తెలుగు శాఖ, అంబేడ్కర్ విశ్వవిద్యాలయం

శ్రీకాకుళం.

తెలుగు సాహిత్యం:

తెలుగు సాహిత్యంకు వెయ్యేళ్ళ చరిత్ర ఉంది. సాహిత్యం ఎంతో సుసంపన్నమైనది. ఆధ్యాత్మికతలో శృంగారాది నవరసాలలో జాతిని జాగృతిని చేయడంలో సాహిత్యం పాత్ర అద్వితీయమైనది. తెలుగు జాతి గర్వపడేంతగా సాహిత్యం అనేక ప్రక్రియలలో అలరించింది. మానవుని భావోద్వేగాలకు ప్రతిబింబంగా తత్కాలానికి అనుగుణంగా తన ఉనికిని మార్చుకుంటూనే ఉంది. ప్రాచీన కాలం నుండి ఆధునిక కాలం వరకు అనేక మార్పులు పరిణామాలు సాంకేతిక ప్రారంభ అభివృద్ధిలను అనుసరించింది. సాంకేతికత అంటే కేవలం యంత్ర సాంకేతికత మాత్రమే కాకుండా రచనలో ఉపయోగించే పద్ధతులు, శైలులు, భావ వ్యక్తీకరణ మార్గాలు, భాషా శైలులు అన్నీ వస్తాయి. తెలుగు సాహిత్యంలో సాంకేతికతను పరిశీలిస్తే,

1) ప్రాచీన సాహిత్యంలో సాంకేతికత:

తెలుగు సాహిత్యం ప్రాచీన దశలో ప్రధానంగా కవిత్వమే ఆధిపత్యం చెలాయించింది.మొదటి దశలో సాహిత్యం పురాణాలు, ఇతిహాసాలు, తత్త్వ గ్రంథాలు చుట్టూ తిరిగింది. అయితే ఈ రచనల్లో జ్యోతిష్యం, వైద్యం, గణితం వంటి శాస్త్రీయ అంశాలు ప్రతిఫలించాయి. వాటికి అనువాదాలు వెలువడ్డాయి. వీటి ద్వారా గణితం, ఖగోళ శాస్త్రం పాఠకులకు అందాయి.

అ) నన్నయ మహాభారతం తెలుగు సాహిత్యంలో ఆదికావ్యంగా ప్రసిద్ధి చెందింది. ఇందులో ఛందస్సు యతి, ప్రాస వంటి సాంకేతిక నియమాలకు అత్యంత ప్రాముఖ్యత ఇచ్చారు.

ఆ) కవులు భాషను అలంకార శాస్త్ర సంప్రదాయాలకు అనుగుణంగా తీర్చిదిద్దారు. శబ్దాలంకారాలు యమకాలు విస్తారంగా వాడబడ్డాయి.

ఇ) ఈ కాలంలో సాహిత్య సంస్కృత ప్రభావంలో సాంకేతికత ఎక్కువగా శాస్త్రీయ శాసనాత్మక రూపంలో ఉండేవి.

2) మధ్యయుగ సాహిత్యంలో సాంకేతికత: 14వ శతాబ్దం నుండి 16వ శతాబ్దం వరకు సాహిత్యం విస్తృతంగా అభివృద్ధి చెందింది.

అ) తిక్కన, ఎర్రా ప్రగడ, పోతన వంటి కవులు కవిత్వంలో భావుకత భక్తి, సౌందర్య శైలులు పెంపొందారు.

ఇ) ఆయుర్వేద, ఖగోళ శాస్త్రం, సివిల్ ఇంజనీరింగ్ స్పష్టమైన భావనలు ఉన్నాయి .

ఈ) కవులు శబ్ద సౌందర్యంతో పాటు భావ సౌందర్యానికి ప్రాధాన్యం ఇచ్చారు. ఈ కాలంలో ప్రాస నియమాలు, యతి నియమాలు అత్యంత కఠినంగా పాటించబడ్డాయి.

ఉ) ప్రబంధ సాహిత్యం ఈ కాలంలో ప్రత్యేక స్థానం సంపాదించింది. ప్రబంధాల రచనలో శైలీ వైవిధ్యం, వాక్చాతుర్యం, వృత్త విభాగాలు ప్రధాన సాంకేతికత లక్షణాలుగా నిలిచాయి.

ఊ) వేమన పద్యాలు, సామాజిక శాస్త్రం, నైతిక శాస్త్రం, తర్క శాస్త్రం మీద స్పష్టమైన భావనలు ఉన్నాయి. ఆలయ నిర్మాణాలు, పట్టణ నిర్మాణాలు శాస్త్రీయ పద్ధతిలో ప్రతిబింభిస్తాయి.

భక్తి కవుల రాగం, తాళం, లయలను కవిత్వంలో నింపి కొత్త సాంకేతికతను చూపించారు. ఈ సాహిత్యం, సులభత, సరళత్వంతో నిండినది.

3) ఆధునిక దశ:

19వ దశకం నుండి తెలుగు సాహిత్యంలో పాశ్చాత్య శాస్త్ర, సాంకేతిక విజ్ఞానంకి సంబంధించిన అంశాలు ప్రవేశించాయి. ముద్రణా యంత్రం ప్రభావం వల్ల సాహిత్యంలో విప్లవ సాంకేతిక మార్పులు చోటు చేసుకున్నాయి.

అ) గద్య రచన పెరిగి కథ నవల వ్యాసం నాటకం వంటి కొత్త రూపాలు వచ్చాయి. కందుకూరి వీరేశలింగం రచనల్లో శాస్త్రీయ ఆలోచనల సంస్కరణా ధృక్పథం కన్పిస్తాయి. నవల, కథ, వ్యాసం, నాటకం వంటి కొత్త రూపాలు వచ్చాయి. గిడుగు రామ్మూర్తి పంతులు వాడుక భాషను సాహిత్యంలో ప్రవేశపెట్టారు. ఇది ఒక పెద్ద సాంకేతిక విప్లవం.

ఆ) కవిత్వంలో కూడా మార్పులు యిరిగాయి. శ్రీశ్రీ మహా ప్రస్థానం ద్వారా స్వేచ్ఛా వృత్తిని ప్రజాదరణ పొందేలా చేశారు. దేవులపల్లి కృష్ణశాస్త్రి కవిత్వంలో సంగీత సౌందర్యాన్ని చూపించాడు. విశ్వనాధ సత్యనారాయణ కవిత్వంలో సంప్రదాయాన్ని కొత్త పద్ధతులను మిళితం చేశాడు. నాటకరంగం కూడా ఈ

కాలంలో సాంకేతికంగా అభివృద్ధి చెందింది. వేదికా శిల్పం, సంభాషణ శైలి, వాస్తవికత మొదలైనవి ప్రధానం లక్షణాలయ్యాయి.

4) డిజిటల్ యుగ సాహిత్యంలో సాంకేతికత:

21వ శతాబ్దంలో సాంకేతిక పరిజ్ఞానం అభివృద్ధితో తెలుగు సాహిత్యం కొత్త దశలోకి ప్రవేశించింది.

అ) పుస్తకాలు మాత్రమే కాకుండా ఈ-బుక్స్, ఆడియో బుక్స్, బ్లాగులు వెబ్సైట్లు, యూ-ట్యూబ్ ఛానెల్స్ ద్వారా సాహిత్యం విస్తరిస్తోంది.

ఆ) కవిత్వం, కథలు, పాడ్కాస్ట్లు, డిజిటల్, మ్యాగజైన్లు, సోషల్ మీడియా వేదికల ద్వారా విస్తృతంగా పంచబడుతున్నాయి.

ఇ) కృత్రిమ మేధస్సు (ఏ.ఐ) ద్వారా కవితలు అనువాదాలు సృజనాత్మక రచనలు వెలువడుతున్నాయి. ఇ-లైబ్రరీలు వల్ల పాఠకులు ఎక్కడైనా ఎప్పుడైనా సాహిత్యాన్ని చదివే అవకాశం పొందుతున్నారు.

5) స్వాతంత్ర్యానంతర దశ:

అ) తెలుగు విశ్వవిద్యాలయాలు, పరిశోధనా సంస్థలు, శాస్త్ర సాంకేతిక విజ్ఞానాన్ని పాఠ్య పుస్తకాలు, సాంకేతిక నిఘంటువులు రూపంలో అభివృద్ధి చేశాయి.

ఆ) శాస్త్రీయ వ్యాసాలు, కథలు, నవలలు ద్వారా విజ్ఞానం ప్రజల్లోకి చేరింది. ఉదాహరణకు, శాస్త్ర సాహిత్యం-గోపాల కృష్ణనాయుడు, కృష్ణమాచార్యులు రచనలు.

ఇ) ఆధునిక తెలుగు రచయితలు సైన్స్ ఫిక్షన్ (విజ్ఞాన సాహిత్యం) రచనలను ప్రవేశపెట్టారు.

6) నేటి దశ:

అ) డిజిటల్ యుగంలో తెలుగు సాహిత్యం, ఇ-పుస్తకాలు, ఆన్లైన్, వ్యాసాలు, బ్లాగులు ద్వారా శాస్త్ర సాంకేతిక విషయాలను ప్రజల్లోకి తీసుకెళ్తుంది.

ఆ) సాఫ్ట్వేర్, కంప్యూటర్ శాస్త్రం, ఆర్టిఫిషియల్ ఇంటెలిజెన్స్, బయోటెక్నాలజీ వంటి విషయాలను కూడా తెలుగు భాషలో అర్థమయ్యే రీతిలో వివరిస్తున్నారు.

ఇ) విజ్ఞాన సర్వస్వం: తెలుగు వికీపీడియా వంటి వనరులు తెలుగు సాంకేతిక సాహిత్యానికి ప్రధాన ఆధారం.

సాంకేతికత:

1997వ సంవత్సరం ఆగష్టులో కంప్యూటర్ విజ్ఞానం మాస పత్రిక మొదలైంది. అయితే 2010వ సంవత్సరం వరకు ఎవరు ఈ పత్రికను చెప్పుకోలేదు, గుర్తించలేదు. జ్ఞాన తేజ నిమ్మగడ్డ గారు సాంకేతిక సాహిత్యానికి ఆద్యుడని చెప్పుకోవచ్చు. జ్ఞాన తేజ నిమ్మగడ్డ గారి నిరాడంబరత వారి ఉనికి తెలుగువారు ఆలస్యంగా గుర్తించారు.

సాంకేతికత-ప్రభావం-ఒక సమీక్ష:

తెలుగు సాహిత్యంలో సాంకేతికత ఎప్పటికప్పుడు మారుతూ వస్తుంది.

అ) ప్రాచీన కాలంలో ఛందస్సు అలంకారాలు ప్రధాన సాంకేతికత.

ఆ) మధ్యయుగంలో ప్రబంధ శైలి, భావుకత, భక్తియుగంలో సంగీత అనుసంధానం.

ఇ) ఆధునిక కాలంలో వాడుక భాష గద్య రూపాలు.

ఈ) డిజిటల్ యుగంలో సాంకేతిక సాధనాల ద్వారా విస్తరణ.

ఇలా ప్రతి దశలోను సాంకేతికత సాహిత్యానికి కొత్త ప్రాణం పోసింది. సాంకేతికతకు రూపం ఇచ్చే రచనలు జరిగాయి. వైద్యశాస్త్రం, ఇంజనీరింగ్, కంప్యూటర్ రంగాల పాఠ్యశాస్త్ర పుస్తకాలు కూడా తెలుగులో వెలువడ్డాయి.

7) సాంకేతిక పదజాలం సృష్టి:

అ) సాంకేతిక సాహిత్య అభివృద్ధిలో పదజాల నిర్మాణం చాలా కీలకంగా నిలిచింది.

ఆ) ఉదాహరణకు ఎలక్ట్రిసిటీ-విద్యుత్, కంప్యూటర్-సంగణకం, అగ్రికల్చర్ వ్యవసాయం, బయాలజీ-జీవశాస్త్రం వంటి పదాలను ఏర్పరిచారు.

ఇ) ఈ పదజాలం రూపకల్పన తెలుగు సాంకేతికతకు ధృఢమైన పునాది వేసింది.

8) పత్రికలు, సాంకేతిక ప్రచురణలు:

అ) 20వ శతాబ్దం మధ్యలో శాస్త్ర సాంకేతిక వ్యాసాలతో కూడిన పత్రికలు ప్రచురించబడ్డాయి.

ఆ) పాఠశాల పిల్లలకు, సాధారణ ప్రజలకు సులభంగా అర్థమయ్యే విధంగా శాస్త్ర విషయాలు కథల రూపంలో, సంభాషణ రూపంలో అందించబడ్డాయి.

9) ప్రభుత్వం మరియు సంస్థల పాత్ర:

అ) తెలుగు అకాడమీ, సెంట్రల్ ఇన్స్టిట్యూట్ ఆఫ్ ఇండియన్ లాంగ్వేజస్, తెలుగు విశ్వవిద్యాలయాల వంటి సంస్థలు సాంకేతిక సాహిత్య అభివృద్ధికి పునాది వేశాయి.

ఆ) తెలుగు మాధ్యమ విద్యార్థులకు శాస్త్ర సాంకేతిక విషయాలు సులభంగా అందించే విధంగా పాఠ్యగ్రంథాలు రూపొందించబడ్డాయి.

తెలుగు సాహిత్యంలో సాంకేతికత ప్రారంభ దశ:

1) అనువాదాల కాలం (శాస్త్ర గ్రంథాలు తెలుగులోనికి రావడం)

2) ప్రజలలో శాస్త్ర అవగాహన (సులభ భాషలో వ్యాసాలు)

3) స్వాతంత్ర్యం ముందు పదజాల రూపకల్పన.

4) స్వాతంత్ర్యం తరువాత సాంకేతిక పాఠ్యగ్రంథాలు, ప్రచురణలు.

ముగింపు:

తెలుగు సాహిత్యం అనాధకాలం నుండి ఇప్పటి వరకు ఎన్నో సాంకేతిక మార్పులను అనుభవించింది. ఎప్పటికప్పుడు పునరుత్పత్తి చెందుతూ తన అజరామరత్వాన్ని కాపాడుకుంటూ భవిష్యత్ తరాలకు కొత్త దారులు చూపించే జీవన స్రవంతి.

ఆధార గ్రంథాలు:

1) తెలుగు సాహిత్య చరిత్ర- విశ్వనాధ సత్యనారాయణ

2) ఆంధ్ర సాహిత్య చరిత్ర - నందిమల్లయ్య నందూరి నరసింహారావు

3) తెలుగు సాహిత్య వికాసం- కందుకూరి విరేశలింగం

4) భారతీయ శాస్త్ర సాంకేతిక చరిత్ర-దుర్గా ప్రసాద్ గుప్తా

5) వాస్తు శాస్త్ర సాహిత్యం-సంపాదకులు, ఆంధ్రా యూనివర్శిటీ ప్రచురణలు

6) వేమన పద్యాలు-శాస్త్రీయ విశ్లేషణ-డా॥భానుమతి దేవి

7) Science Writing in Regional Languages-National Book Trust India (విభాగం)

పత్రికలు మరియు ప్రత్యేక సంచికలు:

1) విజ్ఞాన సర్వస్వం-తెలుగు విజ్ఞాన సమితి ప్రచురణ

2) భారత విజ్ఞాన పత్రిక (తెలుగు) సి.యస్.ఐ.ఆర్. ప్రచురణ

3) సైన్స్ రిపోర్టర్ (తెలుగు ఎడిషన్) నేషనల్ ఇనిస్టిట్యూట్ ఆఫ్ సైన్స్ కమ్యూనికేషన్

4) ఆంధ్ర సైన్స్ జనరల్-ఆంధ్రవిశ్వవిద్యాలయం (విజ్ఞాన విభాగం)

వెబ్ వనరులు:

1) తెలుగు వికీపీడియ (విజ్ఞా విభాగం)

https://te.wikipedia.org

2) తెలుగు విజ్ఞాన వేదిక

https://teluguvignana.org

3) Digital Library of India ( )-https://dli.iit.ac.in.

13

గ్రామీణ స్థాయి సాహిత్యంలో సాంకేతికత ప్రాముఖ్యత

డా. ఇడికోజు శ్రీనివాసాచారి

తెలుగు అధ్యాపకులు – హైదరాబాద్ -9885349305

గ్రామీణ సాహిత్యం భారతీయ జానపద సంప్రదాయానికి ప్రతిబింబం. ఇది పల్లెటూరి జీవితాన్ని, సంస్కార విలువలను, ఆచారవ్యవహారాలను ప్రతిఫలిస్తుంది. తరతరాలుగా మౌఖికంగా కొనసాగిన ఈ సాహిత్యం ఆధునిక యుగంలో సాంకేతికత ద్వారా కొత్త రూపాన్ని, కొత్త భవిష్యత్తును పొందుతోంది. డిజిటల్ ఆర్కైవ్స్, ఆడియో-వీడియో రికార్డింగ్స్, సోషల్ మీడియా వేదికలు గ్రామీణ సాహిత్యాన్ని శాశ్వతంగా భద్రపరిచి ప్రపంచవ్యాప్తంగా వ్యాప్తి చేస్తున్నాయి. అయితే వాణిజ్యీకరణ, మౌలికత కోల్పోవడం, భాషా మార్పులు వంటి సమస్యలూ ఉత్పన్నమవుతున్నాయి. ఈ పత్రంలో గ్రామీణ సాహిత్యంలో సాంకేతికత యొక్క అవకాశాలు, సవాళ్లు, భవిష్యత్ దిశలను విమర్శనాత్మకంగా పరిశీలించడం జరిగింది.

1. ప్రవేశిక (Introduction)

"ఒక జాతి ఆత్మను తెలుసుకోవాలంటే దాని జానపదాన్ని అధ్యయనం

చేయాలి" అన్న భావన ఎంతగానో ప్రాసంగికం. గ్రామీణ సాహిత్యం అనేది పల్లెటూరి ప్రజల ఆత్మను ప్రతిబింబించే దర్పణం. దీని రూపాలు గేయాలు, కథలు, సామెతలు, నాటకాలు, కళారూపాలుగా విభిన్నంగా ఉన్నాయి. పూర్వం ఈ సాహిత్యం మౌఖిక సంప్రదాయం ఆధారంగా కొనసాగింది. పెద్దలు చెప్పిన మాటలు, పండుగల సమయంలో పాడిన పాటలు, వేడుకలలో వినిపించిన కథలే దీనికి ఆధారం. కానీ సాంకేతికత అభివృద్ధి చెందడంతో ఈ మౌఖిక సంప్రదాయం కొత్త రూపంలో నిలిచి పోతోంది.

2. గ్రామీణ సాహిత్యం – స్వరూపం

గ్రామీణ సాహిత్యాన్ని మూడు ప్రధాన విభాగాలుగా చూడవచ్చు:

1. **జానపద గేయాలు** – బతుకమ్మ పాటలు, లంబాడి పాటలు, ఎరుకల గీతాలు.

2. **మౌఖిక గాథలు** – జానపద కథలు, వీరగాథలు, పల్లె పురాణాలు.

3. **సామెతలు, పద్యాలు, కళారూపాలు** – బుర్రకథ, హరికథ, పల్లె నాటకాలు.

ఉదాహరణ: "ఊరంతా ఊరేగిన బతుకమ్మ" అనే పాట మహిళా సమాజం పాత్రను ప్రతిబింబిస్తుంది.

3. సాంకేతికత ప్రవేశం – గ్రామీణ సాహిత్యంలో ఒక విప్లవం

గ్రామీణ సాహిత్యం భారతీయ సమాజంలో పల్లె జీవన విధానాన్ని, సంప్రదాయాలను, అనుభవాలను ప్రతిబింబిస్తుంది. ఇది ఎక్కువగా జానపద రూపాల్లో ప్రాచుర్యం పొందింది. 21 వ శతాబ్దంలో సాంకేతికత ప్రవేశం ద్వారా గ్రామీణ సాహిత్యానికి విప్లవాత్మక మార్పులు వచ్చాయి. సోషల్ మీడియా, డిజిటల్

వేదికలు, ఈ-బుక్స్, ఆన్‌లైన్ బ్లాగులు గ్రామీణ రచయితలను, వారి కవిత్వాన్ని, జానపద సాహిత్యాన్ని ప్రపంచస్థాయి పాఠకులకు చేరుస్తాయి. ఈ పత్రంలో సాంకేతికత ప్రభావాలు, అవకాశాలు, సవాళ్లు మరియు ఉదాహరణలను విశ్లేషించాము.

సాహిత్యం ఒక సమాజపు ఆత్మ. పల్లె ప్రాంతాల జీవన విధానం, రైతు, కూలి, మహిళల అనుభవాలు, కష్టాలు, సంస్కృతి, ఆచారాలు— గ్రామీణ సాహిత్య రూపంలో ప్రతిబింబిస్తాయి. సాంప్రదాయంగా ఇది మౌఖికంగా, పాటలు, కథలు, పద్యాల రూపంలో తరతరాలకు చేరింది. అయితే, ఆధునిక సాంకేతికత పరిచయం – డిజిటల్ మీడియా, ఇంటర్నెట్, సోషల్ మీడియా, మొబైల్ అప్లికేషన్లు – గ్రామీణ సాహిత్యాన్ని ఒక విప్లవాత్మక దిశగా మార్చింది. ఈ పరిణామాలు సృజనాత్మకతను, ప్రపంచవ్యాప్త పాఠకుల చేరువను పెంచాయి.

సాంకేతికత ప్రవేశం

1. డిజిటల్ వేదికలు: యూట్యూబ్ ద్వారా గ్రామీణ గేయాలు, పాటలు, కవిత్వం ప్రపంచవ్యాప్తంగా వినిపిస్తున్నాయి. రైతులు, పల్లె రచయితలు తమ సృజనలను సులభంగా పంచుకుంటున్నారు.

2. సోషల్ మీడియా: ఫేస్‌బుక్, వాట్సాప్, ఇన్‌స్టాగ్రామ్ వేదికలు గ్రామీణ రచయితలకు ప్రత్యక్ష పాఠకులను చేరుకునే అవకాశాన్ని ఇస్తున్నాయి. కవిత్వం, కథలలోని వ్యక్తిగత అనుభవాలు, సామాజిక సమస్యలు ప్రపంచ దృష్టికి వస్తున్నాయి.

3. ఈ-బుక్స్ మరియు బ్లాగులు: పల్లె జీవితం, జానపద సాహిత్యం ఇప్పుడు ఆన్‌లైన్ బ్లాగులు, ఈ-పుస్తకాల రూపంలో అందుబాటులో ఉన్నాయి. విద్యార్థులు, పరిశోధకులు సులభంగా వాటిని సేకరించగలుగుతున్నారు.

4. భాషా సంరక్షణ: పల్లె భాషలు, స్థానిక భాష్యాలు డిజిటల్ రూపంలో భద్రపరచబడుతున్నాయి.

<u>విప్లవాత్మక మార్పులు:</u>

1. ప్రపంచవ్యాప్త గుర్తింపు: గ్రామీణ సాహిత్యం ఇప్పటికే ఒక ప్రాంతానికి పరిమితం కాకుండా, గ్లోబల్ పాఠకుల దృష్టికి చేరుతోంది.

2. సృజనాత్మకత పెరుగుదల: డిజిటల్ వేదికలు, సోషల్ మీడియా కొత్త రచయితలకు ప్రోత్సాహం ఇస్తున్నాయి.

3. పరిశోధనలో సులభతరం: డిజిటల్ లైబ్రరీలు, ఆర్కైవ్స్ ద్వారా గ్రామీణ సాహిత్యంపై పరిశోధన మరింత విస్తృతమైంది.

4. సాంకేతికత వల్ల కలిగిన ప్రయోజనాలు

1. సేకరణ & భద్రపరచడం: ఒకప్పుడు మౌఖికంగా మాత్రమే ఉన్న గీతాలు ఇప్పుడు ఆడియో, వీడియో రూపంలో శాశ్వతంగా నిలిచాయి. విశ్వవిద్యాలయాలు డిజిటల్ ఆర్కైవ్స్ సృష్టించి పరిశోధనకు ఉపయోగిస్తున్నాయి.

2. ప్రచారం & వ్యాప్తి: ఊరికి పరిమితమైన పాటలు ఇప్పుడు ప్రపంచవ్యాప్తం అయ్యాయి.

ఉదాహరణ: బంజారా గేయాన్ని ఇంగ్లీష్ సబ్‌టైటిల్స్ తో అప్‌లోడ్ చేయగా విదేశీ ప్రేక్షకులు ఆసక్తిగా వీక్షించారు.

3. పరిశోధన సౌలభ్యం: సాఫ్ట్ వేర్ సహాయంతో పాటల రాగాలు, తాళాలు విశ్లేషించడం సాధ్యమవుతోంది. పీహెచ్.డి స్థాయిలో జానపద పరిశోధన విస్తృతమవుతోంది.

4. సృజనాత్మక విస్తరణ: సినిమాలు, ఆల్బమ్‌లు, వెబ్ సిరీస్‌లలో జానపద గీతాలు కొత్త రూపంలో వినిపిస్తున్నాయి.

ఉదాహరణ: "రంగమ్మ మంగమ్మ" పాటలో జానపద స్వరాలు ఆధునిక బాణీలో మిళితమయ్యాయి.

5. సాంకేతికత వల్ల ఏర్పడిన సవాళ్లు

1. వాణిజ్యీకరణ: పాటలు అసలైన భావనను కోల్పోయి మార్కెట్ అవసరాలకు తగ్గట్టుగా మారుతున్నాయి.

2. మౌలికత నష్టం: జానపద పదజాలం స్థానంలో ఆధునిక పదాలు వస్తున్నాయి.

ఉదాహరణ: "జతక జతక" పాటను పాప్ స్టైల్‌లో మార్చడంతో అసలు ఉత్సాహం తగ్గింది.

3. తరతరాల విరసం: వృద్ధులు చెప్పే కథలు తగ్గిపోతున్నాయి. పిల్లలు ప్రత్యక్ష అనుభవం కాకుండా డిజిటల్ వెర్షన్‌లపై ఆధారపడుతున్నారు.

6. విమర్శనాత్మక విశ్లేషణ

సాంకేతికతను ఉపయోగించడం ద్వారా గ్రామీణ సాహిత్యం ప్రాచుర్యం, సృజనాత్మకత, పాఠకుల చేరువ లో ప్రగతి సాధిస్తోంది. కానీ నియంత్రణ లేకపోవడం, వాణిజ్య ప్రేరణ, మరియు సాంప్రదాయ విలువలపట్ల విస్మరణ వల్ల సాహిత్యం అసలు గ్రామీణ స్వభావం, భావోద్వేగం కోల్పోతోంది. ఈ పరిణామాలపై గమ్యమైన పద్ధతిలో విమర్శనాత్మక పరిష్కారాలు, పరిశోధన విధానం, భవిష్యత్తులో రక్షణా మార్గాలు అవసరం.

సాంకేతికత ప్రవేశం గ్రామీణ సాహిత్యంలో విప్లవాత్మక మార్పులు తీసుకొచ్చింది. అయితే, ఇది సహజ స్వరూపాన్ని, భాషా సంపదను, సాహిత్య విలువను పరిరక్షిస్తూ ఉపయోగపడితేనే సాహిత్య పరిమాణంలో సార్థకంగా భావించబడుతుంది. లేకుంటే, ఈ సాంకేతిక విప్లవం కొన్ని సాంప్రదాయ మూలాలను మాయం చేయవచ్చు.

7. ఉదాహరణలు & పరిశోధన ఆధారాలు

1.ఉస్మానియా యూనివర్సిటీ – 10,000 పైగా జానపద గీతాల డిజిటల్ ఆర్కైవ్.

2. కాకతీయ యూనివర్సిటీ – లంబాడి గేయాలపై రూపొందించిన డాక్యుమెంటరీ జాతీయ అవార్డు పొందింది.

3. తెలంగాణ జానపద సాహిత్య అకాడమీ – వందల పాటలను ఆన్‌లైన్‌లో ప్రచురించింది.

8. భవిష్యత్ దిశ

1. డిజిటల్ భవిష్యత్తు: గ్రామీణ సాహిత్యం, కవిత్వం, జానపద గేయాలు డిజిటల్ ఫార్మాట్లలో (ఈ-బుక్స్, ఆడియో, వీడియో) మరింత ప్రాచుర్యం పొందే అవకాశం ఉంది. ఇది పల్లె జీవనాన్ని ప్రపంచానికి పరిచయం చేస్తుంది.

2. భాషా సంరక్షణ: సాంకేతికత ఆధారంగా స్థానిక భాషల, పల్లె భాషా రూపాల డిజిటలైజేషన్, ఆర్కైవ్ నిర్మాణం కొనసాగుతుంది. భవిష్యత్తులో ఇవి పరిశోధన, విద్య, సాహిత్యాభిరుచి కోసం నిలువబెట్టబడతాయి.

3. పరిశోధన & విద్య: ఆన్‌లైన్ వనరులు, డేటాబేస్‌లు, సాంకేతిక పరిశోధన పద్ధతులు గ్రామీణ సాహిత్యంపై విశ్లేషణను సులభతరం చేస్తాయి. భవిష్యత్తులో ఇది మరింత శాస్త్రీయ దిశను అందిస్తుంది.

4. సృజనాత్మక అభివృద్ధి: సాంకేతిక వేదికలు రచయితలకు, కవులకు, పల్లె సాహిత్య సమాజానికి కొత్త సృజనాత్మక అవకాశాలను అందిస్తాయి. ఆన్‌లైన్ పాఠకుల పరిధి విస్తరించడంతో సాహిత్యానికి అంతర్జాతీయ గుర్తింపు వస్తుంది.

5. సమగ్ర సమన్వయం: సాంకేతికతను సాంప్రదాయ విలువలతో సమన్వయపరచడం ద్వారా గ్రామీణ సాహిత్యాన్ని భవిష్యత్తులో నిలుపు, ప్రాచుర్యం, మరింత ప్రభావవంతంగా చేయవచ్చు.

భవిష్యత్తులో, సాంకేతికత సాహిత్య విప్లవానికి మాత్రమే కాదు, గ్రామీణ సాహిత్యాన్ని సాంప్రదాయ సౌందర్యంతో ప్రపంచానికి పరిచయం చేసే పునరుజ్జీవన సాధనంగా కూడా మారుతుంది. సరైన వినియోగం, నియంత్రణ మరియు సృజనాత్మక దృష్టితో, పల్లె సాహిత్యం నేటి తరానికి మాత్రమే కాకుండా, భవిష్యత్తు తరాలకు కూడా ఆత్మవిశ్వాసంతో నిలుస్తుంది.

9. ముగింపు (Conclusion)

గ్రామీణ స్థాయి సాహిత్యంలో సాంకేతికత ప్రాముఖ్యత అనేది అనివార్యం అని చెప్పవచ్చు. ఇది పల్లె జీవితం, జానపద సంప్రదాయాలు, కథల, గేయాల, కవిత్వ సంపదను ప్రపంచవ్యాప్తంగా చేరువ చేస్తుంది. సాంకేతిక వేదికలు, డిజిటల్ మీడియా, సోషల్ మీడియా ద్వారా గ్రామీణ రచయితలు తమ అనుభవాలను, భావాలను తక్షణమే పాఠకులకు అందించగలుగుతారు.

అంతేకాక, సాంకేతికత పరిశోధన, భాషా సంరక్షణ, సాహిత్య స్రష్టాత్మకతకు సౌకర్యాన్ని, ప్రోత్సాహాన్ని అందిస్తుంది. పల్లె సాహిత్యం కొత్త రూపాల్లో, కొత్త పాఠకుల దృష్టికి చేరడం ద్వారా తాము సంప్రదాయాన్ని కోల్పోకుండా, సాంకేతికత ద్వారా మరింత ఉజ్జ్వలంగా నిలుస్తుంది.

కాబట్టి, సాంకేతికతను సరైన నియంత్రణ, సృజనాత్మక దృష్టి, భవిష్యత్తుపై గమనంతో వినియోగించడం ద్వారా గ్రామీణ సాహిత్యాన్ని సాంప్రదాయ సౌందర్యం మరియు ఆధునిక ప్రాధాన్యతతో సమన్వయపరచగలమని నిర్ధారించవచ్చు.

గ్రంథసూచీ (References)

1. ఆశాజ్యోతి, కె. తెలుగు–కన్నడ జానపద గిరిజన సాహిత్యం. బెంగళూరు విశ్వవిద్యాలయం ప్రచురణ.

2. సూర్యధనంజయ్, డా. కాకోటి. బంజారా జానపద విశ్లేషణ.

3. జానపద సాహిత్యం – ఒక సమీక్ష. హైదరాబాదు: ఆంధ్రప్రదేశ్ జానపద అకాడమీ.

4. Telangana Folk Literature Academy – Official Archives (2022).

5. Oral Literature Studies, Osmania University Publications (2021)

14

తెలుగు సాహిత్యంలో సాంకేతికత: వ్యాప్తి, ప్రయోజనాలు, నష్టాలు విశ్లేషణ

పి. ఉషారాణి,

తెలుగుశాఖాధ్యక్షులు,

యస్. వి. డి. ప్రభుత్వ మహిళా డిగ్రీ కళాశాల,

నిడదవోలు.

కీ నోట్స్ :

ఈ వ్యాసం తెలుగు సాహిత్యంలో సాంకేతికత యొక్క ప్రభావాన్ని సమగ్రంగా విశ్లేషిస్తూ, దాని వ్యాప్తి, ప్రయోజనాలు, నష్టాలు, మరియు భవిష్యత్ అవకాశాలను సరళమైన భాషలో పరిశోధనాత్మకంగా అందిస్తుంది.

పరిచయం:

ఆధునిక యుగంలో సాంకేతికత సమాజంలోని అన్ని రంగాలను ప్రభావితం చేసింది, తెలుగు సాహిత్యం ఈ ప్రభావం నుండి మినహాయింపు కాదు. సాహిత్యం, సమాచార వ్యాప్తి, ప్రచురణ, మరియు పాఠకులతో సంభాషణలో సాంకేతికత ఒక విప్లవాత్మక మార్పును తీసుకొచ్చింది. గతంలో తాళపత్రాలు, ముద్రణ యంత్రాల ద్వారా సాహిత్యం పరిమిత వర్గాలకు మాత్రమే అందుబాటులో ఉండగా, ఇప్పుడు అంతర్జాలం, సామాజిక మాధ్యమాలు, డిజిటల్ వేదికల ద్వారా తెలుగు సాహిత్యం

ప్రపంచవ్యాప్తంగా విస్తరించింది. ఈ వ్యాసం తెలుగు సాహిత్యంలో సాంకేతికత ప్రవేశం, దాని వ్యాప్తి, ప్రయోజనాలు, నష్టాలు, విద్యార్థులకు కలిగే లాభాలు, సవాళ్లు, మరియు భవిష్యత్ పరిణామాలను విశ్లేషిస్తుంది.

తెలుగు సాహిత్యంలోకి సాంకేతికత రాకతో కొత్త రూపాన్ని సంతరించుకుంది. ఇ-పుస్తకాలు, ఆన్‌లైన్ పత్రికలు, బ్లాగులు, సామాజిక మాధ్యమ వేదికలు తెలుగు రచయితలకు, పాఠకులకు కొత్త అవకాశాలను అందించాయి. అయితే, ఈ మార్పులు సాహిత్య సంప్రదాయాన్ని, భాషా శుద్ధతను, మరియు పాఠకుల అభిరుచులను ఎలా ప్రభావితం చేశాయి అనేది పరిశీలనీయం. ఈ వ్యాసం సాంకేతికత యొక్క ఈ బహుముఖ ప్రభావాన్ని విశ్లేషిస్తూ, దాని సానుకూల, ప్రతికూల అంశాలను సమగ్రంగా పరిశీలిస్తుంది.

సాంకేతికత నిర్వచనం: సాంకేతికత అనేది శాస్త్రీయ జ్ఞానాన్ని ఉపయోగించి మానవ జీవనాన్ని సులభతరం చేయడానికి రూపొందించిన సాధనాలు, యంత్రాలు, వ్యవస్థలు, మరియు పద్ధతుల సమాహారం. తెలుగు సాహిత్య సందర్భంలో, సాంకేతికత అనేది ముద్రణ యంత్రాల నుండి డిజిటల్ వేదికల వరకు, సమాచార సాంకేతికత, అంతర్జాలం, మరియు సామాజిక మాధ్యమాల వంటి ఆధునిక సాధనాలను సూచిస్తుంది. ఈ సాంకేతికతలు సాహిత్య సృజన, ప్రచురణ, మరియు విస్తరణలో కీలక పాత్ర పోషిస్తున్నాయి. ("వ్యాసం (సాహిత్య ప్రక్రియ)." : వికీపీడియా. (2024).

సాంకేతికత సాహిత్యంలో వివిధ రూపాల్లో వ్యక్తమవుతుంది: ఇ-పుస్తకాలు, ఆడియో బుక్స్, ఆన్‌లైన్ పత్రికలు, బ్లాగులు, సామాజిక మాధ్యమాలు, మరియు కృత్రిమ మేధస్సు (AI) సాధనాలు. ఈ సాధనాలు సాహిత్యాన్ని సృష్టించడం, సవరించడం, ప్రచురించడం, మరియు పాఠకులకు చేర్చడంలో వేగవంతమైన, సమర్థవంతమైన మార్గాలను అందిస్తాయి. ఉదాహరణకు, అంతర్జాలం ద్వారా ఒక

రచయిత తన రచనను ప్రపంచవ్యాప్తంగా తక్షణమే పాఠకులకు చేర్చగలడు, ఇది సాంప్రదాయ ముద్రణ పద్ధతులతో సాధ్యం కానిది.

సాంకేతికత పరిణామ దశలు:

సాంకేతికత యొక్క పరిణామం తెలుగు సాహిత్యంలో దశలవారీగా జరిగింది. 19వ శతాబ్దంలో ముద్రణ యంత్రాల ఆవిర్భావం తెలుగు సాహిత్యంలో మొదటి ప్రధాన సాంకేతిక మార్పుగా చెప్పవచ్చు. ఈ యంత్రాలు సాహిత్యాన్ని సామాన్య పాఠకులకు అందుబాటులోకి తీసుకొచ్చాయి.మరియు పత్రికలు, పుస్తకాల రూపంలో సాహిత్యం విస్తృతంగా వ్యాప్తి చెందింది. 20వ శతాబ్దంలో రేడియో, టెలివిజన్ వంటి ఎలక్ట్రానిక్ మాధ్యమాలు సాహిత్యాన్ని మరింత విస్తృత పాఠక వర్గానికి చేర్చాయి. (ఔచిత్యం : జూన్ 2023)

1990ల తర్వాత అంతర్జాల విప్లవం తెలుగు సాహిత్యంలో ఒక కొత్త యుగాన్ని తీసుకొచ్చింది. వెబ్‌సైట్లు, బ్లాగులు, సామాజిక మాధ్యమ వేదికలు రచయితలకు తమ రచనలను ఖర్చు లేకుండా ప్రచురించే అవకాశాన్ని కల్పించాయి. ఫేస్‌బుక్, ట్విట్టర్ **(X)**, యూట్యూబ్ వంటి ప్లాట్‌ఫారమ్‌లు తెలుగు కవితలు, కథలు, వ్యాసాలను ప్రపంచవ్యాప్తంగా వ్యాప్తి చేశాయి. ఇటీవల, కృత్రిమ మేధస్సు **(AI)** సాహిత్య సృజన, అనువాదం, మరియు విశ్లేషణలో కొత్త అవకాశాలను తెరిచింది, అయితే ఇది కొన్ని సవాళ్లను కూడా తెచ్చిపెట్టింది.

తెలుగు సాహిత్యం – సాంకేతికత: తెలుగు సాహిత్యంలో సాంకేతికత ప్రవేశం ముద్రణ యంత్రాలతో మొదలై, ఆధునిక డిజిటల్ యుగంలో అంతర్జాలం ద్వారా విస్తరించింది. 19వ శతాబ్దంలో కందుకూరి వీరేశలింగం వంటి రచయితలు ముద్రణ యంత్రాల ద్వారా తమ రచనలను విస్తృతంగా ప్రచురించారు. ఇది సాహిత్యాన్ని సామాన్య జనానికి చేర్చింది. 20వ శతాబ్దంలో రేడియో ద్వారా కవితా

పఠనాలు, కథలు ప్రసారం కాగా, టెలివిజన్ సాహిత్య కార్యక్రమాలకు వేదికగా మారింది. ("వ్యాసం (సాహిత్య ప్రక్రియ)." : వికీపీడియా. (2024).

అంతర్జాల యుగంలో, తెలుగు సాహిత్యం డిజిటల్ రూపం సంతరించుకుంది. ఆన్‌లైన్ పత్రికలు (ఉదా: సాహిత్యతరంగిణి, ఔచిత్యమ్), బ్లాగులు, మరియు సామాజిక మాధ్యమాలు రచయితలకు తమ రచనలను తక్షణమే పాఠకులకు చేర్చే అవకాశం కల్పించాయి. ఉదాహరణకు, ఫేస్‌బుక్‌లో తెలుగు సాహిత్య గ్రూపులు, యూట్యూబ్‌లో కవితా పఠనాలు, మరియు ఇ-పుస్తకాలు తెలుగు సాహిత్యాన్ని ప్రపంచవ్యాప్తంగా వ్యాప్తి చేశాయి. ఈ డిజిటల్ వేదికలు సాహిత్యాన్ని యువతకు ఆకర్షణీయంగా మార్చాయి. అయితే సాంప్రదాయ రచనా శైలులపై కొంత ప్రభావం చూపాయి. (ఔచిత్యం : జూన్ 2023)

సాంకేతికత – ప్రయోజనాలు:

సాంకేతికత తెలుగు సాహిత్యానికి అనేక ప్రయోజనాలను అందించింది. మొదటిగా, అంతర్జాలం ద్వారా రచయితలు తమ రచనలను ఖర్చు లేకుండా ప్రచురించగలిగారు. ఇది సాంప్రదాయ ముద్రణ ఖర్చులను తగ్గించింది. ఇ-పుస్తకాలు, ఆన్‌లైన్ పత్రికలు, బ్లాగులు రచయితలకు విస్తృత పాఠక వర్గాన్ని చేరుకునే అవకాశం కల్పించాయి. ఉదాహరణకు, 'సాహిత్యతరంగిణి' వంటి ఆన్‌లైన్ పత్రికలు పీర్-రివ్యూడ్ వ్యాసాలను ప్రచురిస్తూ తెలుగు సాహిత్య పరిశోధనను ప్రోత్సహిస్తున్నాయి. (సాహిత్యతరంగిణి తెలుగు పరిశోధనా పత్రిక. (2025). వాల్యూమ్ 2, ఇష్యూ 2) రెండవది, సామాజిక మాధ్యమాలు తెలుగు సాహిత్యాన్ని యువతకు దగ్గర చేశాయి. ఫేస్‌బుక్, ఇన్‌స్టాగ్రామ్‌లో కవితలు, కథలు, మరియు సాహిత్య చర్చలు పాఠకులతో నేరుగా సంభాషణను సాధ్యం చేశాయి. ఇవి సాహిత్యాన్ని ఆకర్షణీయంగా, సరళంగా మార్చాయి. అదనంగా, ఆడియో బుక్స్, పాడ్‌కాస్ట్‌లు వంటి ఆధునిక సాంకేతికతలు

సాహిత్యాన్ని వినే అనుభవంగా మార్చాయి. దీనివల్ల అక్షరాస్యత లేని వారు కూడా సాహిత్యాన్ని ఆస్వాదించగలుగుతున్నారు. (ఔచిత్యం : జూన్ 2023)

సాంకేతికత – నష్టాలు:

సాంకేతికత తెలుగు సాహిత్యానికి ప్రయోజనాలను అందించినప్పటికీ, కొన్ని నష్టాలను కూడా తెచ్చిపెట్టింది. మొదటిగా, డిజిటల్ వేదికలలో ప్రచురణ సౌలభ్యం వల్ల నాణ్యత లేని రచనలు పెరిగాయి. సామాజిక మాధ్యమాలలో తక్షణ ప్రచురణ అవకాశం రచయితలను శీఘ్ర గుర్తింపు కోసం నాణ్యతను విస్మరించేలా చేస్తోంది. ఫేస్‌బుక్ వంటి వేదికలలో వచ్చే రచనలలో భాషా దోషాలు, అసంపూర్ణ ఆలోచనలు సర్వసాధారణంగా కనిపిస్తున్నాయి. (ఔచిత్యం : జూన్ 2023)

రెండవది, సాంకేతికత సాంప్రదాయ సాహిత్య రూపాలను, భాషా శుద్ధతను ప్రభావితం చేసింది. ఆన్‌లైన్ రచనలలో ఇంగ్లీష్, ఇతర భాషల మిశ్రమం పెరిగింది. ఇది తెలుగు భాష యొక్క స్వచ్ఛతను దెబ్బతీస్తోంది. అదనంగా, డిజిటల్ మాధ్యమాలలో చిన్న రచనలు, సంక్షిప్త కవితలు ఆధిపత్యం చెలాయిస్తుండటం వల్ల, లోతైన సాహిత్య రచనలకు గుర్తింపు తగ్గుతోంది. ఇవి సాహిత్య లోతును, సౌందర్యాన్ని తగ్గించే అవకాశం ఉంది.

సాంకేతికత - విద్యార్థులకు ప్రయోజనాలు:

సాంకేతికత తెలుగు సాహిత్య విద్యార్థులకు అనేక అవకాశాలను అందించింది. ఆన్‌లైన్ లైబ్రరీలు, ఇ-పుస్తకాలు, మరియు డిజిటల్ ఆర్కైవ్‌లు (ఉదా: ఇంటర్నెట్ ఆర్కైవ్) విద్యార్థులకు సాహిత్య గ్రంథాలను సులభంగా అందుబాటులోకి తెచ్చాయి. ఉదాహరణకు, ఎస్.వి.రామారావు రచించిన 'తెలుగులో సాహిత్య విమర్శ' వంటి గ్రంథాలు ఆన్‌లైన్‌లో ఉచితంగా లభిస్తున్నాయి. ఇవి విద్యార్థులకు పరిశోధనలో సహాయపడతాయి. అదనంగా, ఆన్‌లైన్ కోర్సులు, వెబినార్లు తెలుగు సాహిత్యంపై

జ్ఞానాన్ని విస్తరించే అవకాశం కల్పిస్తున్నాయి. (ఎస్.వి. రామారావు. (2020). "తెలుగులో సాహిత్య విమర్శ." ఇంటర్నెట్ ఆర్కైవ్.)

విద్యార్థులు సామాజిక మాధ్యమాల ద్వారా తమ రచనలను పంచుకోవడం, సాహిత్య చర్చలలో పాల్గొనడం ద్వారా సృజనాత్మకతను పెంపొందించుకుంటున్నారు. ఉదాహరణకు, ఫేస్‌బుక్ గ్రూపులలో విద్యార్థులు తమ కవితలు, వ్యాసాలను పోస్ట్ చేసి, తక్షణ స్పందనలను పొందుతున్నారు. ఇది వారి రచనా నైపుణ్యాన్ని, విమర్శనాత్మక ఆలోచనను మెరుగుపరుస్తుంది. అదనంగా, AI సాధనాలు విద్యార్థులకు భాషా సవరణలు, అనువాదాలు, మరియు పరిశోధనా సామగ్రిని సేకరించడంలో సహాయపడుతున్నాయి. (అతిథి రచయిత. (2023). "విద్యార్థులకు వ్రాత ప్రక్రియపై సాంకేతికత ప్రభావం." techacute.com)

సాంకేతికత – సవాళ్లు:

సాంకేతికత తెలుగు సాహిత్యంలో అనేక సవాళ్లను తెచ్చిపెట్టింది. మొదటిగా, డిజిటల్ వేదికలలో సమాచార ఓవర్‌లోడ్ సమస్య ఉంది. అనేక రచనలు నాణ్యతా పరీక్ష లేకుండా ప్రచురితమవడం వల్ల, విద్యార్థులు, పాఠకులు నాణ్యమైన సాహిత్యాన్ని గుర్తించడం కష్టమవుతోంది. ఉదాహరణకు, సామాజిక మాధ్యమాలలో వచ్చే రచనలలో భాషా దోషాలు, అసంపూర్ణ ఆలోచనలు సర్వసాధారణం. (ఔచిత్యం : జూన్ 2023)

రెండవది, సాంకేతికతపై అతిగా ఆధారపడటం వల్ల సాహిత్య సృజనలో అసలైన ఆలోచనలు తగ్గుతున్నాయి. AI సాధనాలు రచనలను సృష్టించడం, సవరించడంలో సహాయపడుతున్నప్పటికీ, రచయితలు తమ సృజనాత్మకతను కోల్పోయే ప్రమాదం ఉంది. అదనంగా, డిజిటల్ వేదికలలో తక్షణ గుర్తింపు కోసం రచయితలు చిన్న, ఆకర్షణీయ రచనలపై దృష్టి పెడుతున్నారు. ఇది లోతైన సాహిత్య

రచనలను వెనుకకు నెట్టివేస్తోంది. ఈ సవాళ్లు తెలుగు సాహిత్యంలో నాణ్యతా ప్రమాణాలను దెబ్బతీసే అవకాశం ఉంది.

సాంకేతికత వల్ల మున్ముందు తెలుగు సాహిత్యంలో చోటు చేసుకోబోతున్న పరిణామాలు – ప్రయోజనాలు: సాంకేతికత భవిష్యత్‌లో తెలుగు సాహిత్యాన్ని మరింత సౌకర్యవంతంగా, విస్తృతంగా వ్యాప్తి చేసే అవకాశం ఉంది. కృత్రిమ మేధస్సు (AI) ద్వారా సాహిత్య రచనలను అనువాదం చేయడం, విశ్లేషణ చేయడం, మరియు కొత్త రచనా శైలులను అభివృద్ధి చేయడం సాధ్యమవుతుంది. ఉదాహరణకు, AI సాధనాలు తెలుగు సాహిత్యాన్ని ఇతర భాషలలోకి అనువాదం చేసి, ప్రపంచవ్యాప్తంగా తెలుగు సాహిత్యానికి గుర్తింపు తెచ్చే అవకాశం ఉంది. అదనంగా, వర్చువల్ రియాలిటీ (VR), ఆగ్మెంటెడ్ రియాలిటీ (AR) వంటి సాంకేతికతలు సాహిత్యాన్ని ఇంటరాక్టివ్ అనుభవంగా మార్చగలవు.

రెండవది, బ్లాక్‌చైన్ సాంకేతికత ద్వారా సాహిత్య రచనలకు కాపీరైట్ రక్షణ, రచయితలకు న్యాయమైన ఆదాయం అందించే వ్యవస్థలు అభివృద్ధి చెందుతాయి. ఇ-పుస్తకాలు, ఆడియో బుక్స్, మరియు ఆన్‌లైన్ సాహిత్య వేదికలు తెలుగు సాహిత్యాన్ని మరింత సులభంగా, సమర్థవంతంగా పాఠకులకు చేర్చగలవు. ఈ పరిణామాలు తెలుగు సాహిత్యాన్ని ఆధునికీకరిస్తూ, యువతకు ఆకర్షణీయంగా మార్చగలవు. అదే సమయంలో సాహిత్య సంప్రదాయాన్ని కాపాడే అవకాశం ఉంది.

ముగింపు:

తెలుగు సాహిత్యంలో సాంకేతికత ఒక విప్లవాత్మక శక్తిగా ఉద్భవించింది. ముద్రణ యంత్రాల నుండి అంతర్జాలం, సామాజిక మాధ్యమాలు, మరియు AI వరకు, సాంకేతికత తెలుగు సాహిత్యాన్ని విస్తృతంగా వ్యాప్తి చేసింది, రచయితలకు, పాఠకులకు కొత్త అవకాశాలను అందించింది. అయితే, నాణ్యతా సమస్యలు, భాషా శుద్ధతపై ప్రభావం, మరియు సృజనాత్మకత తగ్గుదల వంటి సవాళ్లు కూడా ఉన్నాయి.

భవిష్యత్‌లో, సాంకేతికత తెలుగు సాహిత్యాన్ని మరింత ఆధునికీకరించే అవకాశం ఉంది. కానీ నాణ్యతా ప్రమాణాలను నిర్వహించడం, సాంప్రదాయ విలువలను కాపాడటం అవసరం. సాంకేతికతను సమర్థవంతంగా ఉపయోగించడం ద్వారా, తెలుగు సాహిత్యం ప్రపంచవ్యాప్త గుర్తింపును సాధించగలదు.

ఆధార గ్రంథాలు :

1. ఔచిత్యం (2023). "నూతన సాహిత్య సంస్కృతి, అంతర్జాల సాహిత్యం, సామాజిక మాధ్యమాలు." ఔచిత్యమ్ అంతర్జాల తెలుగు పరిశోధన మాసపత్రిక, వాల్యూమ్-04, ఇష్యూ 07.
https://www.auchithyam.com/2023/jun_2023/full_papers/june23_05.php.

2. ఎస్.వి. రామారావు. (2020). "తెలుగులో సాహిత్యవిమర్శ." ఇంటర్నెట్ ఆర్కైవ్. (https://archive.org/details/TeluguloSahithyaVimarsha).

3. సాహిత్యతరంగిణి తెలుగు పరిశోధనా పత్రిక. (2025). sahithyatharangini.com. (https:// sahithya tharangini.com /volume2_issue2.php)

4. వికీపీడియా. (2025). "వ్యాసం (సాహిత్య ప్రక్రియ)." te.wikipedia.org).

5. అతిథి రచయిత. (2023). "విద్యార్థులకు వ్రాత ప్రక్రియపై సాంకేతికత ప్రభావం." techacute.com).

6. వికీపీడియా. (2025). "సాంకేతిక విజ్ఞానం." te.wikipedia.org).

15

జాలంలో జాలువారిన జాబిల్లి వెన్నెలలు - అంతర్జాల తెలుగు పత్రికలు

డా. బి. సుబ్బలక్ష్మి,

తెలుగు అధ్యాపకురాలు,

ప్రభుత్వ (స్వయం ప్రతిపత్తి)కళాశాల, రాజమహేంద్రవరం.

9550699847

ఆధునిక కాలంలో సాంకేతిక విప్లవం సమాజంలోని అనేక రంగాలను ప్రభావితం చేసినట్లే, తెలుగు పత్రికా రంగంలో కూడా పెను మార్పులకు కారణమైంది. ఒకప్పుడు కాగితంపై ముద్రించిన పత్రికలకే పరిమితమైన తెలుగు సాహిత్యం, వార్తలు ఇప్పుడు అంతర్జాలం ద్వారా కోట్లాది మంది పాఠకులకు చేరువయ్యాయి. ఈ పరిణామం తెలుగు పత్రికా రంగానికి ఒక కొత్త శకానికి నాంది పలికింది

ముద్రిత పత్రికల నుండి వెబ్ పత్రికల వైపు:

ఒకప్పుడు వార్తలు, కథలు, వ్యాసాల కోసం వార్తాపత్రికలు, మాసపత్రికల కోసం ఎదురుచూసేవారు. ఇవి కేవలం ముద్రణా కేంద్రాల పరిధిలో మాత్రమే లభ్యమయ్యేవి. కానీ, ఇంటర్నెట్ విస్తరించిన తర్వాత, ప్రపంచంలోని ఏ మూల ఉన్నా

కేవలం ఒక్క క్లిక్‌తో మనకు కావాల్సిన సమాచారం అందుబాటులోకి వచ్చింది. ఈ సౌలభ్యం తెలుగు పత్రికలనూ వెబ్ మాగజైన్స్, ఈ-పేపర్ల రూపంలో ఆన్‌లైన్‌లోకి తీసుకువచ్చింది.

వెబ్ పత్రికల ప్రత్యేకతలు:

అంతర్జాలంలోని తెలుగు పత్రికలు కేవలం ముద్రిత పత్రికల డిజిటల్ ప్రతిరూపాలు మాత్రమే కాదు, వాటికి కొన్ని ప్రత్యేకమైన ప్రయోజనాలు ఉన్నాయి: అమెరికాలోనో, ఆస్ట్రేలియాలోనో ఉన్న తెలుగువారు, భారత దేశంలో ప్రచురితమైన పత్రికలను ఎప్పటికప్పుడు చదువుకునే అవకాశం లభించింది. భౌగోళిక సరిహద్దులు అడ్డుగా నిలవలేదు.ముద్రిత పత్రికల్లో వార్తలు రోజుకోసారి వచ్చేవి, కానీ ఆన్‌లైన్ పత్రికలు నిరంతరం వార్తలను అప్‌డేట్ చేస్తాయి. దీంతో పాఠకులకు తాజా సమాచారం తక్షణమే అందుబాటులో ఉంటుంది.

ఆన్‌లైన్ పత్రికలు కేవలం అక్షరాలకే పరిమితం కాకుండా, వార్తలకు సంబంధించిన వీడియోలు, ఫోటోలు, ఇంటరాక్టివ్ గ్రాఫిక్స్ వంటి బహుళ మాధ్యమాలను అందిస్తాయి. దీనివల్ల సమాచారం మరింత ఆకర్షణీయంగా, సులభంగా అర్థమవుతుంది.చాలా వెబ్ పత్రికలు పాఠకులకు తమ అభిప్రాయాలను కామెంట్స్ రూపంలో తెలియజేసే అవకాశం కల్పించాయి. ఇది రచయితలు, సంపాదకులతో నేరుగా సంభాషించే అవకాశం కల్పించింది. కథలు, కవితలతో పాటు, చాలా వెబ్ పత్రికలు పద ప్రహేళికలు, క్విజ్‌లు, ఇతర పోటీలను నిర్వహిస్తున్నాయి. ఇవి పాఠకులను చురుగ్గా పాల్గొనేలా ప్రోత్సహిస్తున్నాయి. విజేతలకు బహుమతులు కూడా ఇస్తున్నారు.

అంతర్జాలంలో తెలుగు పత్రికల రాక వల్ల పాఠకులకు ఎన్నో ప్రయోజనాలు ఉన్నప్పటికీ, కొన్ని సవాళ్లు కూడా ఉన్నాయి. ముద్రిత పత్రికల అమ్మకాలు తగ్గడం,

ఆన్‌లైన్లో ఆదాయాన్ని సంపాదించుకోవడం కష్టం కావడం వంటివి ప్రధాన సవాళ్లు. అయినప్పటికీ, వెబ్ పత్రికలు నూతన రచయితలకు, కవులకు తమ రచనలను ప్రపంచానికి చాటిచెప్పడానికి ఒక వేదికగా మారాయి.. ఇన్ని ప్రత్యేకతలతో కూడుకున్న **జాలంలో జాలువారిన జాబిల్లి వెన్నెలలు అంతర్జాల తెలుగు పత్రికల** గురించి తెలియజేయడమే ఈ వ్యాస ఉద్దేశం.

1.'ఈ మాట' (తెలుగు సాహితీ ద్వైమాస పత్రిక) http://www.eemaata.com:

సాహిత్యమంటే అభిమానం ఉన్నవారు ప్రవాసం లో ఉన్న తెలుగువారి కోసం, ఒక మంచి సాహిత్య పత్రికను స్వచ్ఛందంగా తీర్చిదిద్దడమే ధ్యేయంగా స్థాపించిన పత్రిక "ఈమాట". తెలుగు భాషా, సాహిత్యాల వ్యాప్తిలో గొప్ప కృషి చేసిన అంతర్జాల పత్రికగా 'ఈ మాట'ను చెప్పుకోవాలి.

2. పొద్దు - - www.poddu.net:

అంతర్జాలంలో పొడిచిన 'పొద్దు' అనే పత్రిక కూడా పాఠకుల మనసుల్లో తనదైన ముద్ర వేసింది. ఎందరో ప్రముఖ రచయితలూ, బ్లాగర్లూ ఈ పత్రిక ద్వారా పాఠకుల ముందుకు వస్తుంటారు. 'పొద్దు' ప్రతినెలా నిర్వహించే 'గడి' శీర్షికా, బ్లాగుల సమీక్షా వ్యాసాలూ పాఠకులను బాగా ఆకర్షించాయి. ఉగాది, విజయ దశమి పర్వదినాల సందర్భంగా ఈ పత్రిక నిర్వహించిన చక్కటి ప్రయోగం 'భువన విజయం'. త్రివిక్రమ్, స్వాతి, చదువరి, రానారే, సిముర్గ్, రాజేందర్ ఈ పత్రిక సంపాదకులు.

3. పుస్తకం. నెట్:

పొద్దు నిర్వహిస్తున్న మరో పత్రిక, పుస్తకం.నెట్.ఇది ప్రపంచ సాహిత్యంపై పుస్తకప్రియులు వ్యాఖ్యానాన్ని తెలుగు, ఆంగ్ల భాషల్లో అందించే అంతర్జాలపత్రిక. పుస్తకాలపై సమీక్ష, విమర్శ, పరిచయ వ్యాసాలే కాక రచయితలతో ఇష్టాగోష్ఠి,

ప్రచురణకర్తలతో, పుస్తక విక్రేతలతో మాటా-మంతీ, పుస్తక ప్రియత్వాన్ని చాటి చెప్పే వ్యాసాలెన్నో ఇక్కడ చోటు చేసుకుంటాయి. గొప్ప రచయితలైనా, మామూలు పాఠకులైనా అందరూ ఒకే వేదికపై తాము చదివిన పుస్తకాలపై తమ అభిప్రాయాలు పంచుకోగలగడం పుస్తకం.నెట్ ప్రత్యేకత అని చెప్పవచ్చేమో. పుస్తకం.నెట్ ముఖ్యోద్దేశ్యం పాఠకులు తమ మాటల్లో తాము చదివిన పుస్తకాల గురించి అందరితో పంచుకోవడం. పుస్తకాలను ఇష్టంగా చదువుకోవడమనేదే ఇక్కడ ప్రాధమిక అర్హత. పుస్తకం.నెట్ లో రాసేవాళ్ళల్లో వృత్తిరీత్యా ఇంజినీర్లు, డాక్టర్లు, రచయితలు ఉన్నా వారంతా ముందుగా పుస్తకాభిమానులు.

4.'సిలికానాంధ్ర'వారిసుజనరంజని http://www.Siliconandhra.org/nextgen/sujanaranjani/:

కాలిఫోర్నియాలోని "సిలికానాంధ్ర" అనే ఈ తెలుగు సంస్థ పేరు చెప్పగానే అమెరికా లో తెలుగు భాష మీద, భారతీయ సంస్కృతీ సంప్రదాయాల మీద అభిమాన మున్న ప్రతి వ్యక్తి అనుకునే ఒకే ఒక మాట " ఇలాంటిది మా ఊర్లో కూడ ఒకటి వుంటే బావుండు". ఈ సంస్థ ప్రతి సంవత్సరము తమ సాంస్కృతిక కార్య క్రమాలను ఎంతో ప్రతిష్టాత్మకంగా నిర్వహిస్తుంది. ఇలాంటి తెలుగు సాంస్కృతిక సంస్థ అయిన 'సిలికానాంధ్ర' కూడా 'సుజన రంజని' అనే పత్రికను నడుపుతోంది.

మృత్యుంజయుడు, తల్లాప్రగడ రావు, ప్రఖ్య వంశీ కృష్ణ, తమిరిశ జానకి, ఆనంద్, చెన్నయ్యలు నిర్వహించే ఈ పత్రిక ప్రాచీన సాహితీ విశేషాలు, జానపద కళలు, ప్రముఖ కళాకారుల పరిచయాలు వంటి అంశాలన్నిటినీ అందిస్తున్నది. 'పద్యం హృద్యం' శీర్షిక ద్వారా పాఠకుల్లో పద్య రచనపై అభిరుచిని పెంపొందించటం మరో ప్రత్యేకత. వీటన్నింటితో బాటు ఆడియో, వీడియో లను కూడా పొందు పరచటంతో పాఠకులను విశేషంగా ఆకట్టుకుంటోంది.

5. 'కౌముది' (తెలుగు మాస పత్రిక) www.koumudi.net:

భూగోళానికి ఇవతలివైపున అమెరికా దేశంలోని కాలిఫోర్నియా రాష్ట్రంలోని ఒక చిన్న నగరంలో నివసిస్తూ, ఒక పూర్తిస్థాయి తెలుగు పత్రికను నడపడం అనేది చెప్పుకోదగ్గ విశేషమే. ప్రతినెలా దాదాపు 35 శీర్షికలతో, 150 పేజీల పత్రికను క్రమం తప్పకుండా తీసుకురావడం అభినందించదగ్గ విషయం. ప్రస్తుతం ఇంటర్నెట్ కే పరిమితమయిన ఈ పత్రిక అత్యంత ఉత్తమమయిన సాహితీవిలువలు కల రచనలని ప్రపంచ వ్యాప్తంగా ఉన్న తెలుగువారందరికీ అందిస్తున్నది. ఆ విశిష్ట పత్రిక పేరు కౌముది.

సాహితీ ప్రపంచంలో ఒక ప్రత్యేక స్థానాన్ని సంపాదించుకొని పండు వెన్నెలలను కురిపిస్తున్న తెలుగు ప్రజల పత్రిక కౌముది. ఈ విశిష్ట పత్రిక స్థాపకుడు, నిర్వాహకుడు, సంపాదకుడూ కిరణ్ ప్రభ (శ్రీ పాతూరి ప్రభాకరరావు) గారు. ఈయన ఒకవైపు అమెరికన్ కంపెనీలో బాధ్యతాయుతమైన మేనేజిమెంట్ పొజిషన్ లో పనిచేస్తూ తీరిక సమయాల్లో ఇలాంటి సాహితీ సేవ చేయడమన్నది చాలా అభినందించదగ్గ విషయం.

ప్రపంచవ్యాప్తంగా ఉన్న తెలుగు వారికి మంచి సాహిత్యాన్ని అందించాలని అలాగే ఆంధ్రదేశంలో వస్తున్న ప్రింట్ పత్రికల ఫార్మాట్ లో అందించి పాఠకులకి మంచి అనుభూతుల్ని కల్గింపజేసే ఉద్దేశంతో ఈ పత్రిక ప్రారం భించబడింది. ఆలోచన, హృదయ స్పందన, విశ్లేషణ, సరికొత్తకోణాల ప్రేరణ, వినోదం, నవ్వుల విందు భోజనం కౌముది.

6. 'భూమిక' (స్త్రీవాద సాహితీ పత్రిక)www.bhumika.org:

కొండవీటి సత్యవతి నిర్వహణలోని 'భూమిక', దక్షిణ భారత దేశంలోనే తొలి అంతర్జాల స్త్రీవాద పత్రికసాహిత్యంతో బాటు సామాజిక స్త్రీవాద, రాజకీయ సమస్యలను కూడా సమర్థవంతంగా విశ్లేషించే రచనలను 'భూమిక' అందిస్తోంది.

సమస్యల్లో ఉన్న స్త్రీలకు ప్రత్యక్ష సహాయాన్ని అందించే లక్ష్యంతో 'భూమిక' నిర్వహిస్తున్న హెల్ప్ లైను మహిళల నుండి మంచి స్పందన లభిస్తోంది.

7. 'ప్రాణహిత' www.pranahita.org:

ప్రారంభమైన ఏడాది కాలంలోనే అత్యధిక సంఖ్యలో అభిమానులను సంపాదించుకున్న అంతర్జాల పత్రిక 'ప్రాణహిత'. నారాయణ స్వామి, మమత, హిమబిందు, జయప్రకాశ్, చైతన్య, జి.ఎస్.రాం మోహన్ లు ఈ పత్రికను నిర్వహిస్తున్నారు. విభిన్న కంఠాల సమ్మేళనమై వినబడే ప్రజాస్వామిక సాహిత్యానికి క్రియాశీల వేదికగా నిలవాలన్నది ఈ పత్రిక లక్ష్యం. మమత, ఎస్.వేణు గోపాల్లు అందిస్తున్న ధారావాహిక అనువాదాల తో బాటు, ప్రసిద్ధ రచయితల సాహిత్యాన్ని కూడా ప్రచురిస్తున్నారు. చక్కటి వర్ణచిత్రాలనూ, వీడియోలనూ కూడా 'ప్రాణహిత' అందిస్తోంది.

8.'ప్రజాకళ' (వార పత్రిక)www.prajakala.org:

ప్రత్యామ్నాయ ప్రజాస్వామిక సాహిత్యాన్ని విస్తృతంగా ప్రచారం చేసే లక్ష్యంతో హిమబిందు, చైతన్య, సాజీగోపాల్ అనే వారు నిర్వహిస్తున్న పత్రిక 'ప్రజాకళ'. ఇందులో కవిత్వం, కథ, నవల, విమర్శ లాంటి ప్రక్రియలన్నింటినీ పరిచయం చేస్తున్నారు. ఈ పత్రిక రాజకీయాలు, సామాజిక శాస్త్రాలు, మానవ హక్కులు, సైన్స్ లాంటి రంగాలన్నింటి మీదా కూడా విశ్లేషణాత్మక వ్యాసాలను అందిస్తోంది. వివిధ పత్రికల నుంచి ఈ వ్యాసాలను సేకరించి ప్రచురిస్తున్నారు.

9 మాలికhttp://magazine.maalika.org/:

"సంక్రాంతి, ఉగాది, శ్రావణ పౌర్ణమి, దీపావళి సందర్భంగా వెలువడే త్రైమాసిక పత్రిక ఇది. జ్యోతి వలబోజు, బెడదకోట సుజాత, కౌటిల్య, కుమార్ ఎన్ మరియు కల్లూరి శైల బాల అనే వాళ్ళు ఈ పత్రిక నిర్వాహకులుగా ఉన్నారు. ఈ పత్రికలో అవీ, ఇవీ (కలగూరగంప, ప్రవాసమాలిక యాత్రామాలిక), ఆధ్యాత్మికం, నాణానికి మరో

వైపు, పరిచయాలు ప్రహేళికలు, మాలికకు ప్రత్యేకం. వైజ్ఞానికం, సంపాదకీయం, సాంఘికం, సాహిత్యం (కథలు, కవిత, పుస్తక సమీక్ష, వ్యాసాలు, సనాతన సాహిత్యం, సమకాలీన సాహిత్యం), హాస్యం అనే విభాగాలున్నాయి.

10.విహంగ(vihanga.com):

"విహంగ" తొలి తెలుగు మహిళా వెబ్ పత్రిక. అంతర్జాలంలో మహిళల కోసం ఒక్క వెబ్ పత్రిక కూడా లేకపోవడమే ఈ ప్రయత్నానికి కారణం. ఉన్న ఒకటి, అరా పత్రికలు కూడా ప్రింట్ మీడియా నుంచి వెబ్ కి తరలించబడ్డవే. అయినా స్త్రీల సాహిత్య పరిమాణం కొరతగానే ఉన్నందు వల్ల ఇంకా విరివిగా స్త్రీల సాహిత్యం, పత్రికలు అంతర్జాలంలో కాలు మోపాలని ఈ పత్రికా నిర్వాహకుల ప్రగాఢ వాంఛ. పలు సాహిత్య కార్యక్రమాలను నిర్వహిస్తూ వస్తున్న 'మనోజ్ఞ సాంస్కృతిక సాహిత్య అకాడమీ' సంస్థ ఆధ్వర్యంలో తెలుగు మహిళల భావోద్వేగాలకు వేదికగా “విహంగ” ని తొలి తెలుగు వెబ్ పత్రికగా 11-1-2011న అంతర్జాలపు వినువీధుల్లో సగర్వంగా ఎగరేయడమైంది.'విహంగ' వ్యక్తి స్వేచ్ఛను, అక్షర స్వేచ్ఛను గౌరవిస్తుంది. విశాల భావాల పట్ల ఆదరణ చూపుతుంది. వైజ్ఞానిక, మనోవికాసానికి స్వాగతం పలుకుతుంది. కళాత్మకమైన, భావనాత్మకమైన సంవేదనల్ని తమ సంఘర్షణల్ని అక్షర రూపంలో ప్రకటించే **సృజనకారులని** ఆహ్వానిస్తుంది. అరమరికలు లేని స్నేహ హస్తాన్ని అందిస్తుంది.

11.నిఘంటు శోధన

అనే ప్రత్యేకమైన విభాగంలో 16 తెలుగు భాషా నిఘంటువులు నిక్షిప్తం చేశారు. మొత్తం 71 నిఘంటువులు స్థాయికి తీసుకెళ్లే ప్రయత్నానికి తానా సంస్థ సహకారాన్ని అందిస్తున్నది. తానా వారి సహకారంతో రూపుదిద్దుకున్న ఆంధ్ర భారతి తెలుగు నిఘంటువులో ఉన్న శోధనలో మనం తెలుగు లేదా ఆంగ్ల పదాన్ని ఇచ్చినపుడు వెంటనే 16 నిఘంటువులను వెతికి క్షణాల్లో అర్థాలను మన

ముందుంచుతుంది. శోధనలో మనం నేరుగా తెలుగులో (ఫోనెటిక్ కూడా టైప్ చేయవచ్చు. మనం అక్షరాలను టైప్ చేస్తుండగానే గూగుల్ మాదిరిగా దానికి సంబంధించిన పదాలను చూపిస్తుంది. తొందరలో మరిన్ని నిఘంటువులను జత చేయబోతున్నారు.

12. ఆవకాయ. కామ్:

ఒక చిన్ని చినుకు, నీటి పాయగా, వాగుగా, నదిగా మారి పారినట్టు- ఒక ఆలోచన రూపుదిద్దుకుంది. అదే ఆవకాయ.కామ్. "ఒక్కొక్క వ్యక్తి సమస్త శక్తి ధారవోసి కృషి చెయ్యాలి" అన్నట్టే రచయితలు, పాఠకులు, అభిమానులు ...ప్రతి ఒక్కరూ ఆశీఃపూర్వకమైన తోడ్పాటుతో ఒక్కొక్క అడుగు ముందుకు వేస్తూ వస్తోంది. వ్యక్తిగత ప్రతిభకు పెద్దపీట వేయడం ఆవకాయ.కామ్ ముఖ్యోద్దేశం. ప్రతిభను హర్షించే పాఠకులకు సరైన వేదికను సమకూర్చడమే లక్ష్యం.

ఇవే కాకుండా ఇంకను వనితామాలిక, తూలిక ,రచన ,ఇంటింటి మాసపత్రిక,మాగంటి తెలుగుదనం డాట్ కో డాట్ ఇన్, ఆన్లైన్ మ్యాగజైన్, మా తెలుగు డాట్ కం, తెలుగు నుడి ,తెలుగు విజయం, తెలుగు పత్రికలు, తెలుగు వన్ డాట్ కాం , తెలుగు నాడి ,తెలుగు భాషా సాహిత్యాలు, వంటి ఎన్నో ఆన్లైన్ పత్రికలో కూడా అందుబాటులో ఉన్నాయి.

ముగింపు:

మొత్తం మీద అంతర్జాలం తెలుగు పత్రికా రంగానికి కొత్త ఊపిరినిచ్చిందని, తెలుగు సాహిత్యాన్ని, వార్తలను ప్రపంచంలోని ప్రతి తెలుగువారికి చేరువ చేసిందని చెప్పవచ్చు. ఇది కేవలం సమాచార మాధ్యమం మాత్రమే కాకుండా, తెలుగు సంస్కృతిని, భాషను నిలబెట్టడానికి ఒక శక్తివంతమైన సాధనంగా మారింది.

ఉపయుక్త గ్రంథ సూచి

1 'ఈ మాట' (తెలుగు సాహితీ ద్వైమాస పత్రిక) http://www.eemaata.com

2. 'ప్రాణహిత ' www.pranahita.org:

3. ఆవకాయ.కామ్

4. మాలికhttp://magazine.maalika.org/:

5. 'ప్రజాకళ' (వార పత్రిక)www.prajakala.org:

6. 'భూమిక' (స్త్రీవాద సాహితీ పత్రిక)www.bhumika.org:

16

తెలుగు సాహిత్య బోధనలో సాంకేతిక పరిజ్ఞానం - మనోవికాసం

డా. లక్ష్మి అసిరెడ్డి

తెలుగు అధ్యాపకురాలు

తెలంగాణ సాంఘిక సంక్షేమ మహిళా డిగ్రీ కళాశాల,

ఘట్కేసర్, హైదరాబాద్.

చరవాణి : 9948846486,

ఈ మెయిల్ ఐడి : asireddy.laxmi@gmail.com

వ్యాస సంగ్రహం:

తెలుగు సాహిత్యం ప్రాచీనమైనది, ప్రపంచం గర్వించదగ్గ సాహిత్య సంపదతో ప్రసిద్ధి చెందింది. ఇది మన జాతి గౌరవానికి ప్రతీకగా నిలిచి, మన సంస్కృతిని సజీవ వారసత్వంగా కొనసాగిస్తున్నది. సమాజ నిర్మాణంలో కీలక పాత్ర పోషిస్తుంది. అయితే ఈ సాహిత్య అధ్యయనం సాంప్రదాయ బోధన పద్ధతులు, ప్రధానంగా ఉపన్యాసం, వాచక పఠనం, గురువు ఆధారిత అధ్యయనంపై ఆధారపడి ఉంది. కానీ ఆధునిక యుగంలో సాహిత్య బోధనలో సాంకేతిక పరిజ్ఞాన వినియోగం,

బోధనా విధానాల్లో విప్లవాత్మకమైన మార్పులను తీసుకువచ్చింది. డిజిటల్ లైబ్రరీలు, మల్టీమీడియా, ఆడియో వీడియో పాఠ్యసామగ్రి, ఆన్లైన్ వర్క్ షాప్ లు , స్మార్ట్ క్లాస్ రూమ్ లు , ఆర్టిఫిషియల్ ఇంటెలిజెన్స్ (AI), వర్చువల్ రియాలిటీ (VR) వంటి పద్ధతులు తెలుగు సాహిత్యాన్ని విద్యార్థులకు మరింత సులభతరం చేస్తున్నాయి. ఈ విధానాలు సాహిత్యాన్ని చదవడమే కాకుండా క్షణాల్లో వీక్షించే అవకాశం కల్పిస్తున్నాయి. సాంకేతిక పరిజ్ఞాన వినియోగం ద్వారా విద్యార్థి కేంద్రిత బోధన సాధ్యమవుతోంది. స్వీయ అధ్యయనం, ఇంటరాక్టివ్ సెషన్లు, డిజిటల్ సౌకర్యాలు, ఆన్లైన్ చర్చలు విద్యార్థులలో ఆసక్తిని, విశ్లేషణాత్మక దృష్టిని పెంచుతున్నాయి. అయితే సాంకేతికతపై అధికంగా ఆధారపడటం వలన, ప్రతి ఒక్కరూ దానిని సులభంగా వినియోగించే అవకాశం ఉండడం వలన అసత్య సమాచారం, జ్ఞానచౌర్యం (Plagiarism) వంటి సమస్యలు తలెత్తే అవకాశాలు ఉన్నాయి. అయినప్పటికీ, సరైన మార్గదర్శకత్వంతో మెలకువలతో ఈ సమస్యలను అధిగమించవచ్చు. మొత్తానికి, తెలుగు సాహిత్య బోధనలో సాంకేతిక పరిజ్ఞానం ఒక ఆధునిక అవసరం. ఇది బోధనలో నూతనత్వాన్ని, సృజనాత్మకతను, సత్వర ఫలితాలను అందించగలదు. భవిష్యత్తులో AI, VR, డిజిటల్ వేదికల ద్వారా తెలుగు సాహిత్యం అంతర్జాతీయ స్థాయిలో మరింత విస్తరించగలదు.

కీలక పదాలు:

తెలుగు సాంకేతిక పరిజ్ఞానం, డిజిటల్ బోధన, మనోవికాసం, సృజనాత్మకత, విమర్శనాత్మక దృష్టి, స్వయం అధ్యయనం, సాంస్కృతిక వారసత్వం.

ఉపోద్ఘాతం:

తెలుగు సాహిత్యం భారతీయ సాహిత్య సంపదలో విశిష్ట స్థానం కలిగినది. దీని చరిత్ర శతాబ్దాలపాటు విస్తరించి, ప్రతి యుగంలోనూ భిన్నమైన భావ

ధోరణులను, సాంస్కృతిక విలువలను ప్రతిబింబించింది. నన్నయ నుండి నేటి ఆధునిక సాహిత్యం వరకు నిరాటంకంగా కొనసాగుతోంది. ఒకవైపు ప్రాచీన పద్య కవిత్వం ఆధునికమైన వచన కవిత్వం అనేక రూపాల్లో కళాత్మక సౌందర్యాన్ని ప్రతిబింబిస్తే, మరోవైపు విద్యా, సామాజిక, సాంస్కృతిక రంగాల్లోనూ మార్గదర్శకత్వాన్ని అందిస్తోంది. ఈ విధంగా సాహిత్యం కేవలం కళకోసం మాత్రమే కాక, విద్యార్థులలో జ్ఞాన వికాసానికి, మనోవికాసానికి దారితీసే శక్తిగా నిలిచింది. అయితే సాహిత్య బోధనలో అనుసరించే పద్ధతులు కాలక్రమేణా మారుతూ వచ్చాయి. గురుకుల పద్ధతుల నుండి పాఠశాల, కళాశాల తరగతుల వరకు తెలుగు సాహిత్య బోధన విభిన్న రూపాల్లో సాగింది. సాంప్రదాయ బోధనలో గురువు-శిష్య పరంపర ప్రధానంగా ఉండేది. కానీ ఆధునిక కాలంలో సాంకేతిక పరిజ్ఞానం విద్యా రంగంలోకి ప్రవేశించి బోధనా విధానాలను విప్లవాత్మకంగా మార్చివేసింది. డిజిటల్ బోధన, ఈ-లెర్నింగ్, ఆన్లైన్ తరగతులు, స్మార్ట్ క్లాస్రూమ్లు, మల్టీమీడియా సాధనాలు వంటి ఆధునిక పద్ధతులు విద్యా వ్యవస్థలో భాగమవుతున్నాయి. ఈ మార్పులు తెలుగు సాహిత్య బోధనను కూడా ప్రభావితం చేసి, విద్యార్థులలో కొత్త రకమైన ఆసక్తి, అనుభవాన్ని, అవగాహనను కల్పిస్తున్నాయి.

విషయ వివరణ:

ఇరవయ్యవ శతాబ్దం చివర నాటికి విద్యా రంగంలో సాంకేతిక పరిజ్ఞానం అనివార్యమైంది. తెలుగు సాహిత్య బోధనలో కూడా ఈ మార్పు విస్తృత స్థాయిలో చోటుచేసుకుంది. పూర్వం ఉపాధ్యాయుడు పాఠ్యాంశాన్ని మాటలతో మాత్రమే వివరించేవాడు. కానీ ఇప్పుడు మల్టీమీడియా ప్రెజెంటేషన్లు, డిజిటల్ ప్రొజెక్టర్లు, ఆన్లైన్ లెక్చర్లు ద్వారా పాఠ్యాంశం విద్యార్థుల ముందు సాక్షాత్కారమవుతోంది. ఒక కవితను కేవలం చదవడం కాకుండా, దానికి సంబంధించిన దృశ్యాలు, సంగీతం, కవి జీవిత

విశేషాలు కూడా చూపించడం వల్ల విద్యార్థి ఆ కవితను అనుభవపూర్వకంగా అర్థం చేసుకుంటాడు. సాంకేతిక పరిజ్ఞానం సాహిత్య బోధనలో వాడటం వలన విద్యార్థుల మనోవికాసం వేగంగా జరుగుతోంది. పాఠ్యాంశాన్ని కేవలం జ్ఞాన పరిమితికి పరిమితం చేయకుండా, ఆలోచన, విశ్లేషణ, సృజనాత్మకత, సామాజిక స్పృహ వంటి మానసిక లక్షణాలను పెంపొందిస్తోంది.

సాంకేతిక పరిజ్ఞానం సాహిత్య బోధనలో ప్రవేశించడం వలన విద్యార్థుల మనోవికాసం మరింత సులభంగా సమర్థవంతంగా కొనసాగుతుంది. పాఠ్యాంశాలను కేవలం పఠించడం మాత్రమే కాకుండా, వాటిని చిత్రాలు, ధ్వనులు, వీడియోలు, ఆన్లైన్ చర్చల ద్వారా సులభంగా గ్రహించే అవకాశం ఉంది. ఉదాహరణకు, వేమన పద్యాలను కేవలం చదివించడం కాకుండా డిజిటల్ ప్రెజెంటేషన్లలో చూపించడం ద్వారా విద్యార్థులు వాటి భావాన్ని లోతుగా గ్రహించగలరు. ఇక మనోవికాసం అనేది విద్యలో అత్యంత ప్రాధాన్యం కలిగిన అంశం. విద్యార్థులు కేవలం పాఠ్యాంశాలను నేర్చుకోవడం మాత్రమే కాదు, తమలోని ఆలోచనా శక్తిని, సృజనాత్మకతను, విమర్శనాత్మక దృష్టిని పెంపొందించుకోవాలి. సాంకేతిక పరిజ్ఞానం ఈ లక్ష్యాలను చేరుకోవడంలో ఒక సాధనంగా మారుతుంది. ఆన్లైన్ చర్చలు, ఇంటరాక్టివ్ క్విజ్లు, డిజిటల్ సౌకర్యాలు విద్యార్థులలో ఆత్మవిశ్వాసం పెంపొందించి, వారి వ్యక్తిత్వ వికాసానికి దోహదపడుతున్నాయి. అందువల్ల, తెలుగు సాహిత్య బోధనలో సాంకేతిక పరిజ్ఞానం వినియోగం ఒక ఆధునిక అవసరం. ఇది బోధనలో నూతనతను, సృజనాత్మకతను వెలికితీస్తూ, విద్యార్థులలో సమగ్ర మనోవికాసానికి పునాదులు వేస్తోంది. ఈ వ్యాసంలో సాంకేతిక పరిజ్ఞానం తెలుగు సాహిత్య బోధనలో ఎలా ఉపయోగపడుతోంది, దాని ద్వారా విద్యార్థులలో మనోవికాసం ఎలా సాధ్యమవుతోంది అనే అంశాలను విస్తృతంగా పరిశీలించబడుతుంది.

సాహిత్య బోధనలో డిజిటల్ ప్లాట్ఫార్మ్‌ల ప్రాముఖ్యత :-

ఇప్పటి విద్యా ప్రపంచంలో సాంకేతిక పరిజ్ఞానం ఒక సహాయక సాధనం మాత్రమే కాకుండా, బోధనలో ప్రధాన పాత్రను పోషిస్తోంది. తెలుగు సాహిత్య బోధనలో కూడా ఈ పరిణామం స్పష్టంగా కనిపిస్తోంది. పూర్వం ఉపాధ్యాయుడు పుస్తకంలోని పద్యాన్ని చదివి దాని అర్థాన్ని చెప్పేవారు. కానీ ఇప్పుడు డిజిటల్ సాధనాలు అందుబాటులో ఉండటం వలన ఒకే పద్యం అనేక కోణాల్లో, అనేక రూపాల్లో విద్యార్థులకు చేరుతోంది. ఉదాహరణకు, వేమన పద్యం ఒకటి బోధించాలంటే కేవలం అర్థం చెప్పడం కాకుండా, దానికి సంబంధించిన చారిత్రక నేపథ్యం, కవి జీవితం, సామాజిక ప్రాసంగికతలను కూడా చిత్రాలు, వీడియోలు, ప్రెజెంటేషన్ల ద్వారా చూపించడం జరుగుతోంది. దీని వలన విద్యార్థి కేవలం వినడం మాత్రమే కాదు, చూడడం, అనుభవించడం ద్వారా ఆ పద్యాన్ని లోతుగా గ్రహించగలుగుతున్నాడు. ఈ విధంగా డిజిటల్ ప్లాట్ఫార్మ్‌లు సాహిత్య బోధనలో ప్రాముఖ్యతను మరింతగా పెంచాయి.

ఆన్లైన్ క్లాస్లు మరియు ఈ-లెర్నింగ్: -

ఆన్లైన్ క్లాస్లు మరియు ఈ-లెర్నింగ్ వేదికలు విద్యా విధానంలో విప్లవాత్మకమైన మార్పును తెచ్చాయి. ప్రత్యేకించి కరోనా మహమ్మారి సమయంలో ఈ విధానాలు విస్తృతంగా వినియోగించబడ్డాయి. జూమ్, గూగుల్ మీట్, మైక్రోసాఫ్ట్ టీమ్స్ వంటి ప్లాట్ఫార్మ్‌లు ఉపాధ్యాయులు మరియు విద్యార్థుల మధ్య అనుసంధానానికి కొత్త మార్గాలను తెరిచాయి. ఉపాధ్యాయులు తెలుగు కవిత్వాన్ని బోధించే సమయంలో దాని పఠనాన్ని ప్రత్యక్షంగా వినిపించడం, దానికి సంబంధించిన దృశ్యాలను చూపించడం, పాఠ్యాంశాన్ని స్లైడ్ షో రూపంలో చూపించడం సాధ్యమవుతోంది. విద్యార్థులు తమ ఇళ్ళలో నుంచే పాఠాలను

వినగలగడం, రికార్డెడ్ క్లాస్లను మళ్ళీ మళ్ళీ విని మరింత అవగాహన పొందగలగడం వంటి సౌకర్యాలు అందుబాటులోకి వచ్చాయి. ఈ విధంగా ఈ-లెర్నింగ్ వేదికలు సాహిత్య బోధనను మరింత సులభతరం చేసి, అందరికీ అందుబాటులోకి తీసుకువచ్చాయి.

డిజిటల్ లైబ్రరీలు మరియు ఈ-బుక్స్:-

తెలుగు సాహిత్యం అనేది మహాసముద్రం వంటిది. దీనిని మొత్తం పుస్తకాల రూపంలో మాత్రమే భద్రపరచడం కష్టం. కానీ డిజిటల్ లైబ్రరీల ఆవిర్భావం వలన ఈ సమస్య సులభంగా పరిష్కరించబడింది. ఇప్పుడు నన్నయ మొదలు ప్రాచీన కవుల రచనలు నుండి ఆధునిక రచయితల వరకు అనేక సాహిత్య సంపద ఈ-బుక్స్ రూపంలో అందుబాటులో ఉంది. విద్యార్థులు లైబ్రరీకి వెళ్లకుండానే తమ మొబైల్ ఫోన్ లేదా ల్యాప్టాప్ ద్వారా ఈ గ్రంథాలను చదవగలుగుతున్నారు. దీని వలన వారికి విశాలమైన సాహిత్య పరిచయం లభించడమే కాకుండా, తమ స్వంత సమయానికి అనుగుణంగా చదవగల సౌలభ్యం లభిస్తోంది. అంతేకాదు, ఈ-బుక్స్ వలన పాఠ్యాంశాల పరిరక్షణ కూడా జరుగుతోంది. పాత గ్రంథాలు చిరిగిపోవడం, లభించకపోవడం వంటి సమస్యలను డిజిటల్ రూపం పూర్తిగా నివారించింది.

యూట్యూబ్ లెక్చర్లు మరియు ఆడియో విజువల్ కంటెంట్:-

యూట్యూబ్ వంటి వేదికలు సాహిత్య బోధనలో కొత్త దిశను చూపుతున్నాయి. పూర్వం ఉపాధ్యాయుల బోధనను వినే అవకాశం కేవలం తరగతి గదిలోనే ఉండేది. కానీ ఇప్పుడు విద్యార్థులు ప్రపంచవ్యాప్తంగా ఉన్న పండితుల, సాహితీవేత్తల బోధనలను వినగలుగుతున్నారు. ఒక కవితపై పది మంది పండితుల అభిప్రాయాలు వీడియో రూపంలో చూడటం ద్వారా విద్యార్థులు ఆ కవితను విభిన్న కోణాల్లో అర్థం చేసుకోవచ్చు. అదేవిధంగా, కథలు, నాటకాలు, గేయాలను వీడియో

రూపంలో ప్రదర్శించడం ద్వారా పాఠ్యాంశం మరింత సజీవంగా, ఆసక్తికరంగా మారుతోంది. ఆడియో పుస్తకాలు కూడా ఈ పరిణామంలో ప్రత్యేక స్థానం సంపాదించాయి. ప్రయాణంలో, విశ్రాంతి సమయంలో కూడా విద్యార్థులు తెలుగు సాహిత్యాన్ని వినగలగడం అనేది ఒక గొప్ప మార్పు.

లెర్నింగ్ యాప్లు మరియు ఇంటరాక్టివ్ ప్లాట్ఫార్మ్లు:-

ఇంటరాక్టివ్ లెర్నింగ్ వేదికలు విద్యార్థుల్లో చురుకుదనాన్ని పెంచుతున్నాయి. బైజూస్, అనకాడమీ, స్వయం వంటి యాప్ లు పాఠ్యాంశాలను గేమ్స్ రూపంలో, క్విజ్లు రూపంలో అందిస్తున్నాయి. ఒక పద్యానికి అర్థం నేర్పించడమే కాకుండా, దానికి సంబంధించిన ప్రశ్నలు అడిగి, వెంటనే సమాధానాలను చూపించడం ద్వారా విద్యార్థులు తమ అవగాహనను పరీక్షించుకోవచ్చు. ఈ విధంగా బోధన ఒక వైపు మాత్రమే ఉండకుండా, రెండు వైపులా జరిగే ప్రక్రియగా మారుతోంది. విద్యార్థులు కూడా ఈ వేదికలలో సక్రియంగా పాల్గొని తమ ఆలోచనలను పంచుకోవడం ద్వారా విమర్శనాత్మక దృష్టిని పెంపొందించుకుంటున్నారు.

సోషల్ మీడియా వేదికలు:-

ఫేస్బుక్, వాట్సాప్, ఇంస్టాగ్రామ్ వంటి సోషల్ మీడియా వేదికలు కూడా సాహిత్య బోధనలో ఉపయోగపడుతున్నాయి. ఉపాధ్యాయులు ప్రత్యేక గ్రూపులను సృష్టించి, అందులో పాఠ్యాంశాలకు సంబంధించిన పద్యాలు, విశ్లేషణలు, ప్రశ్నలు, సమాధానాలను పంచుకోవచ్చు, విద్యార్థులు తమ సందేహాలను వెంటనే అడిగి వివరణలు పొందవచ్చు. అదేవిధంగా, సాహిత్య చర్చలు కూడా ఈ వేదికలలో జరుగుతాయి. ఒకే అంశంపై అనేక మంది విద్యార్థుల అభిప్రాయాలు వినడం ద్వారా ఆ అంశంపై సమగ్ర అవగాహన ఏర్పడుతుంది. ఈ విధంగా సోషల్ మీడియా వేదికలు సాహిత్య బోధనను ఒక సమూహ అనుభవంగా మార్చుతున్నాయి.

డిజిటల్ ప్లాట్ఫార్మ్‌ల ప్రభావం:-

డిజిటల్ వేదికల వలన విద్యార్థుల మనోవికాసం విశేషంగా పెరుగుతోంది. వారు స్వయంగా శోధించడం, పాఠ్యాంశంపై లోతైన చర్చలు జరపడం, తమ ఆలోచనలను పంచుకోవడం వంటివి చేస్తూ జ్ఞానం మాత్రమే కాకుండా ఆత్మవిశ్వాసం, సృజనాత్మకత, విమర్శనాత్మక దృష్టిని కూడా అభివృద్ధి చేస్తున్నారు. సాహిత్యంలోని సాంస్కృతిక విలువలు డిజిటల్ మాధ్యమాల ద్వారా మరింత ఆకర్షణీయంగా చేరి, విద్యార్థులలో తమ భాష, సంస్కృతిపట్ల గౌరవాన్ని పెంచుతున్నాయి.

MOOCS (Massive Open Online Courses):

MOOCS విప్లవాత్మకమైన వేదికగా నిలిచాయి. ప్రపంచంలోని ప్రతిష్టాత్మక విశ్వవిద్యాలయాలు, విద్యాసంస్థలు రూపొందించిన కోర్సులు ఇప్పుడు ఇంటర్నెట్ ద్వారా ఎవరికైనా ఉచితంగా లేదా తక్కువ ఖర్చుతో అందుబాటులో ఉన్నాయి. తెలుగు సాహిత్య బోధనలో కూడా MOOCs వినియోగం విద్యార్థులకు కొత్త అవకాశాలను తెరిచింది. MOOCs ద్వారా విద్యార్థులు తెలుగు భాష, సాహిత్య చరిత్ర, కవిత్వ విశ్లేషణ, నాటక సాహిత్యం, ఆధునిక సాహిత్య ధోరణులు వంటి విభిన్న అంశాలను అధ్యయనం చేయగలుగుతున్నారు. ఈ వేదికల ప్రత్యేకత ఏమిటంటే, ఉపాధ్యాయులు తయారు చేసిన వీడియో లెక్చర్లు, పాఠ్యపుస్తకాలు, క్విజ్లు, చర్చా వేదికలు అన్నీ ఒకే చోట అందుబాటులో ఉండటం. దీని వలన విద్యార్థులు కేవలం పాఠాలను నేర్చుకోవడమే కాకుండా, వాటి గురించి ప్రపంచవ్యాప్తంగా ఉన్న ఇతర విద్యార్థులతో విస్తృతమైన చర్చలు జరిపి MOOCs (SWAYAM), Coursera, edX, FutureLearn వంటి వేర్వేరు రూపాల్లో లభ్యమవుతున్నాయి. వీటిలో తెలుగు సాహిత్యానికి సంబంధించిన ప్రత్యేక కోర్సులు

కూడా అందుబాటులో ఉన్నాయి. ముఖ్యంగా స్వయం (SWAYAM) వేదికలో UGC మరియు ఇతర సంస్థలు రూపొందించిన తెలుగు కోర్సులు విద్యార్థులకు ప్రయోజనకరంగా ఉన్నాయి. ఇవి గ్రామీణ ప్రాంతాల విద్యార్థులకు కూడా సులభంగా చేరవచ్చు. ఈ విధంగా MOOCs వేదికలు తెలుగు సాహిత్య బోధనలో ఒక ప్రపంచవ్యాప్త వేదికను అందించడమే కాకుండా, విద్యార్థుల మనోవికాసానికి, జ్ఞాన విస్తరణకు, సృజనాత్మకత పెంపుకి కూడా మార్గదర్శకత్వాన్ని అందిస్తున్నాయి.

వర్చువల్ రియాలిటీ (VR) మరియు ఆగ్మెంటెడ్ రియాలిటీ (AR) ఇటీవలి కాలంలో విద్యా రంగంలో VR మరియు AR సాంకేతికతలు వేగంగా ప్రవేశిస్తున్నాయి. వీటి ద్వారా విద్యార్థులు కేవలం చదవడమే కాకుండా ప్రత్యక్ష అనుభవం పొందగలుగుతున్నారు. ఉదాహరణకు, ఒక నాటకాన్ని కేవలం పుస్తకంలో చదవడం కాకుండా VR ద్వారా స్టేజ్ పై జరుగుతున్నట్లు అనుభవించడం సాధ్యమవుతోంది. అలాగే, AR సాంకేతికతతో కవుల జీవిత విశేషాలను, సాహిత్య సందర్భాలను దృశ్యరూపంలో చూపించి విద్యార్థుల మనసుపై చెరగని ముద్ర వేసేలా బోధించవచ్చు.

పోడ్కాస్ట్లు మరియు వెబినార్లు:-

ఇటీవల పోడ్కాస్ట్లు తెలుగు సాహిత్య బోధనలో ఒక కొత్త వేదికగా మారాయి. ఉపాధ్యాయులు లేదా సాహితీవేత్తలు తమ ఆలోచనలను, పాఠాలను ఆడియో రూపంలో అందించడం వలన విద్యార్థులు ఎప్పుడైనా, ఎక్కడైనా వినగలుగుతున్నారు. అదేవిధంగా, వెబ్నార్లు (Webinars) సాహిత్య బోధనలో ఒక పెద్ద వేదికగా మారాయి. జాతీయ, అంతర్జాతీయ స్థాయిలో జరిగే సదస్సులను విద్యార్థులు ఆన్లైన్లో పాల్గొనడం ద్వారా కొత్త కొత్త ఆలోచనలను తెలుసుకోవచ్చు.

ఆర్టిఫిషియల్ ఇంటెలిజెన్స్ (AI) వినియోగం:-

AI ఆధారిత సాధనాలు ఇప్పుడు విద్యలో విస్తృతంగా వినియోగించబడుతున్నాయి. తెలుగు సాహిత్య బోధనలో AI సాయంతో విద్యార్థుల స్థాయిని గుర్తించి వారికి తగిన పాఠ్యాంశాలను సిఫార్సు చేయడం సాధ్యమవుతోంది. అదేవిధంగా, Chatbots ద్వారా విద్యార్థులు తక్షణ సందేహ నివృత్తి పొందగలుగుతున్నారు. AI ఆధారిత అనువాద సాధనాలు సాహిత్యంలోని విభిన్న భాషా విశేషాలను అర్థం చేసుకోవడానికి సహాయపడుతున్నాయి.

గేమిఫికేషన్ (Gamification):

గేమ్స్ ఆధారంగా సాహిత్య బోధనను మరింత ఆసక్తికరంగా మార్చే ప్రయత్నం గేమిఫికేషన్ ద్వారా జరుగుతోంది. కవితలోని పదాలను గుర్తించడం, కథలోని పాత్రలను సరిపోల్చడం, నాటకంలోని సంఘటనల క్రమాన్ని అమర్చడం వంటి గేమ్లు విద్యార్థులను చురుకుగా పాల్గొనేవారిగా మార్చుతున్నాయి. ఇది కేవలం జ్ఞానాన్ని పెంచడమే కాకుండా, సృజనాత్మకతను మరియు మానసిక చురుకుదనాన్ని కూడా పెంచుతోంది.

ముగింపు:

తెలుగు సాహిత్య బోధనలో సాంకేతిక పరిజ్ఞానం ప్రవేశం అనేది నిజంగా ఒక విప్లవాత్మక మార్పు, బోధనను సజీవంగా, ఆకర్షణీయంగా, అనుభవాత్మకంగా మార్చే శక్తి సాంకేతికతలో ఉంది. పాఠ్యాంశాలను మల్టీమీడియా రూపంలో అందించడం, MOOCs, ఈ-లెర్నింగ్ ప్లాట్ఫామ్లు, డిజిటల్ లైబ్రరీలు, వెబ్నార్లు, పోడ్కాస్ట్లు వంటి వనరులు విద్యార్థుల జ్ఞానవిస్తరణతో పాటు మనోవికాసానికి విస్తృతంగా దోహదం చేస్తున్నాయి. అయితే సాంకేతిక పరిజ్ఞానం రెండు వైపులా పదునున్న కత్తి లాంటిది. దానిని సక్రమంగా వినియోగిస్తే విద్యార్థుల భవిష్యత్తుకు

మార్గదర్శకంగా ఉంటుంది. కానీ దానిని దుర్వినియోగం చేస్తే సమయ వృథా, అసలు లక్ష్యం నుండి దారి తప్పడం, నకలు పద్ధతులపై ఆధారపడడం వంటి సమస్యలు ఎదురవుతాయి. అందువల్ల విద్యా రంగంలో సాంకేతికత వినియోగానికి విలువాధారిత దృక్పథం, మార్గదర్శకత్వం అవసరం. భవిష్యత్తు దృష్ట్యా, తెలుగు సాహిత్య బోధనలో మరిన్ని ఆర్టిఫిషియల్ ఇంటెలిజెన్స్ టూల్స్, వర్చువల్ రియాలిటీ అనుభవాలు, ఆటల ద్వారా నేర్చుకునే డిజిటల్ గేమిఫికేషన్ పద్ధతులు ప్రవేశపెట్టబడే అవకాశం ఉంది. వీటి ద్వారా విద్యార్థులు కేవలం పాఠాలను అర్థం చేసుకోవడమే కాకుండా, సాహిత్యాన్ని అనుభవించి, సంస్కృతిని లోతుగా గ్రహించగలరు. మొత్తం మీద, సాంకేతిక పరిజ్ఞానం వలన తెలుగు సాహిత్య బోధన కాలానికి తగ్గట్టు ఆధునికతను దాల్చుతూ, భవిష్యత్ తరాలకు మరింత సమగ్రంగా, విలువలతో కూడిన శాశ్వత వారసత్వంగా నిలుస్తుంది.

ఆధార గ్రంథాలు:

1. Ministry of Education, Govt. of India - Digital India in Education Reports.
2. Prof. B. Ramesh & Team-Use of ICT in Teaching and Learning of Languages, International Journal of Education & Technology.
3. MOOCs (SWAYAM, Coursera, edX) - Online Learning Platforms for Literature and Languages.
4. Dr. K. Krishna Murthy - Impact of Digital Technology on Telugu Literature Teaching.
5. C. N. Reddy - E-Learning and ICT in Higher Education.
6. UNESCO Reports - ICT in Education: Global Trends.

17

తెలుగు సాహిత్యం - సాంకేతికత ప్రయోజనాలు

లెఫ్టినెంట్ డా. ఎం. రామస్వామి

తెలుగు సహ ఆచార్యులు

గిరిరాజ్ ప్రభుత్వ కళాశాల (స్వ.ప్ర.) నిజామాబాద్.

చరవాణి: 8500400150.

ramaswamymekala31@gmail.com.

భారత దేశభాషలలో ప్రాచీన హోదా అందుకున్న భాషల్లో తెలుగు ఒకటి. లభిస్తున్న ఆధారాలను బట్టి సంస్కృతంలో ఋగ్వేదం, రామాయణ, మహాభారతం మొదలుకొని ఆంధ్రజాతి, ఆంధ్రభాష ఉనికి ఉన్నట్లు తెలుస్తుంది. క్రీ.శ.1వ శతాబ్దం నుండి మొదలుకొని వివిధ శాసనాలలో పద్య, గద్య లిఖిత రూపాలలో తెలుగుభాష కనిపిస్తుంది. 10వ శతాబ్దంలోని జినవల్లభుని బొమ్మలగుట్ట శాసనం నాటికీ తెలుగు భాషాసాహిత్యాలు పరిపక్వత దశకు చేరినట్లు తెలుస్తుంది. నన్నయతో కావ్యస్థితిని పొందిన తెలుగు సాహిత్యం ఇతిహాసాలు, పురాణాలు, ప్రబంధాలు, కావ్యాలు, శతకాలు వంటి పద్యప్రక్రియ రచనలే కాక, గద్య(వచన)రచనలతో వినూత్న ప్రక్రియలతో విరాజిల్లినది. కాలానుగుణంగా రాతిశాసనాలు, తాళపత్రగ్రంథాలు, క్రమంగా ముద్రణాయంత్రాలు అందుబాటులోకి వచ్చాక కాగితంపై అచ్చు ఒత్తడంతో

గ్రంథాల రూపంలో వెలువడిన తెలుగుసాహిత్యం సుసంపన్నమైనది. అయితే ఆధునిక కాలంలో సాంకేతిక పరిజ్ఞానం పెరగడం, అది వివిధ సాధనాల రూపంలో సామాన్య ప్రజలకు కూడా అందుబాటులోకి రావడం వల్ల తెలుగు సాహిత్యం కొత్త కొత్త కోణాలతో విస్తృతంగా అభివృద్ధి చెందింది.

సాంకేతికత పరిచయం:

డిజిటల్ లైబ్రరీలు-ఆర్కైవ్స్:

సాంకేతికనిపుణులు అనేక తెలుగు పుస్తకాలను ఇప్పుడు ఆన్‌లైన్ లైబ్రరీల ద్వారా అందుబాటులోకి తీసుకువచ్చారు. అందులోనూ పాతవి, అరుదైన గ్రంథాలను డిజిటలైజ్ చేసి, వాటిని డిజిటల్ ఫార్మాట్‌లో భద్రపరుస్తున్నారు. www.archive.org, www.teluguthesis.com, www.freegurukul.org, www.andhrabharathi.com https://ebooks.tirumala.org, devullu.com, www.wikipedia.org, INFLIBNET–Informaion And Library Network(INFLIBNET)Centre is an Autonomous Inter University Centre (IUC) of University Grants Commission, Hyderabad Central University Digital Library, www.sarangabooks.org/ magazine, www.teluguvijayam.org, www.kudali.org, www.Jalleda.com, www.Naaantharangam.blogspot.in, www.subbachary.blogspot.in, www.Wordpress.com, www.Telugupadam.com, N-list web sites.

ఆప్టికల్ క్యారెక్టర్ రికగ్నిషన్ (OCR):

తెలుగులో ఉన్న ముద్రిత పాఠాలను డిజిటల్ ఫార్మాట్‌లోకి మార్చడానికి OCR టెక్నాలజీలు ఉపయోగపడుతున్నాయి. ఇది పాత తెలుగు పుస్తకాలను, పత్రాలను డిజిటల్ రూపంలో భద్రపరచడానికి సహాయపడుతుంది.

ఆన్‌లైన్ పబ్లికేషన్స్:

రచయితలు చాలా మంది ఇప్పుడు తమ కథలు, కవితలు, నవలలను స్వంతంగా ఏర్పాటు చేసుకున్న బ్లాగులు, వెబ్‌సైట్లు, సోషల్ మీడియా ద్వారా నేరుగా పాఠకులకు చేరుస్తున్నారు. ఈ పద్ధతి ద్వారా పుస్తకాల ముద్రణ, పంపిణీ వంటి ఖర్చుల భారం కూడా తగ్గిపోయింది. పేపర్ వాడుక తగ్గడం వలన పర్యావరణ పరిరక్షణ కూడా జరుగుతుంది.

సాంకేతిక పరిజ్ఞానం ద్వారా సాహిత్య సృజన:

కవులు,రచయితలు తమ సృజనాత్మక రచనలను అందుబాటులోని సాంకేతిక పరిజ్ఞానాన్ని ఉపయోగించుకొని రచనలను ప్రచురిస్తున్నారు. కవితాత్మక భావాలను విజువలైజ్ చేయడానికి, పాత్రల మధ్య సంభాషణను మరింత ఆకర్షణీయంగా చేయడానికి అత్యాధునిక సాంకేతిక సాధనాలను, సాంకేతిక (AI) వంటి టూల్స్ వాడటం జరుగుతుంది.

భాషా అనువాదం - విశ్లేషణ:

మెషిన్ లెర్నింగ్, AI టూల్స్ ఉపయోగించి, తెలుగు సాహిత్యాన్ని ఇతర భాషల్లోకి అనువదించడం సులభం అయింది. అలాగే తెలుగు రచనలను విశ్లేషించడానికి, రచయితల శైలిని అర్థం చేసుకోవడానికి, రచనల సారాంశాన్ని తెలుసుకోవడానికి సాంకేతిక సాధనాల ఉపయోగం పెరిగిపోయింది.

ఆడియో, వీడియో ఫార్మాట్స్:

తెలుగు కవితలు, కథలు, నవలలు ఆడియోబుక్స్, వీడియో ఫార్మాట్‌లో అందుబాటులోకి వస్తున్నాయి. ఈ పద్ధతి ద్వారా, చదవడానికి సమయం లేని వారు కూడా సాహిత్యాన్ని వినవచ్చు. ఈ సౌకర్యంతో తెలుగు సాహిత్యాన్ని అంతర్జాతీయ స్థాయిలో విస్తరించడంతో పాటు, మరింత మంది పాఠకులకు

చేరువ చేయడానికి సాంకేతికత తోడ్పడుతుంది. సాంకేతికత సహాయంతో తెలుగు సాహిత్యం మరింత సజీవంగాను, ఆధునికంగాను మారుతోంది.

సాంకేతికతతో తెలుగు వాడకం:

సాంకేతిక సాధనాల్లో తెలుగును సులభంగా ఉపయోగించుకునే అవకాశం కలగడం వల్ల సాంకేతికతతో తెలుగుభాష వాడకం క్రమంగా పెరుగుతోంది. ప్రపంచవ్యాప్తంగా ఉన్న తెలుగు ప్రజలు తమ భాషలో సమాచారాన్ని పంచుకోవడానికి, చదువుకోవడానికి వీలవుతోంది. వివిధ పరికరాలలో సాంకేతికత సహాయంతో తెలుగుభాషలో రాయడం, చదవడం జరుగుతుంది.

యూనీకోడ్ (Unicode):

https://luc.devroye.org/fonts-78907.html, http://kolichala.com/unicode2font/, యూనీకోడ్ అనేది ఒక ప్రామాణికమైన కోడింగ్ వ్యవస్థ. ఇది వివిధ భాషల అక్షరాలను డిజిటల్ రూపంలో నిల్వ చేయడానికి, చూపించడానికి సహాయపడుతుంది. దీనివల్ల కంప్యూటర్, మొబైల్ ఫోన్లలో తెలుగును సులభంగా రాయవచ్చు. తెలుగులో ఉన్న డాక్యుమెంట్లను ఎటువంటి సమస్య లేకుండా ఒక పరికరం నుండి మరొక పరికరానికి మార్చుకోవచ్చు. సిలికానాంధ్ర వెబ్సైట్ ద్వారా ఉచితంగా అందించే యూనీకోడ్ ఖతులు (Unicode fonts)- సూరన, మండలి, తెనాలి రామకృష్ణ, మొ.నవి. మనం నిత్యం ఉపయోగించే చరవాణుల్లో, అంతర్జాలంలోనూ వినియోగిస్తున్నాము.

ఫోనెటిక్ కీబోర్డులు (Phonetic keyboards):

ఈ కీబోర్డుల ద్వారా తెలుగులో రాయడం చాలా సులభం. ఇంగ్లీష్ అక్షరాలను ఉపయోగించి "amma" అని టైప్ చేస్తే అది తెలుగులో "అమ్మ" అని

మారుతుంది. ఇది వేగంగా రాయడానికి సహాయపడుతుంది. Gboard, SwiftKey వంటి అనేక కీబోర్డులు ఈ సదుపాయాన్ని అందిస్తున్నాయి. అంతే కాక అను 0.7 వంటి వాటిలో ఆపిల్ బోర్డ్, ఫోనెటిక్ బోర్డ్ వంటివి విరివిగా అందుబాటులో ఉన్నాయి.

తెలుగులో ఆన్లైన్ కంటెంట్;

సోషల్ మీడియా: ఫేస్బుక్, ట్విట్టర్, వాట్సాప్ వంటి సోషల్ మీడియా వేదికల్లో చాలామంది తెలుగులో పోస్టులు పెడుతున్నారు, మెసేజ్లు పంపుతున్నారు. దీనివల్ల తమ భావాలను సులభంగా పంచుకోవడానికి వీలవుతోంది.

యూట్యూబ్/బ్లాగులు/రైటింగ్:

అనేక వెబ్సైట్లు, బ్లాగులు తెలుగులో కంటెంట్ను అందిస్తున్నాయి. వీటిలో సాంకేతిక అంశాలు, ప్రయాణాలు, సమీక్షలు, కథనాలు వంటివాటిపై రాయడానికి కంటెంట్ రైటర్స్, బ్లాగర్స్ అవసరం చాలా ఉంది. మంచి రచనా నైపుణ్యాలు కలిగి ఉంటే ఫ్రీలాన్సర్గా కూడా పనిచేయవచ్చు. యూట్యూబ్లో తెలుగులో సమాచారం, ఫైనాన్స్ విద్యా, వినోదం, వంటలు వంటి వివిధ అంశాలపై వీడియోలు లక్షలాదిగా అందుబాటులో ఉన్నాయి. అలాగే, చాలామంది బ్లాగర్లు తెలుగులో తమ ఆలోచనలను, కథనాలను, రీల్స్, షార్ట్ ఫిలిమ్స్, పాటల రూపాలలో కూడా రాస్తున్నారు. తెలుగు సాహిత్యంతో పాటు కళలు కూడా వ్యక్తీకరించుకోవడానికి, వ్యక్తిగత ప్రతిభను ప్రదర్శించడానికి యూట్యూబ్ ఛానెల్స్ ప్రారంభించి డబ్బు సంపాదించే అవకాశం బాగా పెరిగింది. దీనికి మీరు మంచి కెమెరా, మైక్రోఫోన్, మరియు వీడియో ఎడిటింగ్ నైపుణ్యాలు ఉంటే సరిపోతుంది.

వాయిస్ అసిస్టెంట్లు:

గూగుల్ అసిస్టెంట్ (Google Assistant), అలెక్సా (Alexa) వంటి వాయిస్ అసిస్టెంట్లు తెలుగులో ఆదేశాలను అర్థం చేసుకోగలుగుతున్నాయి. దీనివల్ల మాటలతోనే సమాచారాన్ని తెలుసుకోవడం, పనులు చేయించుకోవడం సాధ్యమవుతోంది. చదవడం రాని వారు కూడా ఈ టూల్స్ ద్వారా తెలుగును సందేశాల రూపంలో పంపగలుగుతున్నారు.

బోధన, పరిశోధన రంగంలో సాంకేతికత వాడకం;

బోధన, పరిశోధన రంగంలోనూ సాంకేతికతను ఉపయోగించడంతో అది విద్యారంగాన్ని పూర్తిగా మార్చేసింది. ఈ సాంకేతికతతో కూడుకున్న బోధనపద్ధతులు విద్యార్థులకు, ఉపాధ్యాయులకు విద్యను మరింత సులభతరం, ఆకర్షణీయం, ఇంకా సమర్థవంతంగా మారుస్తున్నాయి. తెలుగు సాహిత్య బోధనలోనూ ఈ ప్రభావం కనిపిస్తుంది.

ఉపాధ్యాయులకు ప్రయోజనాలు: క్లాస్ రూమ్ నిర్వహణ:

ఆన్‌లైన్ లెర్నింగ్ మేనేజ్‌మెంట్ సిస్టమ్స్ (LMS) ద్వారా ఉపాధ్యాయులు విద్యార్థుల హాజరు, మార్కులు, అసైన్‌మెంట్‌లను సులభంగా ట్రాక్ చేయవచ్చు. గూగుల్ క్లాస్‌రూమ్, మాడ్యూల్(Module) వంటివి నిర్వహించవచ్చును.

నాణ్యమైన కంటెంట్:

తెలుగు ఉపాధ్యాయులు పవర్ పాయింట్ ప్రెజెంటేషన్‌లు, వీడియోలు, ఇంటరాక్టివ్ సిమ్యులేషన్‌లు, ఆన్‌లైన్ క్విజ్‌ల వంటివి ఉపయోగించి, తెలుగు బోధనను మరింత ఆసక్తికరంగా చేయవచ్చు. దీనివల్ల విద్యార్థులు తెలుగుపాఠాలను సులభంగా అర్థం చేసుకోగలుగుతారు.

సమయం ఆదా:

సాంకేతిక సాధనాలు ఉపయోగించి తరగతి గదిలో చెప్పే తెలుగు పాఠాలను వీడియోలుగా రికార్డ్ చేసి, ఆన్‌లైన్‌లో అందుబాటులో ఉంచవచ్చు. దీనివల్ల విద్యార్థులు ఎప్పుడు కావాలంటే అప్పుడు వాటిని చూసి నేర్చుకోవచ్చు. అలాగే, పనులన్నీ ఆటోమేటిక్‌గా జరగడం వల్ల తెలుగు ఉపాధ్యాయులకు సమయం ఆదా అవుతుంది.

విద్యార్థులకు ప్రయోజనాలు:

ఎప్పుడైనా, ఎక్కడైనా నేర్చుకోవచ్చు: కోవిడ్-19 తర్వాత ఆన్‌లైన్ విద్యకు ప్రాధాన్యత పెరిగింది. దీనివల్ల విద్యార్థులు ఇంట్లోనే ఉండి, తమకు అనుకూలమైన సమయంలో పాఠాలు నేర్చుకునే అవకాశం సాంకేతికత వల్ల లభించింది.

కృత్యాధార అభ్యాసం (Experiential Learning):

వర్చువల్ రియాలిటీ (VR), ఆగ్మెంటెడ్ రియాలిటీ (AR) వంటి అధునాతన సాంకేతికతలు విద్యార్థులకు ఒక అంశాన్ని ప్రాక్టికల్‌గా అనుభవించే అవకాశం కల్పిస్తాయి. ఉదాహరణకు, తెలుగు వ్యాకరణం, భాషా భాగాలను త్రీ-డీలో చూడటం లేదా చారిత్రక, వర్ణనాత్మక ప్రదేశాలను, కవుల చిత్రపటాలను వర్చువల్‌గా చూడడం జరుగుతుంది.

వ్యక్తిగత అభ్యాసం (Personalized Learning):

ప్రతి విద్యార్థి వ్యక్తిగత సామర్థ్యాన్ని బట్టి వేగంగా లేదా నెమ్మదిగా నేర్చుకుంటారు. సాంకేతికతతో, విద్యార్థులు తమ వేగానికి తగ్గట్టుగా నేర్చుకోవచ్చు. ఇంటరాక్టివ్ ప్లాట్‌ఫారమ్‌లు విద్యార్థుల అవసరాలకు తగ్గట్టుగా కంటెంట్‌ను అందిస్తాయి.

సాంకేతికతతో తెలుగు ఉపాధి అవకాశాలు;

ఆర్టిఫిషియల్ ఇంటెలిజెన్స్ (AI), మెషీన్ లెర్నింగ్ (ML) వంటి సాంకేతికతలతో తెలుగు భాషకు మరింత పురోగతి లభిస్తుంది. ఉదాహరణకు, తెలుగులో మరింత కచ్చితమైన స్పీచ్-టు-టెక్స్ట్, టెక్స్ట్-టు-స్పీచ్ సేవలు, సహజ భాషా ప్రాసెసింగ్ (Natural Language Processing) వంటివి అభివృద్ధి అవుతున్నాయి. ఇది తెలుగులో ఆటోమేటిక్ ట్రాన్స్లేషన్, కంటెంట్ క్రియేషన్ వంటివాటిని సులభతరం చేస్తుంది. మొత్తంగా సాంకేతికత సహాయంతో తెలుగుభాష, తెలుగు సాహిత్యం మరింత విస్తృతంగా అభివృద్ధికి, మనుగడకు, ఒక గొప్ప అవకాశం ఏర్పడింది. భవిష్యత్తులో ఈ వాడకం మరింత వేగంగా పెరుగుతుందని చెప్పవచ్చును. సాంకేతికత వేగంగా విస్తరిస్తున్న కారణంగా తెలుగుభాష తెలిసిన వారికి ఉపాధి అవకాశాలు గణనీయంగా పెరిగాయి. గతంలో తెలుగును కేవలం సాహిత్య, కళారంగాలకు మాత్రమే పరిమితం చేసేవారు. కానీ ఇప్పుడు సాంకేతికతతో తెలుగుకు కొత్త ఉద్యోగ మార్గాలు తెరుచుకున్నాయి. ఈ మార్పుకు ప్రధాన కారణం, డిజిటల్ కంటెంట్, సోషల్ మీడియా, స్థానిక భాషలకు ప్రాధాన్యత పెరగడం ముఖ్యకారణాలు.

సాంకేతిక రంగంలో ఉపాధి:

యూజర్ ఇంటర్ఫేస్ (UI) మరియు యూజర్ ఎక్స్పీరియన్స్ (UX): అనేక టెక్ కంపెనీలు తమ యాప్స్, వెబ్సైట్లను తెలుగులో అందుబాటులోకి తెస్తున్నాయి. దీనికోసం తెలుగులో యూజర్ ఇంటర్ఫేస్ డిజైన్ చేయగలిగే నిపుణులు కావాలి. తెలుగు మాట్లాడే వినియోగదారులకు అనుకూలమైన డిజైన్లు రూపొందించే వారికి మంచి డిమాండ్ ఉంది.

లోకలైజేషన్ (Localization) /ట్రాన్స్‌లేషన్:

ప్రపంచవ్యాప్తంగా ఉన్న పెద్ద కంపెనీలు తమ ఉత్పత్తులు, సాఫ్ట్‌వేర్‌లను తెలుగులోకి అనువదించడానికి (Localization) నిపుణులను నియమిస్తున్నాయి. ఇందులో యాప్ టెక్స్ట్, వెబ్‌సైట్ కంటెంట్, మార్కెటింగ్ మెటీరియల్స్ వంటివి ఉంటాయి. మీరు ఒక భాష నుండి మరో భాషలోకి అనువదించగలిగే సామర్థ్యం ఉంటే ఈ ఉద్యోగాలు పొందవచ్చు.

ఇ-కామర్స్ మార్కెటింగ్ /సోషల్ మీడియా మార్కెటింగ్:

తెలుగులో ఉన్న సోషల్ మీడియా పేజీలు, ఇన్ఫ్లుయెన్సర్లకు మంచి డిమాండ్ ఉంది. వారికి కంటెంట్ మేనేజ్ చేయడానికి, ప్రమోషన్స్ నిర్వహించడానికి నిపుణులు అవసరం. అలాగే, బ్రాండ్‌లు తమ ఉత్పత్తులను తెలుగు ప్రజలకు చేరువ చేయడానికి తెలుగులో సోషల్ మీడియా మార్కెటింగ్ నిపుణులను నియమించుకుంటున్నాయి. ఇ-కామర్స్ కంపెనీలు తెలుగు మాట్లాడే కస్టమర్లకు సేవలు అందించడానికి కాల్ సెంటర్లు, కస్టమర్ సపోర్ట్ టీమ్స్‌లో ఉద్యోగాలు కల్పిస్తున్నాయి. తెలుగు మాట్లాడటం మరియు రాయడం తెలిసిన వారికి ఈ రంగంలో ఉపాధి ఉద్యోగావకాశాలు అధికంగా ఉన్నాయి.

విద్యా రంగం: ఆన్‌లైన్ ట్యూటర్:

ఆన్‌లైన్ విద్య పెరగడం వల్ల తెలుగు మాధ్యమంలో పాఠాలు చెప్పే ట్యూటర్లకు డిమాండ్ పెరిగింది. వివిధ ఆన్‌లైన్ ప్లాట్‌ఫారమ్‌లలో తెలుగులో పాఠాలు చెప్పి డబ్బు సంపాదించవచ్చు. సంక్షిప్తంగా, సాంకేతికత అనేది తెలుగు భాషకు అనేక కొత్త ఉపాధి మార్గాలను సృష్టించింది. కేవలం సాంప్రదాయ ఉద్యోగాలకే పరిమితం కాకుండా, డిజిటల్ నైపుణ్యాలను పెంపొందించుకుంటే తెలుగులో అద్భుతమైన కెరీర్ నిర్మించుకునే అవకాశాలు ఉన్నాయి.

సాంకేతికతలో తెలుగు కోసం జరుగుతున్న కృషి:

సాంకేతికతలో తెలుగు భాష వినియోగాన్ని పెంచడానికి వివిధ ప్రభుత్వ, ప్రైవేట్ సంస్థలు, వ్యక్తులు చాలా కృషి చేస్తున్నారు. ఈ ప్రయత్నాలు తెలుగును డిజిటల్ యుగంలో మరింత అందుబాటులోకి తీసుకురావడానికి, దాని ప్రాముఖ్యతను పెంచడానికి ఉపయోగపడుతున్నాయి.

భాషకు ప్రామాణికత కల్పించడం: యూనికోడ్ (Unicode):

తెలుగును కంప్యూటర్లలో, మొబైల్ ఫోన్లలో, మరియు ఇతర డిజిటల్ పరికరాలలో సరిగ్గా ప్రదర్శించడానికి యూనికోడ్ ఒక ప్రామాణికమైన మార్గం. ప్రపంచవ్యాప్తంగా ఉన్న సాంకేతిక నిపుణులు తెలుగు అక్షరాలను యూనికోడ్‌లో చేర్చడానికి నిరంతరం కృషి చేస్తున్నారు. దీనివల్ల వివిధ ఆపరేటింగ్ సిస్టమ్స్‌లోనూ, బ్రౌజర్‌లలోనూ తెలుగు కంటెంట్‌ను ఎటువంటి సమస్యలు లేకుండా చూడవచ్చు.

ఫోనిటిక్ కీబోర్డుల అభివృద్ధి:

తెలుగులో సులభంగా టైప్ చేయడానికి వీలుగా ఫోనిటిక్ కీబోర్డుల (ఉదాహరణకు, గూగుల్ ఇండిక్ కీబోర్డ్) అభివృద్ధి కొనసాగుతోంది. ఈ కీబోర్డులు ఇంగ్లీష్ అక్షరాలను వాడి తెలుగు పదాలను టైప్ చేసే సౌలభ్యాన్ని ఇస్తాయి.

వికీపీడియా:

తెలుగు వికీపీడియాలో వ్యాసాలు రాసేందుకు, వాటిని మెరుగుపరచడానికి వందలాది మంది వాలంటీర్లు కృషి చేస్తున్నారు. దీనివల్ల సమాచారం తెలుగులో సులభంగా అందుబాటులోకి వస్తోంది.

బ్లాగులు, వెబ్‌సైట్లు:

సాంకేతికత, సైన్స్, ఆరోగ్యం, చరిత్ర వంటి వివిధ అంశాలపై తెలుగులో బ్లాగులు, వెబ్‌సైట్లు సృష్టించడానికి చాలామంది ఆసక్తి చూపుతున్నారు. ఇది తెలుగులో డిజిటల్ లైబ్రరీని పెంచుతుంది.

ప్రభుత్వ /ప్రైవేట్ సంస్థాగత సహకారం: తెలుగు అకాడమీలు:

తెలుగు భాషాభివృద్ధికి ప్రభుత్వ సంస్థలు, అకాడమీలు సాంకేతిక సహకారం అందిస్తున్నాయి. ఆన్‌లైన్ నిఘంటువులు, భాషా సాఫ్ట్‌వేర్‌ల అభివృద్ధికి ఇవి ప్రోత్సాహం. ఆన్లైన్ నిఘంటువులు

ఉదా. www.andhrabharathi.com వంటివి తెలుగు భాషా సాహిత్యాలకు ఎంతగానో కృషి చేస్తున్నాయి. ఓపెన్ సోర్స్ ప్రాజెక్టులు: అనేకమంది నిపుణులు ఓపెన్ సోర్స్ ప్రాజెక్టులలో భాగంగా తెలుగు ఫాంట్‌లు, కీబోర్డులు మరియు ఇతర సాధనాలను ఉచితంగా అందుబాటులో ఉంచుతున్నారు. ఈ కృషి అంతా తెలుగు భాషను సాంకేతిక రంగంలో మరింత బలపరుస్తుంది. భవిష్యత్తులో ఈ ప్రయత్నాలు మరింత వేగవంతం అయితే, తెలుగు ప్రపంచవ్యాప్తంగా డిజిటల్ మాధ్యమంలో ఒక శక్తివంతమైన భాషగా మారుతుంది.

సాంకేతికతలో తెలుగు వాడడంలో ఎదురవుతున్న సమస్యలు/ సవాళ్లు:

సాంకేతికతతో బోధనలో అనేక ప్రయోజనాలు ఉన్నప్పటికీ, కొన్ని సవాళ్లు కూడా ఉన్నాయి. ముఖ్యంగా, అందరికీ ఇంటర్నెట్ సదుపాయం, స్మార్ట్‌ఫోన్‌లు, కంప్యూటర్లు అందుబాటులో ఉండకపోవడం ఒక పెద్ద సమస్య. అలాగే, సాంకేతికతను సమర్థవంతంగా ఉపయోగించడానికి ఉపాధ్యాయులకు సరైన శిక్షణ అవసరం. దీనితోపాటు, డిజిటల్ డివైసెస్ అతిగా ఉపయోగించడం వల్ల కలిగే అనారోగ్య సమస్యలను కూడా పరిగణనలోకి తీసుకోవాలి.

మొత్తంమీద, బోధనరంగంలో సాంకేతికత అద్భుతమైన మార్పులు తెచ్చింది. సరైన విధానాలతో, మౌలిక సదుపాయాలతో దీనిని ఉపయోగించుకుంటే విద్యారంగంలో విప్లవాత్మక మార్పులు తీసుకురావచ్చు. తెలుగు భాషను డిజిటల్ యుగంలో మరింత విస్తరించడానికి అడ్డుగా ఉన్న కొన్ని ప్రధాన సమస్యలు

1. ప్రామాణికత లేకపోవడం:

తెలుగును డిజిటల్ రూపంలో ప్రామాణీకరించడంలో సమస్యలు ఉన్నాయి. ఉదాహరణకు, ఒక వెబ్‌సైట్‌లో లేదా ఒక యాప్‌లో ఉపయోగించే ఫాంట్ మరొక పరికరంలో సరిగ్గా కనిపించకపోవడం. అలాగే, క్యారెక్టర్ ఎన్‌కోడింగ్ సమస్యల వల్ల కొన్ని అక్షరాలు లేదా పదాలు విచిత్రంగా కనిపించడం జరుగుతుంది. ఇది ముఖ్యంగా పాత సాఫ్ట్‌వేర్, వెబ్‌సైట్‌లలో ఎక్కువగా కనిపిస్తుంది.

2. నాణ్యత లేని కంటెంట్:

డిజిటల్ మాధ్యమంలో తెలుగు కంటెంట్ వేగంగా పెరుగుతున్నప్పటికీ, దాని నాణ్యతలో లోపాలు ఉంటున్నాయి.

అనువాద సమస్యలు: చాలామంది ఆటోమేటిక్ ట్రాన్స్‌లేటర్లను (Google Translate వంటివి) ఉపయోగించి ఇంగ్లీష్ నుండి తెలుగులోకి కంటెంట్‌ను అనువదిస్తున్నారు. దీనివల్ల వాక్య నిర్మాణం, పదాల అర్థం సరిగ్గా ఉండడం లేదు. ఇది సమాచారాన్ని తప్పుగా అర్థం చేసుకోవడానికి దారితీస్తుంది.

వ్యాకరణ లోపాలు: కంటెంట్ క్రియేటర్లు తగినంత శ్రద్ధ చూపకపోవడం వల్ల వ్యాకరణ, స్పెల్లింగ్ తప్పులు ఎక్కువగా ఉంటున్నాయి. ఇది భాషా ప్రమాణాలను తగ్గిస్తుంది. చాలామందికి తెలుగులో టైప్ చేయడం కష్టంగా అనిపిస్తుంది. ఫోనెటిక్ కీబోర్డులు కొంతవరకు ఈ సమస్యను పరిష్కరించినా, వృత్తిపరమైన టైపింగ్ కోసం ఉపయోగించే కీబోర్డు లేఅవుట్లు (ఉదాహరణకు,

ఇన్-స్క్రిప్ట్) నేర్చుకోవడం చాలామందికి కష్టంగా ఉంటుంది. దీనివల్ల తెలుగులో టైప్ చేసే వేగం తక్కువగా ఉంటుంది.

4. టెక్నాలజీ పరిజ్ఞానం లేకపోవడం:

తెలుగు భాషను సాంకేతికతలో వాడటానికి అనేక సాధనాలు, యాప్‌లు అందుబాటులో ఉన్నాయి. కానీ వాటి గురించి చాలామందికి అవగాహన ఉండడం లేదు. ఉదాహరణకు, తెలుగులో గూగుల్ అసిస్టెంట్‌ని ఎలా ఉపయోగించాలి, లేదా తెలుగులో టైప్ చేయడానికి సరైన కీబోర్డు ఏది వంటి విషయాలపై చాలామందికి తెలియదు. ఇది సాంకేతికతను సమర్థవంతంగా ఉపయోగించుకోవడాన్ని అడ్డుకుంటుంది.

5. స్పీచ్ రికగ్నిషన్ సమస్యలు:

తెలుగులో స్పీచ్-టు-టెక్స్ట్ (మాట్లాడితే టైప్ చేయడం) మరియు టెక్స్ట్-టు-స్పీచ్ (టెక్స్ట్‌ను మాట్లాడించడం) వంటి టెక్నాలజీలు ఇంకా పూర్తిగా అభివృద్ధి చెందలేదు. పలుకబడిన పదాలు, స్థానిక యాసలను ఇవి సరిగ్గా గుర్తించలేకపోతున్నాయి. ఇది వాయిస్ అసిస్టెంట్లు, డిక్టేషన్ సాఫ్ట్‌వేర్ వాడకాన్ని కష్టం చేస్తుంది. ఈ సమస్యలను పరిష్కరించడం ద్వారా తెలుగుభాషను, తెలుగు సాహిత్యాన్ని సాంకేతికత సహాయంతో మరింత బలోపేతం చేయవచ్చు.

ఆధార గ్రంథాలు/websites :

1. తెలుగు భాషా చరిత్ర – భద్రిరాజు కృష్ణమూర్తి 1979.
2. పరిశోధన విధానం సిద్ధాంత గ్రంథరచన – పులికొండ సుబ్బాచారి 2024, ద్రావిడ విశ్వవిద్యాలయం ప్రచురణ.
3. Telugu vijayam website Online
4. http;//en.wikipedia.org/wiki/Online_public_access_catalog.
5. www.archive.org ,

6. www.teluguthesis.com,
7. www.freegurukul.org,
8. www.andhrabharathi.com,
9. https://ebooks.tirumala.org, devullu.com,
10. www.wikipedia.org,
11. www.sarangabooks.org/ magazine,
12. www.teluguvijayam.org,
13. www.kudali.org,
14. www.Jalleda.com,
15. www.Naaantharangam.blogspot.in,
16. www.subbachary.blogspot.in,
17. www.Wordpress.com,
18. www. Telugupadam.com ,
19. N-list web sites
20. https://luc.devroye.org/fonts-78907.html,
21. http://kolichala.com/unicode2font/
22.

18

మహా భారతంలో సాంకేతికత - ఒక విశ్లేషణ

పరిచయం

డా. కవల ప్రేమ కుమారి

తెలుగు అధ్యాపకురాలు

ప్రభుత్వ కళాశాల (అ), రాజమహేంద్రవరం, తూర్పు గోదావరి జిల్లా,

ఆంధ్ర ప్రదేశ్.

తెలుగు సాహిత్య సంపదలో మహాభారతం అనేది అత్యంత గొప్ప మహాకావ్యం. నన్నయ, తిక్కన, ఎర్రప్రగడ రచించిన ఆంధ్రమహాభారతం కేవలం సాహిత్య రసానుభూతిని మాత్రమే కాకుండా, సంస్కృతి, శాస్త్రీయ, సాంకేతిక పరిజ్ఞానం వంటి విభిన్న అంశాలను ప్రతిబింబిస్తుంది. ఈ గ్రంథంలో యుద్ధ సంబంధ పరిజ్ఞానం, నిర్మాణ కళ, రవాణా పద్ధతులు, సంగీత–నాట్య శాస్త్రం, వైద్యచికిత్స వంటి విభాగాలకు సంబంధించిన సాంకేతిక విశేషాలు కనిపిస్తాయి. వాటిని కొంతవరకు పరిశీలిద్దాం.

యుద్ధ సాంకేతికత:

ఆంధ్రమహాభారతం ప్రధానంగా యుద్ధరంగ చిత్రణలతో నిండి ఉంటుంది. మహాభారతంలో అస్త్రాలు (దివ్యాయుధాలు) మాత్రమే కాకుండా, శస్త్రాలు (సాధారణ

భౌతిక ఆయుధాలు), ఉపాయ శస్త్రాలు (వ్యూహాలు), మంత్ర శస్త్రాలు (మాయా–సైకలాజికల్ విద్యలు) కూడా వివరించబడ్డాయి. అందువల్ల ఈ కావ్యంలో యుద్ధ సాంకేతికత విస్తృతంగా ఉంటుంది. వీటిలో చాలావరకు ఆధునిక టెక్నాలజీలకు పోలికలున్నాయి.

అస్త్రాలు: ఇవి మంత్ర బలంతో లేదా దేవతల ప్రసాదంతో పనిచేసే దివ్య ఆయుధాలు.

వాయవ్యాస్త్రం : -

"వాయవ్యాస్త్రమున్ విడిచెడి విరాటుని సుతుడు, గగనమున్ తుఫానులు గర్జించెడి ఘోరమై"

ఈ అస్త్రం గాలివానలు, తుఫానులు సృష్టించే శక్తి కలిగినది. ఇది నేటి సోనిక్ వెపన్స్ లేదా Air burst Missiles వంటి ఆధునిక ఆయుధాలతో పోల్చవచ్చు.

అగ్నేయాస్త్రం : -

"అగ్నిజ్వాలల వర్షమన్ ఆకాశమున్ నింపెడి, అగ్నేయాస్త్రమున్ అర్జునుడు విడిచెడి ఘోరమై"

అగ్నిజ్వాలల వర్షం కురిపించే శక్తివంతమైన ఆయుధం. ఇది ఆధునిక **Flamethrowers** లేదా **Napalm Bombs** ను తలపిస్తుంది.

నాగాస్త్రం : -

"నాగాస్త్రమున్ విడి చెడి, నలుగురు పాండవులు పాములవలె పతంగులై పీడించిరి శత్రువుల"

బాణాల రూపంలో పాములు బయలుదేరి శత్రువులను చుట్టేస్తాయి. ఇది కెమికల్ వెపన్స్ లేదా **Poison Gas Attacks** తో పోల్చదగినది.

వరుణాస్త్రం / వర్షణాస్త్రం : -

"వర్షణాస్త్రమున్ విడిచి వడగళ్ళ వానకురిసెడి, విజృంభింపబడి విపరీతమై"

అధిక వర్షం కురిపించే శక్తి కలిగినది. ఇది **Cloud Seeding Technology** లేదా **Weather Modification Weapons** లతో పోల్చవచ్చు.

బ్రహ్మాస్త్రం : -

"బ్రహ్మాస్త్రమున్ విడచి భువనమున్ భస్మమై, భీతులై వీరులు భ్రమింగిరి క్షణమున్."

భయంకరమైన వినాశకర అస్త్రం. ఇది నేటి **Atom Bomb, Hydrogen Bomb** లాంటి అణ్వాయుధాలను గుర్తు చేస్తుంది.

పాశుపతాస్త్రం : -

"పాశుపతాస్త్రమున పరమేశ్వర ప్రసాదమై, ప్రళయాగ్నివలె ప్రపించిదడి"

శివుని ప్రసాదంగా లభించే మహత్తర శక్తివంతమైన అస్త్రం. ఇది ఆధునిక **Nuclear Warheads** లేదా **ICBM** లతో పోల్చవచ్చు.

గంధర్వాస్త్రం : -

శత్రువులను మోహింపజేసే మాయాజాల అస్త్రం. ఇది **Psychological Warfare, Electronic Jamming, Cyber Warfare** లకు సమానమైనది.

వైష్ణవాస్త్రం : -

విష్ణువు ప్రసాదించిన సర్వనాశక ఆయుధం. ఆధునిక **Multi-Warhead Missiles** ను తలపిస్తుంది.

ఇంద్రాస్త్రం : -

ఇంద్రుని వజ్రాయుధం, ఇది విద్యుత్ శక్తి వినియోగాన్ని సూచిస్తుంది. ఇది **Laser Weapons** లేదా **EMP Bombs** తో పోల్చదగినది.

నారాయణాస్త్రం : -

లక్షలాది బాణాలు ఒకేసారి విసురుతుంది. ఇది ఆధునిక **MLRS (Multi Launch Rocket System)** కు దగ్గరగా ఉంటుంది.

శక్తి అస్త్రం : -

కర్ణుని ప్రసిద్ధ ఆయుధం. ఖచ్చిత లక్ష్య సాధన చేస్తుంది. ఇది **Heat-seeking Missiles** తో పోల్చవచ్చు.

ఆంజనేయాస్త్రం : -

హనుమంతుడి వేగం ప్రతీక. ఇది నేటి **Supersonic Fighter Jets** ను సూచిస్తుంది.

సౌమ్యా స్త్రం : -

శత్రువుల ఉత్సాహాన్ని తగ్గించే శక్తి కలిగినది. ఇది **Cyber Warfare Strategies** తో పోల్చదగినది.

భూదుర్గాస్త్రం : -

భూకంప శక్తిని ఉపయోగిస్తుంది. ఇది **Earthquake Bombs** కు పోలిక కలిగినది.

తేజో విద్యాస్త్రం : -

కాంతిని ప్రసరించే ఆయుధం. ఇది **Laser Guns** ను గుర్తు చేస్తాయి.

శస్త్రాయుధాలు:

దివ్యాస్త్రాల మాదిరిగానే మహాభారతంలో భౌతికంగా వాడే శస్త్రాయుధాలకూ ప్రాధాన్యం ఉంది. ఇవి యుద్ధరంగంలో ప్రత్యక్షంగా వినియోగించే పరికరాలు.

ధనస్సు – బాణం : -

"బాణంబు వానవానంబు బోసెడి"

అర్జునుడు, కర్ణుడు, భీష్ముడు వంటి మహావీరులు బాణవర్షం కురిపించినట్లు ఆంధ్ర మహాభారతంలో చిత్రణ ఉంది. ఇది నేటి **Rifles, Machine Guns, Missile Systems** తో పోల్చవచ్చు.

గద : -

"గదల వత్తెరల ఘోషమున్ గగనంబున్ నిండె, రక్త సిక్త భూ లోకంబు రణ భూమియై"

భీముడు, దుర్యోధనుడు వాడిన గద అత్యంత శక్తివంతమైన భుజాయుధం. ఇది నేటి **Baton Weapons** లేదా **Blunt Weapons** కు సరిపోతుంది.

ఖడ్గం : -

సమీప యుద్ధంలో ముఖ్యమైన ఆయుధం. ఇది నేటి మిలిటరీ కత్తులతో పోల్చవచ్చు.

శూలం : -

భారీ ఇనుముతో తయారైన ఈ శూలం ఒక్క దెబ్బతో శత్రువుని సంహరించగలదు. ఇది ఆధునిక **Javelin Missiles** తో పోలిక కలిగినది.

పరశు : -

పరశురాముని ప్రసిద్ధ ఆయుధం. నేటి **Hand Axe** లేదా **Tomahawk** లను గుర్తు చేస్తుంది.

చక్రం (సుదర్శన చక్రం) : -

కృష్ణుడి దివ్య ఆయుధం. గగనంలో తిరుగుతూ లక్ష్యాన్ని ఖచ్చితంగా చంపుతుంది. ఇది నేటి **Guided Missile Systems** లేదా **Drones** తో పోల్చవచ్చు.

భల్లం : -

శూలానికి సమానమైనది. ఇది **Anti-tank Missiles** తో పోలిక కలిగినది.

ఉపాయ శస్త్రాలు (వ్యూహాలు):

మహాభారతంలో కేవలం ఆయుధాలే కాకుండా యుద్ధ వ్యూహాలు కూడా విస్తృతంగా వివరించబడ్డాయి. ఈ వ్యూహాలు ఆధునిక సైనిక వ్యూహాలకు సమానంగా భావించవచ్చు.

చక్రవ్యూహం:- బహుళస్థాయి రక్షణ వ్యవస్థకు సమానం.

మకరవ్యూహం:- నావికాదళ వ్యూహాలకు పోలిక.

గరుడవ్యూహం:- ఎయిర్ ఫోర్స్ ఫార్మేషన్ల వ్యూహాలకు సరిపోతుంది.

నిర్మాణ - శిల్ప సాంకేతికత:

ఆంధ్ర-మహాభారతంలో వర్ణించిన మయసభ, రాజప్రాసాదాల వర్ణనలు ఆ కాలపు నిర్మాణ నైపుణ్యానికి గొప్ప సంకేతాలు. మయుడు నిర్మించిన ఆ సభలోని దృశ్యాలు — నీరు లేకున్న చోట కూడా నీటిని చూచినట్లు, నేల రాళ్లలా కనిపించే మార్పులు — ఇవి ఒక రకమైన ఆప్టికల్-ఇల్యూషన్ లేదా పారదర్శక సాంకేతికత ప్రయత్నాలను గుర్తుచేస్తాయి.

రాజప్రాసాదాల గురించి చెప్పిన వివరణల్లో అద్దాలు, నీటి నిర్వహణ విధానాలు, శిల్పకళలో కనిపించే వైభవం స్పష్టంగా దర్శనమిస్తాయి. అనేక నిర్మాణ అంశాలు, వివిధ రకాల జలవ్యతిరేక వ్యవస్థలు ఆ కాలంలోనే ఉన్నాయని సూచిస్తాయి.

రవాణ – సాంకేతికత:

మహా గ్రంథంలో రథాలు, గుర్రాలు, గజాలు ప్రధాన రవాణా మాధ్యమాలుగా ప్రస్తావించబడ్డాయి. ఇవి ఆ యుగపు ప్రధాన ప్రయాణ విధానాలను ప్రతిబింబిస్తాయి. రథాలు ఆధునిక ట్యాంకులను పోలి ఉంటాయి. ప్రత్యేకంగా పుష్పకవిమానం అనే వర్ణనలు గుర్తించదగ్గవే — ఇవి ప్రాచీన కవులు అందించిన విమాన పద్ధతుల ఊహలకు సంకేతంగా భావించవచ్చు.

సంగీత - నాట్య సాంకేతికత:

మహాభారతంలో వీణ, మృదంగం, శంఖం లాంటి వాద్య సాధనాల ప్రస్తావనలు ఉన్నాయి. యుద్ధారంభంలో శంఖనాదం ఒక రకమైన సంకేత స్వరంగా వినిపిస్తుంది — ఇది ఆ సమయంలో సంజ్ఞాపరచే సంకేత వ్యవస్థగా ఉపయోగించబడినట్టు కూడా భావించవచ్చు. నాటక, గేయం, వాద్య ప్రయోగాల కలయిక శాస్త్రీయ సంగీత-నాట్య రచనా పద్ధతులను ప్రతిబింబిస్తుంది.

వైద్య సాంకేతికత:

యుద్ధ ప్రాంతాల్లో గాయపడ్డ యోధుల చికిత్సకు వనౌషధాల వినియోగం, ప్రచలిత ఆయుర్వేద పద్ధతుల ఆధారిత చికిత్సా వివరాలు మహాభారతంలో లభ్యమయ్యాయి. ఇది ఆయుర్వేద పరిజ్ఞానం ఆ సమయంలో విస్తృతంగా వినియోగాల్లో ఉన్నదనే సంకేతం.

ముగింపు:

మహాభారతం కేవలం సాహిత్యకావ్యం-కాదు — అది ప్రాచీన భారతీయులు భావించిన శాస్త్రసాంకేతికతల, యుద్ధ వ్యూహాల, నిర్మాణ-విన్యాసాల, సంగీత-నాట్య పద్ధతుల, వైద్య పరిజ్ఞానాల ఒక సంపూర్ణ అన్వేషణలు గానే

ఉంటుంది. ఈ గ్రంథాన్ని అధ్యయనం చేస్తే మనం ప్రాచీన భారతీయుల సైనికశాస్త్రం, ఇంజనీరింగ్, వైద్యశాస్త్రం, కళల సాంకేతికతలను అవగాహన చేసుకోవచ్చు, తెలుసుకోవచ్చు.

ఆధార గ్రంథాలు:

1. **నన్నయ, తిక్కన, ఎర్రప్రగడ** — *ఆంధ్ర మహాభారతం*, వివిధ పర్వాలు..
2. డా. భానుప్రసాదరావు — *భారతీయ శాస్త్ర సాంకేతికత: చారిత్రక దృక్కోణం*, ఆంధ్రప్రదేశ ప్రభుత్వ ప్రచురణలు, విజయవాడ, 2005.
3. రామచంద్ర దీక్షితులు, ఎం.ఎల్. — *మహాభారతంలో విజ్ఞాన సాంకేతికత*, తెలుగు విశ్వవిద్యాలయం, హైదరాబాద్, 2001.
4. Subbarayudu, P. — *Science and Technology in Ancient India*, Bharatiya Vidya Bhavan, Mumbai, 1992

19

వివిధ బ్లాగులు, ఇ-పత్రికలు - తెలుగు సాహిత్యం

డా. యస్. దివిజాదేవి

తెలుగు అధ్యాపకురాలు

ప్రభుత్వ మహిళాకళాశాల (స్వ.ప్ర.), గుంటూరు.

Mail ID: divija.devi1@gmail.com.

పరిచయం:

బ్లాగు (blog) అనే పదం వెబ్‌లాగ్ (weblog) అనే పదాన్ని సంక్షిప్తం చేయడంతో వచ్చింది. బ్లాగు అంటే మామూలు వెబ్ పేజీయే. వ్యక్తి తన ఆలోచనలు, అభిప్రాయాలు, వ్యాఖ్యానాలు రాసుకునే వెబ్ సైట్ వంటిది. క్లుప్తంగా చెప్పాలి అంటే ఇంటర్నెట్ లో ఉంచే 'మన డైరీ' నే బ్లాగ్. రాసే వారి వ్యక్తిత్వాన్ని ప్రతిబింబించేలా బ్లాగు ఉంటుంది. ఆహ్వానించిన వ్యక్తులు, సన్నిహితుల పోస్ట్ ల ద్వారా తమ వ్యాఖ్యానాలను జోడించే వీలుంది. ఇందులో నచ్చిన అంశాలు, ఫోటోలు, దృశ్యాలు ఉంచవచ్చు, వివిధ సంఘటనలను వర్ణించవచ్చు.

ఇందులో రాసిన జాబులు తేదీల వారీగా, చివరగా రాసిన జాబులు ముందు చూపిస్తూ అమర్చి ఉంటాయి. వ్యక్తిగత డైరీల నుండి రాజకీయ ప్రచారాల దాకా, వివిధ మాధ్యమాల కార్యక్రమాల నుండి పెద్ద కంపెనీల వరకు, అప్పుడప్పుడు కలం విదిల్చే రచయితల నుండి అనేక మంది చెయ్యితిరిగిన రచయితల సామూహిక

రచనల దాకా బ్లాగులు విస్తరించాయి. వెబ్ హోస్టింగు కంపెనీలు, ఆన్‌లైను ప్రచురణా సంస్థలు బ్లాగు తయారీ ఉపకరణాలను అందిస్తున్నాయి. తాము ప్రచురించే బ్లాగులను వీరు "జర్నల్స్" అంటారు.

1990 ప్రాంతంలో ప్రారంభమైన బ్లాంగింగ్ చాలా వేగంగా వృద్ధిచెందింది. వెబ్ లో లభ్యమయ్యే ఉచిత సాఫ్ట్ వేర్ ను ఉపయోగించి ఎవరైనా ఈ బ్లాగ్ లను ప్రారంభించవచ్చు. తొలి రోజుల్లో కాలక్షేపానికి ప్రారంభమైన బ్లాగ్స్ తర్వాతి కాలంలో భిన్నమైన సమాచారాన్ని అందించడం ద్వారా ప్రాచుర్యం పొందాయి. ప్రస్తుతం వెబ్ లో లక్షలాది బ్లాగ్స్ ఉన్నాయి. ఏ సమయంలో నైనా సమాచారాన్ని బ్లాగ్స్ లో ఉంచగలగడం, ఎక్కువ సాంకేతిక పరిజ్ఞానం అవసరం లేకపోవడం, ఏకాభిప్రాయాలు కలిగిన వ్యక్తులు సమూహంగా ఏర్పడగలగడం వంటి కారణాలు బ్లాగులు విస్తరించడానికి కారణాలు.

చాలా బ్లాగుల్లో చదువరులకు వ్యాఖ్యలు రాసే వీలు కలగజేస్తారు. అలా వ్యాఖ్యలు రాసేవారితో ఆ బ్లాగు కేంద్రంగా ఒక చదువరుల సమూహం ఏర్పడుతుంది. మిగతా వాళ్ళు కేవలం చదివి 'పారేసే' వాళ్ళన్నమాట. ఈ బ్లాగులూ, వాటికి సంబంధించిన వెబ్‌సైట్లూ అన్నిటినీ కలిపి ఆంగ్లంలో 'బ్లాగోస్ఫియరు' అని, తెలుగులో బ్లాగావరణం అని అంటారు. ఏదైనా ఒక విషయం గురించి, లేక వివాదం గురించి బ్లాగుల్లో వాద ప్రతివాదాలు చెలరేగితే వాటిని 'బ్లాగ్యుద్ధాలు', 'బ్లాగు తుఫానులు' అంటారు.

బ్లాగులకు లింకులు చాలా ముఖ్యం కనుక పాత జాబులను ఓ క్రమపద్ధతిలో అమర్చి ప్రతీ జాబుకూ ఓ స్థిర లింకును కేటాయించే ఏర్పాటు ఉంటుంది. ఈ స్థిర లింకునే పెర్మాలింకు అంటారు. కొత్త వ్యాసాలు, వాటి లింకులు ఆర్.ఎస్.ఎస్ (RSS), ఆటమ్ (Atom) లేదా ఎక్స్.ఎమ్.ఎల్ (XML) పద్ధతుల్లో అందిస్తున్నారు.

వీటిని ఏ ఫీడురీడరు ద్వారానైనా చదువుకోవచ్చు. బ్లాగుల రచన, కూర్పు, ప్రచురణ ఎక్కువగా కంటెంటు మేనేజిమెంటు సిస్టము (CMS) ద్వారా చేస్తారు.

1994 లో స్వార్త్‌మోర్ కాలేజీలో చదివేటపుడు బ్లాగటం మొదలుపెట్టిన 'జస్టిన్ హాల్'ను తొలి బ్లాగరులలో ఒకడిగా భావిస్తారు. 1997లో జాన్ బార్జర్ మొదటిసారిగా "వెబ్‌లాగ్" అనే మాటను వాడాడు. పీటర్ మెర్హోల్జ్ 1999 లో 'ఈ మాట' ఇంగ్లీషు స్పెల్లింగుతో చిన్న ప్రయోగం చేసాడు. Weblog అనే ఒక పదాన్ని విడగొట్టి we blog అనే పదబంధంగా మార్చి తన బ్లాగులో పెట్టాడు. బ్లాగ్ అనేది వెబ్‌లాగ్ కి పొట్టిపదంగానూ, దాని క్రియగానూ భావించారు. క్రమేణా వెబ్‌లాగ్‌కు బ్లాగ్ అనే పేరే స్థిరపడి పోయింది. సరిగ్గా అదే సమయంలో వెలుగు చూసిన మొదటి బ్లాగు హోస్టింగు సైట్లయిన బ్లాగర్ (2004 లో గూగుల్ కొనేసింది), గ్రోక్‌సూప్లు ఈ మాటకు మరింత ప్రచారాన్ని తీసుకువచ్చాయి. 2003 మార్చిలో వెబ్‌లాగ్ అనేమాట నిఘంటువులకు ఎక్కింది.

బ్లాగుల ద్వారా వ్యక్తుల మధ్య ఏర్పడేది బ్లాగ్ రాసే సంబంధమే. రాజకీయాలు, సినిమా, సామాజిక అంశాలు, వార్తలు మొదలైన రకరకాల విషయాలపైన సీరియస్ గా, సరదాగా రాసేవాళ్ళు చాలామందే ఉన్నారు. బ్లాగుల్లో వాళ్ళేం రాస్తున్నారు అనే దానికన్నా, తెలుగులో రాస్తున్నారన్నదే ముఖ్యం.

ఇటీవలికాలంలో అనేక తెలుగు బ్లాగుల సమూహాలు ఏర్పడ్డాయి. ఈ మాట, కూడలి, జల్లెడ, తెలుగు బ్లాగర్స్ డాట్ కాం, తేనెగూడు, తెలుగు సాహిత్యం, మరియు తెలుగు సాహిత్యవేదిక వంటి బ్లాగు సముదాయాలు తెలుగులో ఉన్నాయి. ఇవి సాహిత్యం, సంస్కృతి, రచనలు, విమర్శలు వంటి అనేక అంశాలను చర్చిస్తాయి.

బ్లాగర్లు వ్యక్తిగతంగా సమావేశం కావడం ద్వారా ఇంటర్నెట్ లో తెలుగు వ్యాప్తికి ప్రయత్నాలు ముమ్మరం చేస్తున్నారు. తెలుగు వికీపీడియా నిర్మాణంలో పాల్గొంటున్నదీ తెలుగు బ్లాగర్లే. ఈ నేపథ్యంలోనే 'ఇ – తెలుగు' సంఘాన్ని ఏర్పాటు

చేసుకున్నారు. సాంకేతిక పరిజ్ఞానం ప్రభావాలతో ఈ మలుపు శుభపరిణామమనే చెప్పాలి.

కొన్ని తెలుగు బ్లాగులు, ఇ-పత్రికలు:

తెలుగు బ్లాగులు (toptelugublogs.blogspot.com): ఇది అనేక తెలుగు బ్లాగుల జాబితాను కలిగి ఉన్న ఒక డైరెక్టరీ. ఇక్కడ మీరు సాహిత్య బ్లాగులతో పాటు, ఇతర అంశాలపై రాసే బ్లాగులను కూడా చూడవచ్చు.

e-తెలుగు, జాబిల్లి, లోగిలి, పల్లె ప్రపంచం, ఆవకాయ డాట్ కాం, తెలుగు ఈ బుక్స్, ఉయ్యూరుటైమ్స్, కినిగె బ్లాగ్, కినెగె పత్రిక, కొత్తపల్లి, పుస్తకం, వసంతం, వాకిలి, సాక్ష్యం సంచలన పత్రిక, సృజన, నవతరంగం, విహంగ, ప్రాణహిత, కౌముది వెబ్ మాస పత్రిక, పొద్దు, జనవిజయం, ఈ మాట, భూమిక, లోకహితం, 21 వ శతాబ్దపు తెలుగు, మామాట, బాగిల్లు కబుర్లు..... మొదలైనవి ప్రస్తుతం తెలుగులో నిర్వహింపబడుతున్న కొన్ని ప్రముఖ తెలుగు బ్లాగులు, మరియు ఇ-పత్రికలు.

ఈ బ్లాగులలో ఏముంటాయి?

సాహిత్య సమీక్షలు:

కొత్త పుస్తకాలపై, రచనలపై విమర్శనాత్మక సమీక్షలు.

రచయితల పరిచయాలు:

ప్రసిద్ధ రచయితలు, కవుల జీవితాలు, రచనల గురించి సమాచారం.

సాహిత్య చర్చలు:

కవిత్వం, కథ, నవల వంటి వివిధ సాహిత్య ప్రక్రియలపై చర్చలు, వ్యాసాలు.

సంస్కృతి, సంప్రదాయాలు:

తెలుగు సంస్కృతికి సంబంధించిన విషయాలు, పండుగలు, సంప్రదాయాలపై సమాచారం.

సాంకేతిక విషయాలు: తెలుగులో సాంకేతిక రచనలు, వెబ్ టెక్నాలజీలు వంటి అంశాలపై సమాచారం.

'తెలుగు సాహిత్య వేదిక' బ్లాగ్ వంటివి వివిధ సాహిత్య అంశాలపై లోతైన చర్చలు, వ్యాసాలు, విశ్లేషణలు అందిస్తాయి. బ్లాగులు ఎప్పటికప్పుడు కొత్త రచనలను అందిస్తాయి, వీటిని పాఠకులు వ్యాఖ్యల రూపంలో చర్చిస్తారు. ఆ చర్చలు కూడా ఆలోచనాత్మకంగా, కొత్త భావాలను అవగాహనపరుస్తూ, సృజనాత్మకతకు పదునుపెడతాయి.

తెలుగుసాహిత్యవేదిక (telugusahityavedika.wordpress.com): ఇది తెలుగు సాహిత్య వేదికలో భాగంగా ఉన్న ఒక బ్లాగ్. ఇక్కడ వివిధ సాహిత్య ప్రక్రియలు, చారిత్రక అంశాలు, సమకాలీన సాహిత్య పోకడలు వంటి వాటిపై వ్యాసాలు లభిస్తాయి. ఈ వెబ్‌సైట్‌లో తెలుగు సాహిత్యం, విమర్శలు, రచయితలు, మరియు ఇతర సాహిత్య అంశాలపై వ్యాసాలు ఉంటాయి.

ఈమాట (emaata.in):

ప్రముఖ సాంకేతిక నిపుణులు, తెలుగు భాషాభిమాని అయిన శ్రీ సురేష్ కొలిచాల గారు నిర్వహిస్తున్న ఈ బ్లాగ్ లో తెలుగు సాహిత్యం, సంస్కృతి, సాంకేతికత, మరియు ఇతర అంశాలపై లోతైన విశ్లేషణలు, వ్యాసాలు అందించే ఒక ప్రముఖ బ్లాగ్ గా సాహితీవేత్తలు, సామాన్య పాఠకులు ఆదరిస్తున్నారు.

ఇది తెలుగు అంతర్జాల సాహిత్య పత్రిక (e-magazine). ప్రవాసాంధ్రుల సాహిత్యాభిరుచికి నిదర్శనంగా నిలుస్తుంది. సురేష్ కొలిచాల గారు 1998 లో మొదలుపెట్టిన ఈ సాహితీ పత్రిక తెలుగులో విభిన్న అంశాలపై రచనలు ప్రచురిస్తుంది. ఇందులో సాహిత్యానికి సంబంధించిన వ్యాసాలు కూడా ఉంటాయి. ఇంటర్నెట్ యుగంలో తెలుగు పుస్తకాలు మరియు బ్లాగుల పాత్ర గురించి కూడా చర్చిస్తుంది. ఉన్నత స్థాయి సాహిత్యాన్ని ఆదరించి ప్రోత్సహించాలనేది ఈ పత్రిక

ఆశయం. లాభాపేక్ష లేకుండా, రాజకీయ వాదాలకు, వర్గాలకు అతీతంగా, రచయితలకు, పాఠకులకు స్నేహపూరితమైన వాతావరణంలో ఒక ఉమ్మడి వేదికగా మనగలగడమే 'ఈ మాట' లక్ష్యం. ప్రపంచపు నలుమూలల ఉన్న తెలుగు పాఠకుల ఆదరాభిమానాలు స్వంతం చేసుకుందీ పత్రిక.

నా కుటీరం (https://chinaveerabhadrudu.in):

ఈ బ్లాగ్ ను ఇప్పటి వరకు అరవై ఎనిమిది గ్రంథాలు వెలువరించిన ప్రముఖ రచయిత వాడ్రేవు చిన వీరభద్రుడు గారు నిర్వహిస్తున్నారు. వీరు తన బ్లాగ్ లో కవితలు, కథలు, అనువాదాలు, ప్రసంగాలు, సాహిత్యం, కళా ప్రశంస, చింతన, జీవిత ప్రయాణం, వర్ణచిత్రాలు అనే అంశాలపై రచనలు చేస్తూ, ఆయా అంశాలపై తన అభిప్రాయాలను వెలిబుచ్చుతున్నారు. చిత్రకారులూ కూడా అయిన వీరు అందమైన తన చిత్రలేఖనాలను ఈ బ్లాగ్ లో ఉంచుతున్నారు. దీంతో వీరి బ్లాగు మరింత వర్ణరంజితంగా అలరిస్తుంది.

'ఆ వెన్నెలా రాత్రులు' లో "అన్నిటికన్నా ముందు యువతీయువకుల తొలియవ్వనకాలంలో అటువంటి మనఃస్థితి ఉంటుందని గుర్తుపట్టడం ఒక విద్య ప్రేమ విద్య. కాని ఓ మహాకవి చెప్పినట్లుగా ఆ విద్య ఇంట్లో తల్లిదండ్రులు చెప్పరు, బళ్ళో ఉపాధ్యాయులు చెప్పరు, దానికి పాఠ్యపుస్తకాలూ, సిలబస్, కరికులం ఎలా ఉంటాయో తెలియదు. ప్రేమ అంటే యాసిడ్ దాడిగానే పరిణమించే కళాశాలలు మనవి. ఇంక ప్రేమ అంటే ఏమిటో చెప్పేవాళ్ళెవరు? కవులూ, రచయితలూనా? ప్రేమ వల్ల కాక, ప్రేమరాహిత్యం వల్లనే మనుషులు కవులుగా మారే సమాజం మనది". అంటూ మన సమాజ తీరు తెన్నులను నిశితంగా పరిశీలించి సునిశితంగా విమర్శించారు.

సాహిత్య పిపాసి, పుస్తక ప్రియులు అయిన వీరు సాహిత్యం కేటగిరీలో 'నన్ను వెంటాడే కథలు' గురించి చెబుతూ "ఏ శాఖా గ్రంథాలయంలో దొరికిందో గాని

రవీంద్ర కథావళి (1968) దొరికిన రోజు నా జీవితంలో ఒక పండగరోజు" అంటారు.

కొత్తపాళీ (https://kottapali.blogspot.com/):

వివిధ సాహిత్య అంశాలను చర్చించే ఈ బ్లాగ్ లో, రెండు ప్రసిద్ధమైన పోతన పద్యాలకి సరదాయైన రెండు బ్లాగ్ పేరడీలు ఉన్నాయి -

క. బ్లాగెడిది బ్లాగవతమట
బ్లాగించెడివాడు రామబ్లాగుండట నే
బ్లాగిన తోడనె ఇండీ
బ్లాగులలో బెస్టు కాక బ్లాగగ నేలా?

క. బ్లాగర్షులు బ్లాగేశులు
బ్లాగస్థులు గిలుకు సకల బ్లాగులలో పెం
బ్లాగుగ నెవ్వడు గిలుకునొ
బ్లాగనుశాసనుడు వాడె, బ్లాగుగ గొలుతున్.

పందిని పొడిచినవాడే బంటు, కందం రాసినవాడే కవి అని సామెత. అంటే 'నేనూ కవినేనోచ్!' అంటారు.

సంచిక (https://sanchika.com/blog/):

సంచిక సాహిత్య వేదికను తెలంగాణ స్టేట్ ఎస్.సి. స్టడీ సర్కిల్ డైరక్టర్ మరియు ప్రముఖ కవి శ్రీ శ్రీధర్ చౌడారపు ఆధ్వర్యంలో నడుపుతున్నారు. తెలుగు సాహిత్య వేదిక 'సంచిక' తెలుగులో తొలి డైనమిక్ వెబ్ పత్రిక. దీనిలో కథలు, ధారావాహికలు, వ్యాసాలూ, కవితలు, సినిమా విషయాలు, పుస్తక సమీక్షలు, ఫీచర్స్, బాలసాహిత్యం ప్రచురిస్తున్నారు. కేంద్ర సాహిత్య అకాడమీ అనువాద పురస్కార గ్రహీత శ్రీ ఎలనాగ (డా. నాగరాజు సురేంద్ర) గారు 'అనువాద మధు బిందువులు' పేరుతో దేశ విదేశీ కవితలను తెలుగులో అందిస్తున్నారు. వివిధ భాషలలోని

పుస్తకాలను పరిచయం చేసే సాహితీ సమీక్షలు ఈ 'సంచిక'కు మరింత వన్నె తెస్తున్నాయి. ఇందులో ప్రచురితమయ్యే విమర్శనాత్మక వ్యాసాలు సునిశిత పరిశీలనా శక్తిని పెంపొందిస్తాయి. బాల సంచికలో మహాభారత కథలు, పురాణ కథల ఆధారంగా నీతిని బోధించడం కనిపిస్తుంది. సాహితీ సమావేశాలను నిర్వహించడం ఈ బ్లాగ్ ప్రత్యేకత.

భూమిక (http://bhumika.org/):

1993 లో ప్రారంభమైన స్త్రీవాద పత్రిక భూమిక. దక్షిణభారత దేశంలోనే వస్తున్న ఏకైక స్త్రీవాద పత్రిక భూమిక. స్త్రీల వాస్తవ సమస్యల చిత్రణకోసం, స్త్రీల దృష్టికోణం నుంచి స్త్రీ సమస్యను అంచనా వెయ్యడం కోసం ఒక సమగ్ర పత్రిక అవసరం చాలా వుందని భావించి `భూమిక' రూపకల్పన చేయడం జరిగింది. ఈ పత్రికను కొండవీటి సత్యవతి గారు నిర్వహిస్తున్నారు.

Bజయప్రభ, ఓల్గా, పాటిబండ్ల రజనీ లాంటి స్త్రీవాద రచయిత్రుల రచనలతో పాటు వారి రచనలపై సమీక్షలు, స్త్రీవాద రచయిత్రుల పుస్తక పరిచయాలు కూడా దీనిలో ప్రచురింప బడుతున్నాయి.

విహంగ (https://www.vihanga.com/):

డా. పుట్ల హేమలత స్థాపించిన తొలి వెబ్ పత్రిక విహంగ. అంతర్జాలంలో స్త్రీల సాహిత్యాన్ని ప్రోత్సహించాలనే ఉద్దేశ్యంతో 11.11.2011 లో నెలకొల్పబడింది. దీనిలో విశాలభావాలకు, వైజ్ఞానిక, మనోవికాసానికి పెద్దపీట వేస్తున్నారు. కళాత్మక, భావనాత్మక సంఘర్షణలకు సాహితీ రూపం ఇచ్చే రచయిత్రులను, స్త్రీల సంవేదనలకు అక్షరరూపం ఇచ్చే రచయితలను ప్రోత్సహిస్తున్నారు. సమసమాజాభివృద్ధికి తోడ్పడుతున్నారు.

కౌముది (https://www.koumudi.net/):

ఆలోచన, హృదయ స్పందన, విశ్లేషణ, సరికొత్త కోణాల ప్రేరణ, వినోదం, నవ్వుల విందుభోజనం, కౌముది పంచె సాహితీ సంపద. దీనిని టాక్ షో లతో ప్రసిద్ధులైన కిరణ్ ప్రభ నిర్వహిస్తున్నారు. ఒకప్పుడు ప్రసిద్ధ రచనలైన వాటిని ఇక్కడ ప్రచురించడం కనిపిస్తుంది. యండమూరి వీరేంద్రనాథ్ రాసిన ప్రియురాలు పిలిచే, గొల్లపూడి మారుతీరావు రాసిన అమ్మకడుపు చల్లగా, అత్తలూరి విజయలక్ష్మి రాసిన రెప్పలమీద నీడలు మొదలైన రచనలు ప్రస్తుతం ధారావాహికలుగా ప్రచురింపబడుతున్నాయి.

నెచ్చెలి (https://www.neccheli.com/):

ఇది ఒక అంతర్జాల వనితా మాస పత్రిక. అంతర్జాతీయ స్థాయిలో స్త్రీలకు సంబంధించిన సాహిత్యాన్ని, అభ్యున్నతిని, గెలుపుల్ని, స్ఫూర్తిదాయకమైన అనేక అంశాల్ని పరిచయం చేయాలన్న ఆలోచనలకు ప్రతిరూపమే నెచ్చెలి. స్త్రీలకు సంబందించిన రచనలు పురుషులు చేసినవి అయినా ప్రచురిస్తుంది. ప్రముఖులతో పాటు కొత్తవారినీ ప్రోత్సహిస్తుంది. డా. కె. గీత దీనికి ప్రధాన సంపాదకులు.

ముగింపు:

ఆచార్య దార్ల వెంకటేశ్వర రావు, కొండవీటి సత్యవతి, కిరణ్ ప్రభ, కస్తూరి మురళీకృష్ణ, సుధామ, ప్రసాద మూర్తి, అఫ్సర్, పరవస్తు లోకేశ్వర్, డా. సుజాత బండారి, లాంటి ఎందరో ప్రముఖ రచయితలు, మానస ఎండ్లూరి లాంటి వర్తమాన యువ రచయితలూ ఇ-పత్రికలలో తమ సాహితీ అంశాలను ప్రచురిస్తున్నారు. సాంకేతిక పరిజ్ఞానం కలిగిన నూతన ఔత్సాహిక యువ రచయితలకు ఇ-పత్రికలు వేదికలవుతున్నాయి. వారి సాహితీ తృష్ణను ఇ-పత్రికలూ, బ్లాగులూ తీరుస్తున్నాయి. ఇ-పత్రికలకు రాయాలన్నా, స్వంతంగా బ్లాగులు నిర్వహించాలన్నా, ఇతరుల

బ్లాగులలోని సాహితీ చర్చలలో పాల్గొనాలన్నా మనకు కావలసింది సాహిత్యాభిరుచితోపాటు కాసింత 'ఇ'అక్షరాస్యత.

పుస్తకలకు దూరమై సమస్త జ్ఞానాన్ని హస్తభూషణమైన చరవాణిలో వీక్షించే యువతకు జ్ఞాన తృష్ణను చాలావరకు 'ఇ-బుక్స్, మ్యాగాజైన్స్, జర్నల్స్, బ్లాగ్స్' లాంటివి తీరుస్తున్నాయి. కానీ మరిన్ని రావాల్సిన అవసరం ఉంది.

ఆధార గ్రంథాలు

1. అంతర్జాలం
2. తెలుగుసాహిత్యవేదిక (telugusahityavedika.wordpress.com):
3. ఈమాట (emaata.in)
4. నా కుటీరం (https://chinaveerabhadrudu.in)
5. కొత్తపాళీ (https://kottapali.blogspot.com/)
6. సంచిక (https://sanchika.com/blog/)
7. భూమిక: (http://bhumika.org/)

20

పాఠశాలలో తెలుగు సాహిత్యం పై సాంకేతిక పరిజ్ఞానం

గనుముల తిరుమల రాజు

పరిశోధక విద్యార్థి

యోగి వేమన విశ్వవిద్యాలయం

ఉపోద్ఘాతం:

సాహిత్యం పై సాంకేతిక పరిజ్ఞానం అనే అంశం నేటి సమాజంలో అత్యంత ప్రాముఖ్యత పొందింది. సాంకేతిక అభివృద్ధి వల్ల సాహిత్యం విస్తరణ, వినియోగం, రచన, ప్రచారం, పరిశోధన అన్ని కొత్త రూపాలలో పరిపూర్ణమవుతున్నాయి. పూర్వం మాటలలో లేదా పుస్తకరూపంలో మాత్రమే పరిధి కలిగిన తెలుగు సాహిత్యం, ఇప్పుడు డిజిటల్ ప్రపంచంలో మరింత విస్తరించి, ప్రతి ఒక్కరికి చేరువ అవుతోంది. ఈ వ్యాసంలో సాంకేతిక పరిజ్ఞానం తెలుగు సాహిత్యాన్ని ఎలా ప్రభావితం చేస్తుంది, కొత్త అవకాశాలను ఎలా సృష్టించుకుంటుంది, ఎలాంటి సవాళ్లు ఎదురవుతున్నాయో విపులంగా చర్చిద్దాం.

సంప్రదాయ తెలుగు సాహిత్యం నుండి ఆధునికత వైపు

తెలుగు సాహిత్యానికి సుమారు వెయ్యి సంవత్సరాల పెద్దదైన వారసత్వం ఉంది. నన్నయ, తిక్కన, ఎర్రప్రగడ లాంటి ప్రాచీన కవులు సాంప్రదాయ పద్ధతుల్లో సాహిత్యం సృష్టించారు. కాలంలో సాహిత్యాన్ని ప్రజలకు చేరవేయడానికి ప్రధాన మార్గం శ్రీవణ పరంపర, తర్వాత హస్తప్రతులు, మరల ముద్రణాసాధనాల ద్వారా పుస్తకరూపం. అయితే ఈ ప్రక్రియ అంత సులభం కాదు; రాతప్రతులు ఆరుదుగా లభించేవి, అలాగే ప్రజలకు విస్తృతంగా చేరువ కావడం కష్టసాధ్యం. అయితే 20వ శతాబ్దం చివరి భాగంలో సాంకేతిక పరిజ్ఞానం వేగంగా అభివృద్ధి చెందడంతో సాహిత్యం కూడా మార్పు చెందింది. మొదట ముద్రణాశాస్త్రం బలమైన ప్రోత్సాహం ఇచ్చింది. అనంతరం కంప్యూటర్, ఇంటర్నెట్, డిజిటలైజేషన్ రాగానే తెలుగు సాహిత్యం కొత్త మార్గాల్లోకి ప్రవేశించింది.

తెలుగు లిపి మరియు సాంకేతికత

సాంకేతిక రంగంలోని ఒక ప్రధాన సవాలు తెలుగు లిపిని కంప్యూటర్లలో అందుబాటులోకి తేవడమే. మొదట అది కష్టతరం మారింది కానీ యూనికోడ్ వ్యవస్థ దానిని పరిష్కరించింది. ఇప్పుడు ఏ కంప్యూటర్ లేదా మొబైల్ ఫోన్ లోనైనా తెలుగు అక్షరాలు సులభంగా చదవగలము, రాయగలము. ప్లానెట్ సాఫ్ట్వేర్లు, గూగుల్ ఇన్పుట్ టూల్స్, వాయిస్ టు టెక్స్ట్ సాఫ్ట్వేర్లు తెలుగు రచనలను మరింత సులభతరం చేశాయి. పాఠశాల బోధనలో సాంకేతిక పరిజ్ఞానం వినియోగం తెలుగు సాహిత్యంలో పాఠశాలలో సాంకేతిక పరిజ్ఞానం ప్రధానంగా విద్యా విధానంలో మార్పులు తేవడానికి, విద్యార్థుల ప్రతిభను అభివృద్ధి చేయడానికి ఉపయోగపడుతోంది.

సాంకేతిక పరిజ్ఞానం పాత్ర

- ఆధునిక పాఠశాలల్లో డిజిటల్ స్క్రీన్లు, సైన్స్ ల్యాబ్స్, వర్చువల్ రియాలిటీ వంటి పరికరాల సహాయంతో విద్యను బోధిస్తున్నారు.

- ప్రభుత్వ పాఠశాలల్లో ప్రైవేట్ విద్యాసంస్థలకు సమంగా సాంకేతిక పరిజ్ఞానం అందించే ప్రయత్నాలు తరుగుతున్నాయి.
- కంప్యూటర్ శిక్షణ, ఆర్టిఫిషియల్ ఇంటెలిజెన్స్, రోబోటిక్స్ వంటి అంశాలు పాఠశాల స్థాయిలో ప్రవేశపెడుతున్నాయి.
- ప్రయోజనాలు విద్యార్థుల్లో ఆలోచనా శక్తి, ప్రతిపత్తి పెంచడంలో సాంకేతిక పరికరాలు సహాయపడతాయి.
- పాఠశాలల్లో ప్రాక్టికల్ శిక్షణ, సాపేక్షికం ఆధారంగా విషయ బోధన, సమగ్ర అభివృద్ధికి దోహదపడుతుంది.
- తక్కువ వయసులోనే విద్యార్థులు విభిన్న విషయాల్లో అవగాహన పెంచుకునే అవకాశం అందిస్తుంది.

డిజిటల్ యుగంలో సాహిత్యం

ప్రస్తుత కాలంలో తెలుగు సాహిత్యం డిజిటల్ మాధ్యమాల ద్వారా విశ్వవ్యాప్తంగా వ్యాపిస్తోంది. ఈ క్రమంలో కొన్ని ముఖ్యమైన అంశాలు:

- ఇ-బుక్స్ (E-Books): తెలుగు రచనలు ఇప్పుడు ఇ-బుక్ రూపంలో లభ్యమవుతున్నాయి. కిండిల్, గూగుల్ బుక్స్, ఇతర ఇ-రీడర్ మాధ్యమాలు సాహిత్యాన్ని సులభంగా అందిస్తున్నాయి.
- ఆడియో బుక్స్: చదవలేని లేదా సమయం లేని పాఠకులు వినడానికి ఆడియో రూపంలో తెలుగు రచనలు లభ్యం అవుతున్నాయి. దీని వలన సాహిత్యం మరింత విస్తృతంగా కొత్త వర్గాల పాఠకులకు చేరుతోంది.
- బ్లాగులు, ఆన్లైన్ పత్రికలు: అనేక మంది యువ రచయితలు తమ కవితలు, కథలు, వ్యాసాలను బ్లాగుల ద్వారా లేదా ఆన్లైన్ మేగజైన్స్ ద్వారా ప్రచురిస్తున్నారు.

- సోషల్ మీడియా: ఫేస్ బుక్, ట్విట్టర్, ఇన్స్టాగ్రామ్ వంటి వేదికలు కొత్త సాహిత్య వేదికలుగా రూపాంతరం చెందాయి. చిన్న కథలు, కవితలు, సూక్తులు, హైకూల రూపంలో సమకాలీన రచనలు పాఠకులకు చేరుతున్నాయి.

పరిశోధనలో సాంకేతికత

సాంకేతిక జన్యమైన మరో విప్లవాత్మక మార్పు పరిశోధన రంగంలో కనిపిస్తోంది. వివిధ యూనివర్శిటీ లైబ్రరీలు, డిజిటలైజ్ చేసిన పురాతన గ్రంథాలు, ఆన్లైన్ డేటాబేస్లు తెలుగు సాహిత్యంపై పరిశోధన చేయడానికి అనుకూలం అందిస్తున్నాయి. ఉదాహరణకు:

- డిజిటల్ లైబ్రరీ ఆఫ్ ఇండియా
- ఆంధ్రప్రదేశ్ డిజిటల్ లైబ్రరీ
- విశ్వవిద్యాలయాల డిజిటల్ ఆర్కైవ్స్

పండితులు పూర్వం అరుదుగా దొరికే ప్రతులు కోసం గ్రంథాలయాల చుట్టూ తిరగాల్సి వచ్చేది. ఇప్పుడు ఇంట్లోనే కూర్చుని ఇంటర్నెట్ ద్వారా అనే ప్రతులను సులభంగా పొందవచ్చు.

తెలుగు సాహిత్యం అంతర్జాతీయ స్థాయిలో

సాంకేతిక పరిజ్ఞానం కారణంగా తెలుగు సాహిత్యం భాషా అవరోధాలను దాటి అంతర్జాతీయంగా వ్యాప్తి చెందుతోంది. యాంత్రిక అనువాద సాధనాలు (Machine Translation Tools), గూగుల్ ట్రాన్ స్లేట్ వంటి టూల్స్ తెలుగు నుంచి ఇంగ్లీష్ లేదా ఇతర భాషలకు అనువాదం చేసి ప్రపంచ పాఠక లోకానికి అందజేస్తున్నాయి. ఇది అనువైన పరిష్కారం కాకపోయినా, ప్రారంభదశలో ఒక వంతెనగా పనిచేస్తోంది.

విద్య బోధనలో సాంకేతిక పరిజ్ఞానం పాత్ర

- TPACK (Technological Pedagogical Content Knowledge) సాంకేతికతను సమర్థవంతంగా ఉపయోగించేందుకు ప్రోత్సహిస్తున్నారు.
- విద్యా రంగంలో సమాచార ప్రసార సాంకేతిక పరిజ్ఞానం (ICT) బోధన మెరుగుపరిచేందుకు ఉపయోగపడుతోంది.

సారాంశం

- ఆధునిక పాఠశాలల్లో డిజిటల్ స్క్రీన్లు, సైన్స్ ల్యాబ్స్, వర్చువల్ రియాలిటీ వంటి పరికరాల సహాయంతో విద్యను బోధిస్తున్నారు.
- ప్రభుత్వ పాఠశాలల్లో ప్రైవేట్ విద్యాసంస్థలకు సమంగా సాంకేతిక పరిజ్ఞానం అందించే ప్రయత్నాలు జరుగుతున్నాయి. కంప్యూటర్ శిక్షణ, ఆర్టిఫిషియల్ ఇంటిలిజెన్స్, రోబోటిక్స్ వంటి అంశాలు పాఠశాల స్థాయిలో ప్రవేశపెడుతున్నాయి. ప్రయోజనాలు విద్యార్థుల్లో ఆలోచనా శక్తి, ప్రతిపత్తి పెంచడంలో సాంకేతిక పరికరాలు సహాయపడతాయి.
- పాఠశాలల్లో ప్రాక్టికల్ శిక్షణ, సాపేక్షికం ఆధారంగా విషయ బోధన, సమగ్ర అభివృద్ధికి దోహదపడుతుంది.
- తక్కువ వయసులోనే విద్యార్థులు విభిన్న విషయాల్లో అవగాహన పెంచుకునే అవకాశం అందిస్తుంది.
- పాఠశాలలో సాంకేతిక పరిజ్ఞానం ద్వారా తెలుగు విద్యార్థులకు ప్రస్తుత పోటీ ప్రపంచంలో నిలబడి సామర్థ్యం, వివిధ రంగాల్లో అవగాహన, నూతన విషయాలను నేర్చుకునే అవకాశాలు మెరుగవుతున్నాయి.

తెలుగు సాహిత్య విద్యలో కూడా సాంకేతిక పరిజ్ఞానం కొత్తదనాన్ని తీసుకువచ్చింది. విద్యార్థులు ఆన్లైన్ కోర్సులు, వర్చువల్ క్లాసులు, యూట్యూబ్ వీడియో లెక్చర్ల ద్వారా తెలుగు సాహిత్యాన్ని నేర్చుకోవచ్చు. ఈ విధానం వలన సుదూర ప్రాంతాల్లోనూ సాహిత్య విద్య సులభమైంది.

వ్యావహారిక సవాళ్లు: కొన్ని ప్రభుత్వ పాఠశాలల్లో సాంకేతిక పరిజ్ఞానం అందుబాటులో లేకపోవడం, నిర్వహణ లోపాలు కష్టంగా మారాయి.

కొందరు విద్యార్థులు ఆర్థిక పరిస్థితుల వల్ల ప్రైవేట్ కేంద్రాలకు వెళ్లాల్సిన అవసరం ఉంటుంది.

సాంకేతిక పరిజ్ఞానం ఇచ్చిన ఎన్నడూ లేని అవకాశాల మధ్య సాహిత్యం కొన్ని సవాళ్లను కూడా ఎదుర్కొంటోంది:

- డిజిటల్ కంటెంట్ నాణ్యత హామీ విషయం.
- సమాజంలో పుస్తక పఠన అలవాటు తగ్గిపోవడం.
- ఆన్లైన్ కాపీహక్కుల సమస్యలు.
- సంప్రదాయ పఠన పద్ధతులు వెనుకబడిపోవడం.

భవిష్యత్ దిశ:

భవిష్యత్తులో కృత్రిమ మేధస్సు (Artificial Intelligence), వర్చువల్ రియాలిటీ, ఆగ్మెంటెడ్ రియాలిటీ వంటి సాంకేతిక పరిజ్ఞానం తెలుగు సాహిత్యాన్ని మరింత వినూత్నంగా పరిచయం చేస్తుందనడంలో సందేహం లేదు. రేపటి రోజుల్లో పాఠకులు కవితలు లేదా పద్యాలను కేవలం చదవడమే కాకుండా ఒక వాస్తవ అనుభవంలా ఆస్వాదించే అవకాశమూ ఉంది.

ముగింపు:

సంక్షిప్తంగా చెప్పాలంటే, సాంకేతిక పరిజ్ఞానం తెలుగు సాహిత్యానికి కొత్త ఊపు తెచ్చింది. అది కేవలం రచనలోనే కాకుండా ప్రచారంలో, బోధనలో,

పరిశోధనలో విప్లవాత్మక మార్పులు తెచ్చింది. సవాళ్లు ఉన్నప్పటికీ అవకాశాలు విస్తృతంగా ఉన్నాయి. సాంకేతిక పరిజ్ఞానాన్ని సమర్ధవంతంగా వినియోగిస్తే తెలుగు సాహిత్యం ప్రపంచ వ్యాప్తంగా మరింత ఉజ్వల భవిష్యత్తును సంపాదిస్తుంది.

ఆధార గ్రంథాలు

1) తెలుగు సాంకేతిక పత్రిక ప్రివ్యూ, సత్యనారాయణ. పాలకోడేటి
2) చంద్రశేర్. యస్. జి. డి
3) తెలుగుకు సాంకేతిక వెలుగు ఈనాడు పత్రిక, రవికిరణ్. ఈదర
4) అంతర్జాలంలో తెలుగు భాషానిదులు, డా. మోదుగు కాశీం బాబు